கானகத்தில் ஒரு தீ

பா. ராஜேஷ் குமார்

notionpress.com

INDIA • SINGAPORE • MALAYSIA

தமிழ்த்தாய் வாழ்த்து

அன்னை மொழியே! அழகார்ந்த செந்தமிழே!

முன்னைக்கும் முன்னை முகிழ்த்த நறுங்கனியே!

கன்னிக் குமரிக் கடல்கொண்ட நாட்டிடையில்

மன்னி அரசிருந்த மண்ணுலகப் பேரரசே!

தென்னன் மகளே! திருக்குறளின் மாண்புகழே!

இன்னறும் பாப்பத்தே! எண்தொகையே! நற்கணக்கே!

மன்னுஞ் சிலம்பே! மணிமே கலைவடிவே!

முன்னும் நினைவால் முடிதாழ வாழ்த்துவமே!

சிந்தா மணிச்சுடரே! செங்கை செறிவளையே!

தந்த வடமொழிக்கும் தாயாகி நின்றவளே!

சிந்து மணற்பரப்பில் சிற்றில் விளையாடி

முந்தை எகுபதியர் மூத்த சுமேரியத்தார்

செந்திரு நாவில் சிரித்த இளங்கன்னி!

சிந்துங் கலைவடிவே!

சீர்த்த கடற்கோளில் நந்தாக் கதிரொளியே!

நாடகத்துப் பண்ணியலே!

வந்த குடிமரபோர் வாழ்த்தி வணங்குவமே..!!

– பாவலரேறு பெருஞ்சித்திரனார்

இறை தமிழுக்கும்

தந்தை பால்ராசு, தாய் ராமதிலகம், மற்றும் புத்தக உருவாக்கத்திற்கு பேருதவி செய்துவரும் மனைவி சுதாவிற்கும், நன்றி.

1

இருண்ட விடியல்

எப்பொழுதும் விடிவதுப் போல் இன்றைய பொழுதில் அழகிய குரலில் பறவைகள் யாவும் ஓசை எழுப்பிடவில்லை! பறவைகளும் விலங்குகளும், வாடிய முகத்துடன் இருந்தன.

காலை நேரத்துப் பனியினால் ஞாயிறு மெதுவாக எழுந்தான், மூடுபனியைக் கிழித்துக் கொண்டு கதிரவன் நிலத்திற்கு அருள் கொடுத்தான்! ஆயினும் இருள் விலகிடவில்லை! கதிர்களைக் கரு மேகங்கள் மறைத்தன! குளிரினால் ஊரே நல்ல தூக்கத்தில் ஆழ்ந்திருக்க வேண்டும், மக்கள் யாரும் உறங்கியதாகத் தெரியவில்லை.

"எத்தனை வருடமாக எத்தனை பேரு எத்தனை அதிகாரி அப்பப்பா நினைச்சாலே மூச்சு முட்டுது இத்தனை பேரு செய்ய முடியாததை இந்த சின்ன வயசுல செய்துவிட்டார்" எனப் பேசியபடி இரண்டு மூன்று காவலர்கள் நுழைவு வாயிற் கதவின் அருகில் வந்து கதவினைத் துறந்தார்கள், தாழிடப்படாத அந்த இரும்பு கதவுகள் இரு பக்கமும் விலகியது, இரும்பு கதவுகள் 10 அடி இருக்கும் அதைத் தொடர்ந்து 7 அடி உயர தடுப்பு சுவர்கள் சுற்றி வளைந்து

வந்து உள்ளே இருக்கும் இருபதிற்கும் குறைவான வீடுகளை காத்து நிற்கிறது,

சூரிய கதிர்கள் தம் அறைக்குள் படுமாறு அமைக்கப்பட்டிருந்த அவ்வீட்டின் முன்புறம் உள்ள சாரத்தின் வழியே நுழைந்தான் கதிரவன், கதிரவன் மறையும் போதும் கதிர்கள் படும்படி பின் பக்கமும் அவ்வீட்டில் சாரம் இருந்தது ஆனால் கதிர்களை இலைகள் உள்ளே நுழைய அனுமதிக்கவில்லை, அந்த வீடு இருக்கும் குடியிருப்புகளில் ஒவ்வொரு வீட்டினைச் சுற்றியும் மிக அதிக அளவில் மரங்கள் இருந்தன, அதையெல்லாம் குறைவு எனச் சொல்லும் படி சிவாவின் வீட்டினைச் சுற்றியும் வீட்டின் பின்புறம் மிக நெருக்கமாக அடர்த்தியாக மரங்கள் இருந்தன, மரங்களைத் தொடர்ந்து சிறு தூரத்தில் காவல் தடுப்புச் சுவறும் அச்சுவற்றை தாண்டினால் பத்தடிக்கும் குறைவானத் தொலைவில் குறுக்கே ஓடும் ஆற்றினைக் கடந்துச் சிற்றூர்களில் இணையும் சாலையை அடைந்து விடலாம்,, பணியில் இணைந்ததும் இந்த வீடுதான் வேண்டும் என்று கேட்டு குடிவந்தான் சிவா, தினம் தினம் எழிப்பிவிடும் கதிரவன் இன்று இருளால் மறைக்கப்பட்டான், ஆனாலும் ஏதோ பதற்றதுடன் தூக்கம் கலைந்து எழுந்தான் சிவா.

தனியாக வந்த நாள் முதல் சாரத்தின் வழியே உள்ளே நுழையும் சூரிய ஒளியின் கதிர்கள் உடலின் மீதுப் பட்டு எழும் சிவா இன்றும் அப்படித்தான் எழுந்தானா? எனும் ஐயம் நம்முள் வரும் அளவிற்குத் திடுக்கென எழுந்தவனின் முகம் வியர்த்து காணப்பட்டான், ஏதோ கெட்டக் கனவுக் கண்டது போல் விழிகள் திரு திருவென உருண்டது, தன் உடன்பிறவா சகோதரனாகவும் உற்ற சொந்தமாகவும் இருப்பவர்களின் பெயரை மௌனமாக உதடுகளில் உச்சரித்துக்கொண்டான்.

"இல்லை!.... இல்லை!.... இது கனவு தான், என்னால் அவர்களுக்கு எதுவும் சிக்கல் வரக்கூடாது என்று

தான், யாருமில்லாதது போல் தனியாக வந்து இங்கே தங்கியிருக்கின்றேன், நிச்சயமாக அவர்களுக்கு ஏதும் நேர்ந்திருக்காது" எனச் சொல்லிக்கொண்டான்.

ஆயினும் மனம் ஒப்பவில்லை, யாரிடமும் சொல்லாமல் அங்கு இருந்த மற்ற நபர்கள் யாருக்கும் தெரியாமல் வைத்தியரைத் தேடிச் செல்ல ஆயத்தமானான், அறையினை உள் பக்கம் தாழ்யிட்டு பின்புற சாரத்தின் வழியாக, வெளியே வந்து சிறு தூரம் மெதுவாகப் பதுங்கி நடந்தான். வீட்டினைச் சுற்றி உள்ள அடர்த்தியான மரங்களினால் சிவா பதுங்கி செல்வதை பெரிதாக எவரும் கவனிக்கவில்லை, இந்நிலையை பயன்படுத்தி சற்று விறு விறுவென காலடி எடுத்து வைத்தான் சிவா, சறுகுகளின் சத்தம் கேட்டு திரும்பிபார்த்தனர் சில காவலர்கள், அதற்குள் சிவா தடுப்பு சுவற்றை ஒரே தாவில் எகிரி குதித்தான்.

சிவா எங்கேச் செல்கிறான் யாரைத் தேடிச்செல்கிறான் என்பனவற்றைப் பார்க்கும் முன் அவனையும் அவன் தேடிச் செல்பவர்கள் பற்றியும் சற்றேப் பார்த்துவிட்டுப் பின் நடக்கும் நிகழ்வுகளையும் காண்போம்.

அருண் சிவா இருவருமேப் பெற்றோர் இல்லாதவர்கள், ஒரு கால் உடைந்த நிலையில் கிடைக்கப்பெற்ற அருணை, சிவாதான் காப்பாற்றினான். அருண் தன் கால்களை இழக்க நேரிடுவதைச் சிவா எவ்வளவு முயன்றும் தடுக்க முடியயவில்லை, சிவாவினால் என்ன செய்ய முடியும், இல்லை அருணால்தான் என்ன செய்திட முடியும், அரசின் அலட்சியமும் அடாவடித்தனமும் அத்தகைய முடிவை அவர்களுக்குக் கொடுத்தது.

2

மீன் பிடிப்போம்

ஆற்றிற்கு அருகில் இருக்கும் ஒரு சில வயல்வரப்புகளுக்கு அப்பால் உள்ள இடிந்த மண் சுவரும் அதைப் போர்த்தியப்படி உள்ள காய்ந்த மடித்த பனை ஓலை வீட்டின், உள்ளே இருந்து பேரனும் கிழவனும் வெளியே வந்தனர்.

"சாமிக் காலணி போட்டுக்கப்பா"!

"காலணியெல்லாம் வேண்டாம் தாத்தா"!

"சொன்னாக் கேளுசாமி! கல்லு, முள்ளு குத்தப் போகுது",

சிரித்துக்கொண்டேச் சிறுவன் கூறினான், "இந்த தேஞ்சுப் போனக் காலணியாக் கல்லு முள்ளு குத்தாமல் தடுக்கப் போகுது" என,

தன்னிலையை உணர்ந்து, தாத்தாவின் முகம் கோணியது,

அதைக் கவனித்த சிறுவன், "தாத்தா காலணியெல்லாம் போட்டா என் பாதம் மென்மையாகிடும், இதுலாம் போடாமத் தானே இவ்வளவு அழுத்தமா இருக்கு! தேவைப்படும் போது நானேப் போட்டுக்கொள்கின்றேன்" என்றான்,

கிழவரிடமிருந்து மறுப் பதிலை எதிர்பாராத சிறுவன், தான் விளையாடுவதற்கு வைத்திருந்த சிறியப் படகு ஒன்றை நோக்கி ஓடினான்.

சிறுவனின் செயலை அறிந்த கிழவர், ஐயா! "மீன் பிடிக்கப் போகிறோம், அங்க வந்துப் படகு வச்சிட்டு குட்டைய குழப்பக் கூடாது!"

"ம்ம் தாத்தா நான் தள்ளி போயி விளையாடுகிறேன், ஆனால் குட்டையிலையா மீன் பிடிக்க போற!" எனச் சிரித்தான்.

"சொலவாடைக்குச் சொன்னேன் அதை பிடிச்சிகிட்டியா"... "ஆத்துல தான் பிடிக்கப் போறோம், உனக்கு சாப்ட மீன் வேணும்ன ஆற்று ஒரமா ஆட்டம் போடு! மீன் பிடிக்கிற இடத்துல ஆட்டம் போட்ட வெறும் சோறுதான்"!

"ம் சரி சரி வாங்க நான் உங்க போராட்டத்தை கெடுக்கல"...

ஐயா! "நீங்க, நாளைக்குச் சாப்பிடத் தானே இதுவே... எனக்காக போகுற மாதிரி சொல்றிங்களே"!

"சரி சரி தாத்தா! பொலம்பாத குட்டைய குழப்ப மாட்டேன்"...

இருவரும் வீட்டை விட்டு வெளியேக் கிளம்பினார்கள், வெளியில் சிறுத் தூரம் கடந்தப் போது, பயிர்கள் அறுவடை முடிந்த வயலில் முயல் ஒன்று வயல் வரப்பின் ஓரத்தில் பதுங்கி இருக்க அம்முயலைப் பார்த்த சிவா, "தாத்தா! தாத்தா! அங்கேப் பாருங்க...... இன்னைக்கு முயல் கறி" என்றுக் கூறிக் கையில் வைத்திருந்தப் படகினை அங்கேயேப் போட்டு விட்டு முயலைத் துரத்திக் கொண்டு ஓடினான்,

தூண்டிலோடு, சிறுவன் கீழே விட்டுச் சென்றப் படகினையும் எடுத்துக்கொண்டார் கிழவர், கொஞ்ச நேரம்,

முயலோடு மல்லுக்கட்டிக்கொண்டு மீண்டும் தாத்தாவின் அருகே வந்தான்...

"என்னய்யா! முயலப் புடிச்சிட்டியா,"

"அது குறுக்க மறுக்கத் தாவி தாவி வேகமால ஓடுது, என்னால முயல நெருங்கவே முடியலைத் தாத்தா"... எனக்கூறி ஆச்சரியமான முகத்துடன்..... "ஆனால்! நீங்க மட்டும் எப்படிப் புடுக்கிறீங்க" என்றான்,

"அட! நான் ஓடி ஓடி முயலப் புடிச்சதா என்னைக்காவது பாத்துருக்கியா?" என்று வினவியதும் பேரனுக்குப் புரிந்தது!

"ம்ம்ம் எத்தனை முறைப் பார்த்திருக்க ஆனாலும் கேள்வி, அது சரி! இன்றைக்கு முயல் பிடிக்க வரல மீன் பிடிக்க வந்திருக்கிறோம் அதைப் பிடிப்போம்" எனச் சொல்லி நடந்தபடியேப் பேசி வந்தார்.

"ஆம் தாத்தா! மீன் மட்டும் எப்படி இவ்வளவு நேரம் தண்ணீக்குள்ளயே இருக்கு?"

"அஃது இயற்கையோடப் படைப்பு, ஒவ்வொன்றும் ஒவ்வொரு இடத்துக்கு ஏற்ற மாதிரி உருவ அமைப்புப் பெற்றிருக்கும், தண்ணீருக்குள்ளேயே உயிர் வாழ்கிற மாதிரி உருவ அமைப்பு மீனுக்கு இருக்கிறது, தண்ணீர் இல்லாமல் மீன்களால் இருக்க முடியாது, மனிதனால் தண்ணீருக்குள்ளேயே வாழ முடியாது", என அவருக்குத் தெரிந்த விதத்தில் மறுமொழிந்தார்.

சிறுவனும் தொடர்ந்து வினாக்களை எழுப்பிய வண்ணமே வந்தான், கிழவரும் தெரிந்த வகையில் மறுமொழிக் கொடுத்துக்கொண்டே ஆற்றங்கரையை வந்தடைந்தனர், ஆற்றின் எதிர் திசையில் சிறு தூரம் நடந்து சென்றால், வாகனங்கள் ஆற்றைக் கடந்து செல்லப் போடப்பட்ட பாலத்தை அடையலாம், காத்திருந்து மீன்களைப் பிடித்துச்

செல்ல ஏதுவாக அதன் அருகில் சற்றே நிழலாக இருக்கும் சிறிய மரங்களும் இருக்கும் எனவே வேகமாக நடந்தனர்…. மீன் பிடிக்கும் இடமும் வந்தது. பாலத்திற்கு முன்பு இரண்டு பகுதியாக ஆறுப் பிரிந்து, ஒரு பகுதி நேராகக் காட்டுப் பகுதியை ஒரசியப்படியும் அதிலிருந்து காட்டினுள் பல கிளைகள் பிரிந்தும் இன்னோரு பகுதி பாலத்திற்கு முன்பு வலதுப் புறமாக பிரிந்தும் செல்லும்.

பாலத்தின் பக்கத்தில் வந்ததும் மீன் பிடிக்க ஆயத்தமானார் கிழவர். பெரிய முள் உள்ள தூண்டில் கயிற்றை அவரின் அருகே வெட்டப்பட்டிருந்த பெரியக் கருவேலை மரத்தில் கட்டி தூண்டிலை ஆற்றில் போட்டார், இன்னொரு சின்ன முள் தூண்டிலைக் கையில் பிடித்தபடி ஆற்றில் போட்டார்.

"தாத்தா!…. மீனைப் பிடிக்கத் தரையில் என்ன செய்றீங்க, தண்ணீக்கு வாங்க" என்று கூறிக்கொண்டே தொப்பென ஆற்றில் குதித்தான் சிறுவன்,

"சாமி நீ தண்ணீரினுள்ளிருந்து பிடி, நான் தரையிலிருந்து பிடிக்கிறேன்",

பேரன் குதித்து விளையாடியதில் மீன்கள் எல்லாம் வேறு பக்கம் ஓடியது, கிழவருக்கும் மீன் சிக்கவில்லை…

"சாமி நீ எவ்வளவு நேரம் தண்ணீக்குள்ளயே இருப்பாய்"…

"ம்ம் ரொம்ப நேரம்" என்றான்,

"ஓ!அப்படியா மீனை விட வேகமாக நீந்துவாயா?"

"தரையில் தான் முயலிடம் தோற்றுவிட்டேன் தண்ணீரில் நான் தான்",

"அப்படியென்றால் திறனறிவு வைப்போம்" என்று சிறிது தூரம் நீந்தி வரச் சொன்னார், "ஆற்றில் இக்கரையிலிருந்து

அக்கரைக்குச் சென்று மீண்டும் இங்கு வா, பார்க்கலாம் எவ்வளவு வேகமாக நீந்துறன்னு" என்றார்,

சிறுவனுக்கு ஒரு பணி கொடுத்தப் பின் சிறிது நேரம் மீன் பிடித்தார் ஆனால் அதுவும் நீடிக்கவில்லை இக்கரைக்குச் சிறுவன் வந்த உடனே மீண்டும் மீன் பிடிப்பதில் சிக்கல் வந்தது,

"சாமி நீ மீனை விட வேகமாகத்தான் நீந்துர நீருக்குள் உன்னால் முழ்கி இருக்க முடியுமா?"

"ம்ம்! மீன் போல தண்ணிக்குள்ளயே இருப்பேன்",

"அப்போக் கரைக்கு அருகில் வந்து மூழ்கியிரு நான் காலத்தைக் கணக்குச் செய்கிறேன்" எனச் சொல்ல இசைவெனக் கரைக்கு அருகிலே வந்தான்!

கரைக்கு அருகில் இருக்க வைத்து விட்டால் மீனை பிடிப்பதில் சிக்கல் இருக்காது, கரைச் சற்று அவர் இருக்கும் இடத்திலிருந்து தள்ளி இருப்பதைக் கணக்கு செய்துக் கூறினார், பேரனும் திறனறிவில் இறங்கினான், கிழவர் மீனைப் பிடிப்பதில் விருப்பமானார்.

முன்பே இவர்களின் பொருளாதாரம் என்பதுக் குறைவு தான் பல ஆண்டுகளாக ஊழல் தலைவிரித்தாடியதில் வறுமையின் கோராப்பிடியில் இருந்த காலம் அது, இன்று பிடித்துச் செல்லும் மீன் தான் அடுத்த வேளை உணவு, அதுதோடு அவ்வாற்றினால் அச்சத்திற்கு அவசியமும் இல்லை பேரனுக்கும் நன்றாக நீந்தத் தெரியும் ஆற்றில் ஆழமும் இல்லை அவ்விடத்தில் இழுத்துச் செல்லும் வேகமும் இல்லை, வெகு தூரம் சென்றால் தான் ஆற்றின் வேகமும் அதிகமாகும், எனவே பேரனை நீச்சலடிக்க அனுப்பினார்,

'எவ்வளவு அழகான நிலம் நாடெங்கும் இப்படித் தான் இருந்திருக்க வேண்டும் இந்தப் பன்னாட்டு நிறுவனங்களால் எல்லா நிலங்களும் பாலப் போய்விட்டு ஏதோ கொஞ்ச நஞ்ச நிலம் மட்டும் தப்பித்து இன்னும் இருக்கு, ம்ம்ம்ம்...... இம்மாதிரி நீச்சல் அடிப்பதும் மீன் பிடிப்பதும் இச்சுதந்திரமொல்லாம் சில காலத்திற்குத் தான், எல்லாவற்றையும் தனியாருக்குத் தாரைவார்க்கும் அரசு ஆறு, குளம், ஏரி, கடலினையும் விரைவில் தாரைவார்த்து விடும் மிச்சமிருக்கும் நிலங்களையும் அழித்து விடுவார்கள்... அன்று உறுதியாக இப்பக்கமே வர முடியாது' என்பதை தனக்கு தானேச் சொல்லிக்கொண்டே மீனைப் பிடிப்பதில் கவனத்தைச் செலுத்திய அவர் ஏதோ ஒரு பெரிய ஒலி கேட்டயிடம் நோக்கித் தலையைத் திருப்பினார்.

3

அதிகார கொலை

கிழவர் மீன் பிடிக்கக் கிளம்பிய நேரத்தில் மீன் பிடிக்கச் செல்லும் பகுதிக்குச் சற்றுத் தொலைவில், தானிக்குள் கர்ப்பிணிப் பெண்ணொருத்திக் கதறிக்கொண்டிருக்க அந்தத் தானியை வேகமாக இயக்கி வந்தார் கதிர்.

காக்கி நிற உடை அணிந்தவர்கள் இரண்டு பேர் நின்று, வரும் வாகனங்களின் ஆவணங்களைச் சோதனை செய்து கொண்டிருந்தனர், அதைத் தூரத்தில் பார்த்த கதிர், தானியின் வேகத்தைச் சற்றுக் குறைத்தார், காவலர்களின் அசைவுக்கு இணங்கி வாகனத்தை நிறுத்தினார், இரண்டு பேர் மட்டுமே ஆவணங்களைச் சோதனைச் செய்து கொண்டு மற்றக் காவலர்கள் வழி மறிப்பு மட்டுமே செய்ததால் சாலை நிரம்ப வாகனங்கள் அதிகளவில் நின்றிருந்தது.

"இவ்வழியில் வந்தால் தான் எந்தத் தொந்தரவும் இருக்காது என்று, இவ்வழியில் வந்தால் இங்கும் நிற்கிறார்கள்" எனப் புலம்பிக் கொண்டே எல்லா ஆவணங்களையும் எடுத்துக் கொண்டு விரைவாகக் காவலர் அருகில் ஓடினான் கதிர்.

அதைக் காவலரிடம் கொடுத்த போதுக் கதிரை ஒரு முறை முறைத்து விட்டு "அப்படியென்னத் துறைக்கு அவசர மயிரு, பொத்திட்டு நில்லு, நானே கூப்டுறேன்" எனச் சொல்லிவிட்டு, "யோவ்! அந்த வண்டி திறவுகோலை வாங்கு" என்றான்,

"ஐயா! வண்டியில் தான் திறவுகோல் உள்ளது" எனக் கதிர் கூற,

"திறவுகோலை அங்கேயே வைத்துவிட்டு என்னத்த புடுங்க இங்க வந்த" என கோவமாகக் கூறி அந்தக் காவலரே எடுக்கச் சென்றார்.

தானியினுள், இறங்கும் வழியின் அருகில் வயது முதிர்ந்த பெரியவர் ஒருவரும் அவர் அருகில் கர்ப்பிணிப் பெண்ணும் அடுத்தபடியாக சிறுவனும் இருப்பதைப் பார்த்தும் அவள் மகப்பேறு வலியில் கதறுவதைக் கண்டும் காணாததுமாய் திறவுகோலை எடுத்து வந்து தன் மேலதிகாரியிடம் கொடுத்தார்.

திறவுகோலை அவர் எடுக்கப் போன நேரத்தில், "ஐயா! விரைவாக மருத்துவமனை செல்ல வேண்டும்! உள்ளே வயித்துபுள்ளகாரி துடிச்சிட்டுயிருக்காள்"! எனக் கதிர் சொல்லி முடிப்பதற்குள்,

அந்த காவல் ஆய்வாளர் "உங்களையெல்லாம் யாருப் புள்ள பெத்துக்கச் சொன்னது!, இச்சை தள்ளிப் போடா"! என்று திட்டினார்.

கதிர் மீண்டும் மீண்டும் கெஞ்சிக் கேட்டான், "ஐயா! ஐயா! தயவு கூர்ந்து விரைவில் சோதனைகளை சரிபார்த்து அனுப்புங்கள்" என,

"குறுக்க குறுக்க பேசாம ஓரமா நில்லுடா! இல்ல திருட்டு ஆட்டோன்னுப் பதிவு எழுதிடுவேன்!" என மிரட்டினார்.

அதன் பிறகு சில வினாடிகளில்.....

திறவுகோலைக் கொண்டு வந்து தன் மேலதிகாரியிடம் கொடுத்து எதையோ சாதித்த பெருமிதத்தில் நின்றார் அந்தக் காவலர். திறவுகோலைக் கொடுக்கும் அதே நேரத்தில், தன் துணைவியார் இளம்பிறை வலியில் துடிப்பதைப் பொறுத்துக்கொள்ள முடியாமல் எப்படியாவது விரைவாக மருத்துவமனையில் இளம்பிறையைச் சேர்த்திட வேண்டும் என்ற எண்ணம் மனதில் கதிருக்கு ஓடியது. எண்ணம் மட்டும் அல்ல கதிரும் ஓடிக்கொண்டே தான் இருந்தார், வசூலில் ஆர்வமாக இருந்தக் காவல் ஆய்வாளர் தினகரன், கதிரின் ஓட்டத்தைக் கவனிக்கவில்லை. இளம்பிறை வலியில் கதறி அழுவதைக் கண்ட காவலர் கதிர் தானியை நோக்கி ஓடுவதைப் பெரிதாகப் பொருட்படுத்தவில்லை, காரணம் நம்மிடம் தான் தானியின் திறவுகோல் உள்ளதே என்ற எண்ணமாகவோ சிறிது மன உறுத்தலாகவோ இருக்கலாம், சில விடயங்களைச் சம்மந்தப்பட்ட நபர்களே கூறினால் தான் உண்மை தெரியும் நாம் ஓர் எண்ணவோட்டத்தில் கூற முடியாது எனவே அந்தக் காவலர் ஏன் பொருட்படுத்தவில்லை என்பதை ஆய்வுக்குட்படமால் நிகழ்வுக்கு வருவோம்.

வேகமாக ஓடி வந்த கதிர் தானி இருக்கும் இடத்தை அடைந்ததும் தானியில் இருக்கும் பெட்டி ஒன்றில் உள்ள மாற்றுத் திறவுகோலை எடுத்து தானியை இயக்க தொடங்கினான் காவலர், தன் மேலதிகாரியான தினகரனிடம் திறவுகோலை ஒப்படைப்பதும் கதிர் தானியை அங்கிருந்து நகர்த்துவதும் ஒரே காலமாக இருந்தது, காவலர் கொடுத்த திறவுகோலை வாங்கி தங்கள் அரசு வாகனத்தின் மேலேத் தூக்கிப் போட்டுவிட்டு, இன்னொரு காவலரிடமிருந்து அதுவரை வசூலித்த 500 ரூபாயை வாங்கி தன் பையில் வைத்தார்.

"அம்மாடி! கொஞ்சம் பொறுத்துக்கடி இதோ போய்றலாம் மருத்துவமனைக்கு" எனக் கண்கள் கலங்கிய நிலையில் கதிர் கூற...

"ஏங்க முடியலங்க"! என இளம்பிறை அழுதுகொண்டே கூறினாள்,

பதற்றத்துடனே தானியின் இரண்டாவது கியரை கதிர் போட்டான். தானி அருகில் வந்ததும் தினகரன் சுதாரித்துக் கொண்டு "அவனைப் பிடி" என்று கத்தினான், கத்திய உடனே இரண்டு மூன்று காவலர்கள் பாய்ந்தனர், அதற்குள் கதிர் வேகமாக தானியை இயக்கத் தொடங்கினான்,

அந்த வேகத்திற்குக் காரணம், தன் மனைவி இளம்பிறையின் உயிர் போகும் அளவிற்குத் துடிக்கும் அந்த வலியின் சத்தமே. கதிர், தன்னை தாண்டிச் சென்றதைக் கண்டு ஆத்திரமடைந்த தினகரன் தனது மோட்டார் சைக்கிளில் விரட்டத் தொடங்கினான். ஏதோ பயங்கரவாதியைத் துரத்துவது போல் காவலர்கள் துரத்தினார்கள். இந்த நேரத்தில் சிலர் ஆவணங்களே இல்லாமல் காவலர் தடுப்புகளை எளிதில் கடந்துச் சென்றனர். தினகரன் வேகமாகத் துரத்திச் சென்ற போது தடுப்புகளை விட்டு மற்ற காவலர்களில் சிலர் சற்று தள்ளி இருந்தனர் அவர்களின் சைகைகளை மதிக்காது ஆம்னி வேன் ஒன்று கட்டுப்பாடில்லாது போலச் சாலை முழுவதையும் அளந்து கொண்டு தடுப்புகளைத் தாண்டியது, தாண்டியதும் சாரத்தைத் துரந்து ஒரு மது பாட்டிலை வெளியே தூக்கிப் போட்டான் ஆம்னி வேனிலிருந்த ஒருவன். கட்டுப்பாடில்லாது சென்ற ஆம்னி பற்றிய தகவலை வாக்கிடாக்கியில் அங்கு நின்ற காவலர்கள் கூற, அது தினகரனின் வாக்கிடாக்கியிலும் கொரகொர என ஒலித்தது.

இளம்பிறையின் மகப்பேறு வலியின் கதறலைக் காதில் கேட்டபடியே தானியை இயக்கும் கதிருக்குப் பதற்றம் அதிகமாக இருந்தது, தினகரன் தானியை நெருங்குவதற்கும் மது போதையில் அசூர வேகத்தில் ஆம்னி வருவதற்கும் சமகாலளவு இருந்தது, தானியின் பின்னால் துரத்தி வரும் தினகரன் வலது பக்கத்தில் விலகி தானியின் முன் சென்று மறைக்க முயன்றான், தினகரன் வலது பக்கத்தில் விலகிச் சென்ற போது அலைக்கழித்துக் கொண்டு வந்த ஆம்னி தினகரனின் பைக்கில் மோதியது. மோதிய வேகத்தில் தினகரன் சுதாரித்தற்குள் குறுகிய சாலையில் ஓரத்தில் கிடந்த நெற்கதிர் குவியலில் விழுந்தான், எதிர்ச்சியாக தினகரன் உயிர் தப்பினான். அவன் வந்த இருசக்கர வாகனமானது இடது புறத்தில் சாலையில் கீறிக்கொண்டே போனது, அதே சமயத்தில் தானியானது அந்த வாகனத்தின் மீது ஏறி சரிந்தது, இவை எல்லாம் சில வினாடிகளில் ஒரே காலத்தில் நடந்து முடிந்தது, மேடு பள்ளங்களாக இருந்த சாலையில் வேகமாக வந்த தானி கீழே சரிந்த வேகத்தில் தேய்த்துக் கொண்டே இடதுப் பக்கம் இருந்த ஆற்றின் கரையில் விழுந்தது, அதை திரும்பிக்கூட பார்க்காமல் கீழே விழுந்த தினகரன் எழுந்து வந்து சாலையில் கவிழ்ந்து கிடக்கும் தனது மோட்டார் சைக்கிளை நிமிர்த்தி ஆம்னி போகும் திசையை நோக்கி பின் தொடர்ந்தான்.

மீன் பிடித்துக்கொண்டிருந்த கிழவர் சத்தம் கேட்டு தலையைத் திருப்பி பார்க்க அவர் விலகுவதற்குக் காலமே இல்லை தானி கிழவரின் மேல் விழுந்தது, வயதாகியிருந்ததால் பெரும் கல் போல தானி தலையில் விழுந்ததில் அக்கணமே கிழவர் மாய்ந்தார். பாவம்! யாருக்குத் தெரியும், மீன் விற்று வீட்டிற்கு உணவுப் பொருட்கள் வாங்கலாமென்றோ அந்த மீனே அன்றைய உணவாக எடுத்துச் செல்ல வேண்டும் என்றோ கிழவர் நினைத்திருக்கலாம் ஆனால் நாம் நினைப்பவை எல்லாம் தவறாமல் நடக்கும்

என்பது உறுதி இல்லையே, ஆனால் இக்கொலையை விதியின் மேல் நிச்சயமாக நான் பழிச் சொல்ல மாட்டேன். இத்தனை ஐயத்திற்குரிய வினாக்களுக்கு நடுவில் ஆற்றின் தண்ணீரைப் பிளந்துகொண்டு வெளிவந்தான் சிறுவன்.

"தாத்தா! எத்தனை நேரமாக மூழ்கியிருந்தேன் பாத்திகளா! யாராலா முடியும்" என்று சொல்லி கண்களை மறைக்கும் தண்ணீரைத் துடைத்துக்கொண்டுக் கண்களை விழித்தான்.

கிழவரோ சிவப்பு துணி வைத்து மூடியது போல் குருதியில் மிதந்தார், அதிகளவில் குருதியானது கரையிலிருந்து வடிந்து ஆற்றில் கலந்துவிடத் தொடங்கியது, அச்சிறுவன் கரையைப் பிடித்து மேலே வர முயன்ற போது வடிந்து வந்த குருதி இவன் ஏறும் திசையாற்றில் கலக்கிறது அதைப் பார்த்துக் கதறி அழுதபடி மேலே ஏறினான்.

"தா........தா..... தாத்தா! தாத்தா"! என அழுதுகொண்டேக் கரையில் ஏறினான். "ஐயோ! தாத்தா! நான்! தாத்தா"! என உளறிக்கொண்டே அருகில் சென்றதும்தான் கண்டான் கிழவர் மீது கிடக்கும் தானியில் உள்ள ஆட்களை. யாரும் வலியால் துடிக்கவில்லை, மகப்பேறு வலியில் கதறித் துடித்த இளம்பிறை எந்த சத்தமும் இல்லாமல் கிடந்தால். தானி சாலையைக் கீறிக்கொண்டே சென்ற போது உள்ளே இருந்த இளம்பிறையின் தந்தையின் முகம் தரையில் பட்டுச் சிதறிப் போனது, சாலையில் நடப்பட்டிருந்த சிறிய கல்லில் மோதி முகம் உடைந்து இறந்துவிட்டார். தானி ஆற்றங்கரையில் விழும் போது தானியை இயக்கி வந்து கதிர் முன் கண்ணாடி வழியே, பாதி உடல் தானிக்கு வெளியே இருக்க மீதி உடல் உள்ளே இருக்க நேரே தரையில் விழுந்தும் முதுகெலும்பு உடைந்து இறந்து போனார், தானி ஆற்றின் கரையின் ஓரத்தில் விழுந்த போது கிழவரின் தலையில் விழுந்ததல்லவா அந்தக் கிழவர்

வெட்டப்பட்ட கருவேலை மரத்தின் அருகில் நின்றிருந்தார், தானி வேகமாகத் தரையில் சறுக்கிக் கொண்டே வந்ததில் சாலையில் நடப்பட்டிருந்த கல்லில் மோதியதால் உருண்டு விழாமல் தூக்கி வீசப்பட்டது, ஆற்றங்கரை, சாலை இருக்கும் இடத்திற்குச் சற்று ஆழத்திலே இருந்தது, மேலிருந்து நேராகக் கிழவரின் தலையில் விழுந்ததோடு வெட்டப்பட்ட கருவேலை மரத்திலும் செருகியது, வெட்டப்பட்ட மரமானது தானியின் தார்ப்பாயை கிழித்துக்கொண்டு இளம்பிறையின் உயிரிலும் இறங்கியது. இவையெல்லாம் சிறுவன் தண்ணீருக்குள் இருந்து வெளிவரும் நேரத்தில் நடந்து முடிந்திருந்தது, சிறுவன் மிகச் சத்தமாகக் கத்திக் கத்தி உதவிக்கு ஆட்களை அழைத்தான், அருகே யாரும் இல்லாததால் யாரும் வரவில்லை, அவனைத் தவிர யாரும் அங்கு உயிரோடு இல்லை என்பதையும் புரிந்துகொண்டான். ஒன்றும் புரியாமல் நின்றிருந்த சிறுவனுக்கு ஒரு முனங்கல் சத்தம் அதிர்ச்சியடையச் செய்தது, தானியின் உள்ளே இருந்தச் சிறுவனின் உடல் முழுவதும் குருதி வழிந்துகொண்டிருந்தது, இவ்வளவுக் குருதி வெளியாயினும் உயிர் உள்ளது என ஐயமடைந்தான், அந்தக் குருதியாவும் உள்ளே இறந்து கிடப்போருடையது என்பதைச் சிறுவனான சிவா அறியவில்லை.

உடனே சுதாரித்துக் கொண்டு அச்சிறுவனை வெளியே இழுத்தான் சிவா. சாலையைப் பார்த்தான் உதவிக்கு யாரும் இல்லை, காலம் தாழ்த்தினால் இவனும் இறந்து போக நேரிடும் என உணர்ந்து, விளையாடுவதற்காக எடுத்து வந்த சிறியப் படகில் அடிபட்ட அச்சிறுவனை வைத்து ஆற்றின் திசையில் படகைச் சற்றே தூரத்தில் ஆற்றின் அருகே உள்ள வைத்தியர் வீட்டை நோக்கி வேகமாகச் செலுத்தினான், வைத்தியர் வீட்டினை அடையக் கரை ஒதுங்க வேண்டிய நேரத்தில் சிவாவும் மயங்கி விழுந்தான், ஆனால் அஃது அவர்களின் உயிருக்கு அபத்தமாய் அமைந்தது ஆற்றில்

தண்ணீர் ஓடும் திசையில் படகை இழுத்துச் சென்றது, தூரம்ச் செல்ல செல்ல ஆற்றின் வேகம் அதிகமானது, சற்று தூரத்தில் இருக்கும் சிறிய பல்லமான பகுதியை நோக்கி அந்த வேகம் இழுத்துச்சென்றது, பல்லமானது மிகப் பெரும் பாறைகளால் சூழப்பட்டிருந்தது.... சிறுவர்கள் இருவரும் மயங்கிய நிலையிலே இருந்தனர்.

4

கண்ணீர் சிந்தும் வானம்

ஆற்றைக் கடந்துக் காட்டிற்குள் செல்ல இருந்த தென்னரசனும் உடன் இருந்த மற்றத் தோழர்களும் சிறியப் படகொன்றுக் கட்டுப்பாடில்லாது போல் ஆற்றின் வேகத்திற்கு ஏற்ற படி வேகமாகச் சென்றதைக் கண்டனர்,

"தோழர்! அந்த படகில் சிறுவர்கள் மயங்கிக் கிடக்கிறார்கள் போலும்"....எனச்சொல்லிக் கொண்டே தோழர் தென்னரசன் ஆற்றில் குதித்தார், உடன் வந்த தோழர்களும் ஆற்றில் இறங்கினர்... நொடிப்பொழுதில் படகின் அருகில் நீந்தி வந்த தென்னரசன் படகினை ஒரு கையில் இழுத்துக்கொண்டே கரையை நோக்கி நீந்தினர் மற்றத் தோழர்களும் உதவிக்கு வந்ததும் மிகவும் விரைவில் கரைக்கு இருவரையும் கொண்டு வந்தனர்.... சிறிதும் தாயதிக்காமல் அவரகளை வைத்தியர் வீட்டிற்குத் தூக்கிச் சென்றார்கள், குருதி கசிந்து கொண்டிருந்த சிறுவனின் உடல் ஆற்றில் வரும் போதே தண்ணீர் பட்டு பட்டு உடலில் படிந்த குருதிக் கறைகள் ஓரளவிற்குக் கரைந்திருந்தது, வைத்தியர் அடிபட்ட சிறுவனைத் தூக்கிச் சென்றார். சிறுவனான அருணின் உடலைச் சுத்தம் செய்த வைத்தியர், அவன் காலில்

மட்டும் அடிப்பட்டுள்ளது என்பதை அறிந்துச் சிகிச்சையைத் தொடர்ந்தார்.

இத்தனை மரணங்களும் இத்தனை விடயங்களும் நடந்துகொண்டிருக்கும் இதே நேரத்தில், ஆற்றின் குறுக்கே உள்ள பாலத்தையும் கடந்து தினகரனை இடித்துச் சென்ற ஆம்னி, குன்றும் குழியுமாக இருக்கும் சாலையின் ஓரத்தில் சென்ற போது சேற்றில் சிக்கியது, இச்செயல் தோதாய் போக, தினகரன் ஆம்னியை நோக்கிக் கடுமையான சினத்துடன் நெருங்கினார், ஆனால் ஆம்னியின் உள்ளே இருந்தவர்களுக்கு எந்தப் பதற்றமும் இல்லை ஆம்னியில் இருந்து வெளியே இறங்கிய இன்பாவைக் கண்டதும் தினகரனுக்குத்தான் பதற்றம் உண்டானது. தினகரன் வாய் திறக்கும் முன்பே, இன்பன், ஒரு பணக்கட்டை எடுத்துக் கொடுத்தான்.

பணமேக் கொடுக்கவில்லை என்றால் மட்டும் வினா கேட்டிருப்பாரா?, ஐயா என்று தலையை சொரிந்து கொண்டு நின்றிருப்பார்! பணக்கட்டா என்று ஐயமடையாதீர்கள், இன்பன் மிகப் பெரிய செல்வந்தரின் மகன், இன்பனுக்கு இஃது அடிக்கடி பழக்கம், பணம் வாங்குவது தினகரனுக்கு வழக்கம்.

ஆம்னியில் உள்ளே கைகால்கள் கட்டப்பட்டு வாயில் துணி வைத்துத் திணிக்கப்பட்ட நிலையில் காயங்களுடன் மயங்கிக் கிடக்கும் பெண் குழந்தையைக் காணமுடியாதபடி காவல் உயர் அதிகாரியான தினகரனின் கண்களைப் பணம் மறைத்தது.

யார் பெற்ற குழந்தையோ, எத்தனைக் கனவுகளுடன் குழந்தையைப் பெற்றெடுத்தனரோ, அந்தக் குழந்தைக்கு எத்தனை கனவுகள் இருந்ததோ, சாதனைகள் படைத்து விருதுகள் வாங்க வேண்டிய குழந்தையோ, என்னென்ன

எண்ணங்கள் இருக்குமோ அவளுக்கு, இவற்றைப் பற்றி எல்லாம் எந்த சிந்தனையும் இல்லாமல் சுக்கு நூறாக நொறுக்கி ஒரே நொடியில் உடைத்து விடுகிறார்கள்.

பணத்தைப் பெற்ற மகிழ்ச்சியில் அருகில் இருக்கும் காவலர் குடியிருப்பு திசையை நோக்கி சென்றார், அங்குதான் தினகரன் தங்குமிடம் உள்ளது, அடுத்து யார் குடும்பத்தை அழிக்கலாம் என காட்டினை ஒட்டி இருக்கும் அதே சாலையில் அதேத் திசையில் செல்கிறான் இன்பன்.

வெகு தூரம் சென்றதும் நந்தினி என்ற அந்தப் பெண் குழந்தையை, ஆம்னி யின் இடது பக்க கதவைத் திறந்து காட்டில் தூக்கி வீசினார்கள், வீசப்பட்ட அவள் மரத்தின் மீது மோதி கீழே விழுந்தால், ஆம்னியின் வேகம் குறையவில்லை, வெகு தூரம் சென்றது.

அந்தக் காடானது மிகவும் அமைதியாகச் சருகுகள் சத்தம் கேட்டபடி உள்ளது, அதிகளவில் மாந்தர்கள் புழங்கும் காடு போல இல்லை அதன் அமைதி, அந்த அமைதியில் அக்குழந்தை வலியில் முனங்கும் சத்தம் உதடு அசைவோடு கேட்கிறது!"

தண்ணீ...... தண்ணீ....... ம்மா......மா..... தண்ணீர்" என உதடு அசைக்கிறாள்...... இரண வேதனையில் சிறிது சிறிதாக அவளின் உயிர் காற்றில் கரைந்துகொண்டிருந்தது, தண்ணீரை உயிர் வேண்டுகிறது, அவள் மாணத்து ன் போராடுகிறாள், மரணத்திடம் தோல்வி அடைய அவள் விரும்பவில்லை, மரண தேவதையோ அந்தக் குழந்தையின் வலியைக் கண்டு மனம் பொறுக்காமல் அவளை அழைத்துச் செல்லத் துடிக்கிறாள், ஆனால் நந்தினி அதை விரும்புவதாகத் தெரியவில்லை.

இவளின் வேதனையைக் கண்டு வானம் சினம் கொண்டுப் பட்டார் என மின்னலுடன் இடி இடிக்கிறது திடுக்கெனக்

கண் முழித்து மயக்க நிலையிலிருந்து மீள்கிறாள், அக்காட்டினுள் சாதாரண மழை என்றால் தண்ணீர் உடனே உள்ளே நுழைவதுக் கடினம், இடியின் சத்தம் நந்தினியின் செவியை அடைந்தது ஆனால் மழைத்துளிகள் இன்னும் அவளை நெருங்கவில்லை, மழையின் சீற்றம் அதிகமானது, வானுயர்ந்த மரங்களின் இலைகளை பிளந்துகொண்டு வந்த மழைத்துளிகள் குழந்தையின் தண்ணீர் தாகத்தைத் தீர்க்கச் செய்தது. மயக்கம் தெளிந்த நந்தினி..... வலியில் வாய்விட்டுக் கதறிச் சத்தமாக அழுதால், அச்சத்தமேக் காட்டை எரித்துவிடும் என்பதால் மழையின் வீரியம் இன்னும் அதிகமானது, மழைத்துளிகளின் வேகம் காட்டில் எங்கும் படர்ந்துக் காட்டினை மூடி இருக்கும் இலைகளில் உரசும் சத்தம் நந்தினியின் சத்தத்தை ஒரளவிற்கு ஈடு செய்தது, இத்தனை வேகத்துடன் பெய்த மழை, அவள் கதறலினால் காடானது எரிந்திடாமல் தடுத்திடப் பெய்ததா இல்லை அவளின் உயிர் வாழும் போராட்டத்திற்கு உறுதுணையாகப் பெய்ததா என்பது தெரியவில்லை.

அருணுக்கும் சிவாவிற்கும் வைத்தியம் நடைபெற்றுக்கொண்டிருந்தது,

"சிறுவர்கள் இருவரும் நலமாக உள்ளார்களா?" என தென்னரசன் கேட்டார்.

"ம்ம் இருவரும் நலம் சிவாவிற்கு எந்தக் காயமும் இல்லை" என பேசியபடி சிவாவின் நாடியைப் பிடித்துப் பார்த்துப் "பசி மயக்கத்தில்தான் இருக்கிறான்" என்றார்,

"ம்ம்ம்ம்..... இவர்களை உங்களுக்கு தெரியுமா" என்றார் தென்னரசன்..

"சிவாவை தெரியும், நம்ம லெனின் இருக்காரூல அவருடைய பேரன், மற்றொரு சிறுவன்தான் யார் என்று தெரியவில்லை அவனுக்குத் தான் காலில் பலமானக்

காயம் ஏற்பட்டுள்ளது" என அருணுக்கானச் சிகிச்சையைத் தொடர்ந்தார்,

"சிவாவிற்கு அம்மா அப்பா இல்லையா என்றார்" தென்னரசன்?

"ஆம் தோழர்.. மகிழுந்து நிறுவனத்தினால் மாசடைந்த தண்ணீரை பயன்படுத்தி என்ன வியாதி என்று அறியும் முன்னே இறந்துவிட்டார்கள், அதற்குப் பிறகுதான் மரணத்தின் எண்ணிக்கை அதிகமானது பிறகுதானே மக்கள் மருத்துவம் பார்க்க வந்தனர்".

"லெனின் எப்படி இருக்கிறார்?"

"எப்போதாவதுப் பார்ப்பது உண்டு"..

"ம்ம் மகிழுந்து நிறுவனத்தை அடித்து நொருக்குவதில் எங்களுடன் பெரும் பங்காற்றினார்"..

"ம்ம் ஆமாம்.. அதன் பிறகு அவர் வேறெந்தப் போராட்டக் களத்திற்கும் செல்லவில்லை, தானும் இறந்துவிட்டால் சிவாவின் வாழ்க்கை என்வாகும் என்ற அச்சம் அவருக்கு".

"ஒரு சமயத்தில் அட்டூழியம் செய்யும் ஆட்சியாளர்களை நேராக சென்றுக் கொன்று விடும் அளவிற்கு வீரியமாகச் செயல்பட்டவர், அரசாங்கத்தின் ஊழல் வெறியில் தன் மகனையும் மருமகளையும் பறிகொடுத்தப் பின்னரும் இன்னும் வீரியமாகதான் செயல்பட்டிருக்கிறார், ஆனால் இன்று ஒதுங்கிவிட்டார், இந்த அச்சம் பலருக்கு வருவது உண்டு, உண்மையில் இந்த இளைஞர்களின் வருங்காலம் சரியானதாக அமைய வேண்டும் எனில் போராட்டம் தான் வழி... அதை ஒதுக்கி வைத்துவிட்டால் நாமே அடுத்த தலைமுறையின் வாழ்வை கேள்விகுறியாக்கிவிடுவோம்"...

"சரி தான் தோழர்"...

"சரி வைத்தியரே நாங்கள் கிளம்புகிறோம்"... "கரிகாலன் காத்துக் கொண்டிருப்பார் அவரைக் காணதான் சென்றேன் வழியில் இவர்களைப் பார்த்தேன் நல்லபடியாக உங்கள் வீடு அருகில் இருக்க, உங்களிடம் ஒப்படைத்துவிட்டோம்" எனக்கூறி தென்னரசன் கிளம்பினார்...

சிவாவிற்குப் பசி மயக்கம் அருணுக்குத்தான் காலில் பலத்தக் காயம் எனவே அருணுக்குச் சிகிச்சைச் செய்து முடிக்கச் சற்றுத் தாமதமானது. இரவு வேளையில் வைத்தியருக்குப் போராளிகளிடம் இருந்து உளவு செய்தி வந்தது, "இந்தச் சிறுவர்கள் குறித்து காவலர்களிடம் தெரிவிக்க வேண்டாம் மேலும் காவல் ஆய்வாளர் தினகரனின் பைத்தியகாரதனத்தால்தான் சிவாவின் தாத்தவும் அருணின் குடும்பத்தினரும் கொல்லப்பட்டனர்" என்று.

விபத்து நடந்தப் பகுதி வழியேப் பணிக்கு சென்றுகொண்டிருந்த கவியரசன், மழைத் தூத்தல் போட்டதால் மரத்தின் அடியில் வாகனத்தை நிறுத்தலாம் என பிரேக்கை அழுத்திய போது, அதற்கும் சற்று அருகில் அதிக அளவில் கூட்டமாக இருக்கும் காக்கைகளின் சத்தம் கேட்டு அந்த இடத்தை நோக்கி நகர்ந்து சென்று பாலத்தின் அருகே தனது இருசக்கர வாகனத்தை நிறுத்திவிட்டு காக்கைகள் இருக்கும் இடம் நோக்கி நடந்து சென்றான், அங்கு எட்டிப் பார்த்த போது ஆட்டோ ஒன்று நொருங்கி கிடக்க ஆட்டோவை சுற்றி இரத்தம் படிந்துக் கிடப்பதையும் அங்கே மனித உடல்கள் இருப்பதையும் பார்த்தான், சர சரவெனக் கீழே இறங்கினான், அருகில் சென்றுப் பார்த்த போதுதான் தெரிந்துக் கொண்டான் யாரும் உயிருடன் இல்லை என.... நொருங்கிக் கிடக்கும் ஆட்டோவைப் பார்த்த உடனே மருத்துவமனைக்குத் தகவலை தெரிவித்திருந்தான், பின் காவல்துறைக்கும் தெரிவித்தான். சிறுது நேரத்தில் மருத்துவ உதவி வாகனம் வந்தது, மருத்துவ உதவிப்

பணியாளர்கள் அருகில் சென்றுப் பார்த்த போது யாரும் உயிருடன் இல்லை.

காவல்துறையினர் கவியரசனிடம் விசாரணைச் செய்தனர், "ஐயா, நான் பணிக்குச் சென்று கொண்டிருந்தேன், இவ்வழியே தான் அடிக்கடி செல்வேன் மழை தூத்தல் போடத் தொடங்கியதும் இந்த மரத்தடியில வாகனத்தை நிறுத்திட்டு இங்கயே நின்றுவிட்டேன் காக்கைகள் சத்தம் அதிகமாக இருக்கவே எட்டி பார்த்தேன் பிறகுதான் மருத்துவமனைக்கும் உங்களுக்கும் தொடர்புக் கொண்டேன்".

"ஒகோ! இந்தக் கதையை இப்ப எழுதுனியா முன்னாடியே எழுதிட்டியா?" என காவல் ஆய்வாளர் தினகரன் கேட்க!

"சார்! இதான் நடந்தது.... நான் இங்க வருவதற்கு முன்னாடியே இவர்கள் எல்லோரும் இறந்துவிட்டனர் குருதி கரைக்கூட காய்ந்து விட்டது.... வீணா என் மேலப் பழியப் போடுறீங்க?"

"அதெல்லாம் நாங்கள் முடிவுச் செய்றோம் உன்னோட முகவரித் தொடர்பு எண் கொடு, விசாரணைக்கு கூப்டு விடுவேன் என்னத்த பாத்தியோ அத வந்து சொல்லனும்",

"யோவ் இவன்ட்ட விவரத்தை வாங்குயா என இன்னொருக் காவலரைப் பார்த்துக்" கூறினான் தினகரன்..

விவரங்கள் வாங்கிய பிறகு கவியரசனை அனுப்பிவிட்டார்கள்,

ஆட்டோ ஒட்டுநர் குடித்துவிட்டு வாகனம் ஒட்டியதில் விபத்து ஏற்பட்டு எல்லோரும் இறந்து விட்டனர் என்று புனைவுகளை எழுதி முடித்தனர் காவல் அதிகாரிகள், இந்தத் தகவலைக் காவல்துறையில் உள்ள தங்களின் உளவு ஆட்கள் மூலமாக தென்னரசன் தெரிந்துக் கொண்டார், வைத்தியர் இவ்விடயத்தை அறிந்து அருண் பற்றியத் தகவலை

காவல்துறைக்குச் சொல்லவில்லைச் சாட்சி இருக்க கூடாது என்று அவனையும் கொலைச் செய்து விடவும் வாய்ப்பு உண்டு என்பதை அவர் அறிந்தவரே.

சிவாவிற்கு முழிப்பு வரவில்லைப் பயங்கர அசதி. அவனை வைத்தியர் எழுப்பிவிடவில்லை, 'துணையாக இருந்த ஒரே உறவான கிழவரும் இறந்துவிட்டார், அவன் எங்கே செல்வான், நன்றாக உறங்கட்டும்' என எண்ணினார்.

வெகு நேரத்திற்குப் பிறகு சிவாவிற்குக் கசாயம் எடுத்து வந்து அவனை எழுப்பினார், சிவா கேட்டான் "அவனுக்கு ஒன்றுமில்லேயே எப்படி இருக்கிறான்?"

"எதுவும் இல்லை நலமாக உள்ளான் இந்த மருந்தை சாப்பிடு என கசாயத்தைக் கொடுத்தார், அதை குடித்த உடனே ஆழ்ந்த உறக்கத்திற்குப் போனான் சிவா.

இரவு வேளை, சிவா, வைத்தியர் வீட்டிலே படுத்துறங்கி விட்டான். விடியற்காலையில் சிவா துரிதமாகவே எழுந்து அருணை நோக்கி ஓடினான், அருண் நன்றாக உறங்கிக்கொண்டிருந்தான். உண்மையில் மயக்க நிலையில் இருந்தான், அருணின் அருகில் அமர்ந்த சிவா அவன் மீது கை வைத்தான், திடுக்கென கண் முழித்த அருண் "அம்மா! அம்மா! அம்மா"! என்று அலறினான், சிவாவிற்கு ஒன்றும் புரியவில்லை, பயத்தில் "ஐயா! ஐயா! என்று வைத்தியரை அழைத்தான், வைத்தியரும் அருகில் தான் இருந்தார், இன்னும் அருகில் வந்து "தம்பி அச்சப்படாதே" என்றார்,

"ஓ........" என கத்தி அழுதான் அருண், சிவாவிற்கு தன் தாத்தா நினைவு வந்து மெய் மறந்து அமைதியாக இருந்தான், இருவரையும் சமாதானப்படுத்தி அவர்களிடம் அன்பாகப் பேச்சுக்கொடுத்தார் வைத்தியர். அருண் அழுகையை நிறுத்தினான் சிவாவும் நிதானம் ஆனான், சிவா வாசலுக்கு வந்து ஒன்றும் புரியாதது போல் நின்றிருந்தான்,

"ஏன்டா தம்பி? அங்க என்னப் பாக்குற உள்ள வா உண்ணலாம்" என்றார் வைத்தியர்,

"தாத்தா"

"ம்ம்! தம்பி, எல்லா விவரமும் தெரியும், நீ இங்கயே இரு, தாத்தவிற்கு இறுதிச் சடங்கு காவல்துறையினர் செய்வார்கள்".

சிவாவின் சிறு வயது முதலே பல புரட்சியாளர்களை பற்றி கிழவர் சொல்ல கேட்டு வளர்ந்தவன், அதனால் இயல்பாகவே சிவாவிற்கு பொதுப் பிரச்சனைகளில் தலையிடும் உணர்வு உண்டு. அதிகம் நீச்சல் செய்வதன் மூலம் சிறந்த கட்டான உடல் அமைப்பை சிறு வயதிலிருந்தே சிவா பெற்றிருந்தான், சாதாரண உடல்வாகுடன், இந்த நிகழ்வுக்கு பிறகு வளர்க்கப்பட்ட விதத்தின் காரணமாக மிகவும் புத்திக் கூர்மையுடன் அருண் வளர்ந்தான். யாருமில்லாத சிறுவர்களாக இருப்பதால் அவர்களை வெளியே அனுப்பி வைக்க மனமில்லை தன் உடனே தங்க வைத்துக்கொண்டார். எவ்வளவோ முயற்சி செய்தும் ஒரு கால் முட்டிக்கு கீழே செயல்படாமல் போனதை வைத்தியரால் தடுக்க முடியவில்லை, ஆனால் தொடர் சிகிச்சைச் செய்தால் சில ஆண்டுகளில் குணமாகும் என்பதும் வைத்தியருக்கு தெரியும். எனவே சிகிச்சையும் தொடர்ந்து கொடுத்து வந்தார், வைத்தியர் வீட்டிலே இருவரும் வளர்ந்தனர். அருண் வைத்தியருக்கு மூலிகை மருந்து செய்வதில் உதவி செய்து வந்தான், சிவா! பள்ளிக்குச் செல்வது வெளியில் சுற்றுவது, சின்ன, சின்ன மக்கள் போராட்டங்களில் சிறு நேரம் தானகவே பங்கெடுப்பது என இருந்தான்.

5

தாயின் அரவணைப்பு

அன்று இரவு முழுவதும் பயங்கர மழை. நந்தினி என்ன ஆனாள் என்று பார்ப்போம், நந்தினித் தூக்கி வீசப்பட்ட இடத்தில் அவள் இல்லை.

அவள் தூக்கி வீசப்பட்டக் காடானது, அரசின் மீது கொரில்லாத் தாக்குதல் நடத்தி வரும் ஆயுதப் போரட்ட குழுக்கள் பதுங்குவதற்கும் பயிற்சிக்கும் பாதுகாப்பிற்கும் பயன்படுத்தும் இடமாகும். அப்போராளி குழுக்களில் உள்ள கரிகாலன், நந்தினியின் முனங்கல் சத்தம் கேட்டு அவள் இருக்குமிடம் நெருங்குகிறான், நந்தினியோ ஒரு குழந்தை அவளுக்கு ஏன் வலி என்றுக் கூடத் தெரியவில்லை ஆனால் கடுமையான வலி, அச்சம், சினம், அழுகை, அவளின் சத்தம் அறிந்து அருகில் நெருங்கினான், அவனைக் கண்ட நந்தினி இன்னும் அதிகமாக கத்தினால், "தள்ளிப் போ தள்ளிப் போ" என கத்தியபடி கீழே கிடக்கும் சகதியையும், இலைகளையும், குச்சிகளையும் எடுத்து வீசிவிட்டு, "அம்மா! அம்மா"! என்று அலறினால்.

அக்காட்டின் நடுவேச் சாலை உள்ளப் படியால் காடு இரண்டாகப் பிரிக்கப்பட்டுள்ளது அதன் இடது பக்கத்தில் தான் நந்தினியைத் தூக்கி வீசினான் இன்பன், இடது

முழுவதும் போராளிகளின் கட்டுப்பாட்டில் உள்ளப் பகுதி வலது முழுவதும் காவல்துறைக் கட்டுப்பாடு. இவள் கத்திய ஓசை அதிக மழை பொழிவின் சீற்றத்தில் கலந்தது, அவள் அலறுவதைக் கண்டப் போராளிக்கு ஏனோ கண்ணில் தானாக நீர் சொட்டத் தொடங்கியது, கையில் வைத்திருந்தத் துவக்கையை நந்தினிக்கு நேராக நீட்டி அப்படியே கீழே வைத்தான், பின் தானும் முட்டி போட்டுத் தரையில் படுத்துத் "தாயே............! அம்மா!... என்னாள் உனக்கு எவ்வித தீங்கும் நேராது நம்புங்கள்" என்றான், நந்தினிக் கத்துவதை நிறுத்திவிட்டால், ஆனாலும் ஓர் அச்சம் அவளுக்கு, தலை சுற்றுவது போல் இருந்தது கண்கள் சொருகியது நந்தினிக்கு.....

உடனே அருகில் இருந்தச் செடிகளின் மூலிகை இலைகளைப் பறித்துச் சாறுப் பிழிந்து அவள் அருகில் சென்றான், பொத் என்று நந்தினி மயங்கி விழுந்தால், நாடியை பிடித்துப் பார்த்து விவரம் அறிந்துக் கொண்டு அதற்கு ஏற்றார் போல் மூலிகை சாறு எடுத்து வாயில் ஊற்றிக் காயங்களில் மருந்து போட்டு விட்டு தங்களின் இருப்பிடத்திற்கு அக்குழந்தையை தூக்கிச் சென்றான். அவர்கள் சென்ற பின் அவ்விடம் அதீத மழையில் குளம் போல் நிரம்பியது.

இயக்கத்திலுள்ள எல்லோரையும் அழைத்துச் சேதியைச் சொன்னான் கரிகாலன்.

"தோழர்! நம்முடனே வளர்க்கலாம் என திட்டமா?" என வினாவினான் மாரியப்பன்.

"இல்லை தோழர்"

"பிறகு"!

"நம் கண்காணிப்பினுள் இருக்கட்டும் ஊர் மக்களிடம் கொடுத்து வளர்க்கச் சொல்லுவோம் தோழர்"!

"அப்பப்பப்பப்பா! இங்கே மழை வந்தாச் சேரும் சகதியுமாகிருது... இரா ஆன எப்படி எல்லோரும் தூங்குறீங்களோ?" என்று எப்போதும் பேசும் குரும்பு பேச்சு பாணியில் பேசிக்கொண்டே போராளிகளின் அருகே வந்தாள் பவானி!

"வாருங்கள்! தாயே உங்களுக்குத் தான் காத்திருந்தோம்"! என்று சொல்லி நந்தினிப் பற்றியச் சேதியை மாரியப்பன் சொல்லக் கண்ணீர் தொண்டையை அடைத்தபடி நின்றாள் பவானி,

மறுமொழியில்லை உடனேக் குழந்தையைத் தூக்கி இடுப்பில் வைத்தாள்,

"ஊருக்குளேயே இருக்கட்டும், ஊரே வளர்க்கும் இவளை" என்று சொல்லித் தூக்கிச் சென்றாள் பவானி, பவானிதான் இயக்கத்திற்கும் ஊருக்குமானத் தொடர்பு, அவள் சொன்னால் ஊர் கேட்கும்.

போராளிக் குழுக்கள் இயங்கி வரும் காட்டிற்குத் தூரத்தில் இருக்கிறது அக்கிராமம். இவ்வியக்காமனாது முதலில் தொடங்கியக் காரணம் அவ்வூர் மக்களை அரசின் அநீதியான தாக்குதலிலிருந்து பாதுகாக்கவேத் தற்போது வரை அவர்களுக்கு அதுதான் நோக்கமே.

கிராமத்திலுள்ள மக்களைப் படுகொலைச் செய்யக் கூலிப்படை வந்திறங்கியது, கிராமமே அச்சத்தில் இருக்க வந்திறங்கியக் கூலிப்படையினரில் ஒருவனை வேலினால் பவானிக் குத்திக் கிழித்தாள், அதை பார்த்த இளைஞர்களும் கூலிப்படையினரை எதிர்க்கப் பின்னங்கள் பொடனியில் படும் படி ஓட்டம் பிடித்தனர். இதற்கு முன்பு பலமுறை இது போல வருவார்கள் படுகொலைச் செய்வார்கள் திருப்பி அடித்தது இதுவே முதல் முறை. இத்தகைய எழுச்சிக்கு காரணமான பவானி எங்கிருந்து வந்தாள் என்று தெரியவில்லை ஒரு

நாள் காலைப் பொழுதில், காட்டில் இருக்கும் கொற்றவைச் சிலையின் மடியில் தவழ்ந்திருந்தார் அன்றிலிருந்து இக்கிராமத்தின் கடவுளாய் இவள். இவளிடம் சக்தியுள்ளது, இந்த மனுசி ஒரு கடவுள் அப்படியெல்லாம் மூட நம்பிக்கை அவர்கள் யாருக்கும் இல்லை ஆனாலும் இவளை ஒரு மனதாக நம்பினர் இயற்கை நமக்குக் கொடுத்தவள் என்று.

பாவனிப் போராளிக் குழுவிடமிருந்துப் பெற்றக் குழந்தையை ஊருக்குள் தூக்கி வந்து அறிமுகம் செய்து, கரிகாலன் கொடுத்த மூலிகையை நந்தினியின் உடலில் தேய்த்துவிட்டு அறையில் அப்படியே அவளை சுத்தம் செய்து உறங்க வைத்தாள், காலை விடிந்ததும் கண் விழித்த நந்தினி ஒன்றும் புரியாதது போல் பார்க்க அருகில் தாயாக பவானி இருந்தாள், அம்மா! என கட்டிப் பிடித்துக்கொண்டாள் நந்தினி! நந்தினிக்குப் பழைய நினைவு எதுவும் நினைவில் இல்லை. தூக்கி வீசப்பட்டப் போது மரத்தில், தலை மோதியதில் ஏற்பட்டக் காயத்தினால் எதுவும் நினைவில்லை, காவல்துறையினரிடம் நந்தினியை ஒப்படைப்பதில் ஊர் மக்களுக்கோ, போராளி குழுக்களுக்கோ, பவானிக்கோ விருப்பமில்லை, இத்தனை மக்களைப் படுகொலைச் செய்த அரசப்படையினர் மீது எப்படி நம்பிக்கை வரும், நந்தினியின் பெற்றோர்கள் இன்பன் தூக்கி வீசிய இடத்திலிருந்துப் பல கிலோமீட்டர் தூரத்திலுள்ளார்கள், அவர்கள் குழந்தையை காணவில்லை என வழக்கு பதிந்துள்ளார்கள் ஆனால் எங்கே என்று அவர்களுக்கு தெரியும் இன்பனிடம் கேட்கவா முடியும் இவர்களால், காணவில்லை என்றே கிடப்பில் போட்டு விட்டனர் காவலர்கள். கட்டி பிடித்தக் குழந்தை நந்தினியை ஆரத்தழுவினாள் பவானி, நினைவுகள் ஏதும் இல்லை ஆனால் உடம்பெல்லாம் பயங்கரக் காயம் நந்தினிக்கு மிகவும் உடல் சோர்வு, ஏதோ ஒரு பயம் மனதில், பவானியை இருக்கி பிடித்துக் கொண்டு "அம்மா! வலிக்குது! என்ன விட்டு எங்கயும் போகாத" என அழத்தொடங்கினால்,

"இல்லடா தங்கம் எங்கயும் போகல! ஒன்னும் இல்லமா! அழாதடா! சரி ஆகிடும் அம்மா இருக்கேன்ல! பக்கத்துலே இருக்கேன், தூங்கு", என்றாள், "எனக்கு என்னாச்சு".... என அழுதுகொண்டே கேட்டாள் நந்தினி, "எதும் இல்லடா.. தூங்கு எல்லாம் சரி ஆகிடும்" என்றுக் கூறியப் பவானி நந்தினியை தடவிக் கொடுத்துத் தூங்க வைத்தால், பவானியின் உதடுகள் மௌனமாகத்தான் இருந்தது மனம் அப்படி இல்லை....

6

நீதி வேண்டும்

எப்போதும் போல் ஆற்றில் நீச்சலைப் போட்டு வரலாம் என கிளம்பிப் போனான் சிவா, ஆற்றின் அக்கரையில் ஒரு நாயினைக் கட்டி வைத்து ஒரு தடியினால் அடித்துக்கொண்டிருந்தனர் அதைப் பார்த்த உடனே சிவா பாய்ந்து ஓடித் தடுத்தான்,

"ஏன்? ஏன்? அடிக்கிறீர்கள்! அடிக்காதிங்க" என்று தடுத்தான்,

தடியர்கள்! சிறுவனுக்கு ஒர் அறை விட்டதில் ஓரமாய் போய் விழுந்தான், ஆனால் சிவாவிற்குச் சிறுத் துளியும் அச்சம் வந்ததாக தெரியவில்லை, மீண்டும் எழுந்து வந்து தடுத்தான், சிவாவின் கைகளை தடியர்களில் ஒருவன் இருக்கி பிடிக்க ஒன்றும் செய்ய முடியாமல் துள்ளி குதித்தான், அந்நாயை தன் கண் எதிரே அடித்துக்கொள்ளப்படுவதை கண்டு கதறி அழுதான் சிவா. அந்நாய் இறக்கும் வரையில் துடிக்க துடிக்க அடித்து கொன்ற மிருகங்கள் சிவாவை அங்கேயே விட்டுவிட்டுப் போனார்கள். அவன் அழுதுகொண்டே ஒரு குழியை வெட்டி நாயை புதைத்தான், எல்லாம் ஒர் உயிர் என்பதை உணர்ந்த அவனுக்கு இம்மனித தன்மை இயல்பு தானே, புதைத்துவிட்டுத் தரை வழியாக செல்லாமல்

ஆற்றின் எதிர் திசையில் நீச்சல் அடித்து வைத்தியர் வீட்டை தாண்டி சென்றான், அவனின் இயலாமையும் நாயை காப்பற்ற முடியாமல் போன கையாளாகாத்தனத்தையும் எண்ணி அச்சினத்தை ஆற்றிடம் காட்டிட ஆக்ரோசமாக நீந்திப் போனான்.

வீட்டில் அருணும் வைத்தியரும் மூலிகை இலைகளை வைத்து மருந்து செய்துக்கொண்டிருக்க அவர்களிடம் நெருங்கி நடந்த நிகழ்வுகளை இருவரிடமும் கூறினான் சிவா. "ஏன் அந்த நாயை அப்படிக் கொலை செய்தார்கள்" என்றான் சிவா,

"அந்த நாய் உழையிடுவதுக் குத்தமாம் ஊருக்கு நாலு பைத்தியங்கள் இப்படி இருக்கும் வாயில்லா சீவன்களை துன்புறுத்துவதில் அந்தப் பைத்தியங்களுக்கு அப்படி என்னதான் கிடைக்குதோ" என்றார் வைத்தியர்,

"வைத்தியரே அந்தப் பைத்தியத்தைத் தெளிய வைக்க நாம் மருந்துச் செய்தால் என்ன?"

உண்மையில் அருண் தெரியாமல் தான் கேட்டான்.... வைத்தியரோ எதர்ச்சயாக மறுமொழிச் சொன்னார். "அதற்கெல்லாம் அரச அதிகாரத்திடம் தான் மருந்து இருக்கு".

"நாய்க்கு கூட நீதி வேண்டுமாயின் அரசிடம் தான் கேட்கனுமா" என்றான் அருண்.

"நாய்க்கு மட்டுமல்ல எல்லா உயிருக்கும் அப்படித்தான் ஆனால் அரசதிகாரம் அவற்றை முறையாகச் செய்வதில்லை அவர்களுக்கு ஐந்து வருடத்திற்கு ஒரு முறை வரும் தேர்தல்தான் முக்கியம் அதற்கானப் பணிகளை செய்து வெற்றிப் பெற்றதும் ஓட்டு போட்ட மக்களையே மறந்துவிடுவேர்கள் ஓட்டு இல்லாத இந்தச் சீவன்களை இவ்வதிகராம் கண்டுகொள்ளவாபோகிறது".

அருண் கேட்டுத் தெரிந்துக் கொண்டான், அரசதிகாரம் என்றுமே சிவாவிற்குச் சுருக்கென்று இருந்தது, தாத்தாச் சொல்வது நினைவுக்கு வந்தது. 'அரசு, அதிகாரம், மக்கள், புரட்சி'. இவைதான் கிழவர் அடிக்கடி சொல்லும் விடயங்கள்.

நான்கு மூடர்கள் தள்ளிவிட்டதில் சிவாவிற்குக் காயம் ஏற்பட்டது அதைக் கண்ட அருண் மருந்துத் தாயார் செய்ய விரைந்தான், இது தெரியாத வைத்தியர் அட இவன் எங்க ஓடுறான் என்றார். அருண் திரும்பி வருகையில் கையில் மருந்தோடு வந்தான். அருண், சிவாவின் கையில் மருந்து போட்டப் பின்னேதான் காயத்தை வைத்தியர் கண்டார்.

இது போல சிவா எதையாவது தட்டிக் கேட்பதும் அருண் அவன் காயத்திற்கு மருந்துப் போடுவதும் ஒரு தொடர் கதையானது, சிவா தன் கல்லூரி படிப்பிற்காக வெளியூருக்குச் செல்லும் வரை இதே நிலைதான், அருண் நான்கு வருடத்தில் வைத்தியரிடம் எல்லா மருத்துவ அறிவையும் பெற்றிருந்தான், வைத்தியரின் மருத்துவத்தில் ஒரளவிற்கு குணமாகியிருந்த தன்னுடையக் காலினை முழுமையாக குணப்படுத்த மருந்துகளைக் கண்டறியும் முயற்சிகளையும் செய்தான், இத்தனை ஆண்டுகளாக ஒன்றாக இருந்த சிவாவும் அருணும் முதல் முறைப் பிரிந்தது சிவா கல்லூரிக்காக வெளியூர் சென்றப் போது தான், இரண்டு திங்களுக்கு ஒரு முறை வருவான், பெரிய ஊரில் மிகப்பிரபலமான பெரிய கல்லூரியில் இணைந்திருந்தான்.

இத்தனை வருடங்கள் இவர்கள் வாழ்வில் பெரிதாக எதுவும் சொல்லும் படியாக மாற்றமில்லை, அதே உடைந்த கால், ஊர் மக்களுக்கு வைத்தியம். சிவாவிற்கு, கல்லூரி, விடுதி, ஊருக்கு வருவது எனக் கடந்தது. கல்லூரி முடித்து அரசு பணிக்காக விண்ணப்பித்து அப்பயிற்சி பெற வெளியூருக்குச் சென்றான் சிவா, பணியோடு தான் வருவேன் என்ற வைராக்கியத்துடன்.

இவர்கள் வாழ்வில் எந்த மாற்றமும் இல்லை ஆனால் போராளி குழுக்கள் மிகப் பெரிய மாற்றம் கண்டிருந்தது.

அருண், சிவா என இருவரின் குடும்பத்தினரும் விபத்தில் இறந்த போதுக் கவியரசன் காவலர்களுக்கு தகவல் கொடுத்தான், பின் கவியரசனிடம் முகவரி வாங்கி கொண்டு அவனை அனுப்பி வைத்தனர், அவ்விடம் விட்டு நகர்ந்து பணிக்காக வெகு தூரம் செல்ல வேண்டியிருந்தது, போகும் வழியில் பயங்கரமான மழை. இருப்பினும் பணியை முடித்து விட்டு தான் தங்கிருக்கும் விடுதிக்கு திரும்பினான், திரும்பி வருவதும் அதே வழி தான் மழை நிக்கவே இல்லை, சாலை எல்லாம் தண்ணீர் தேங்கி நின்றது ஒரு வழியாக வந்து சேர்ந்தான், கல்லூரி முடித்து 22 வயதில் கவியரசன் மருத்துவப் பிரதிநிதியாகப் பணியில் இணைந்தான், அதன் பின் இந்த ஒரு வருட காலத்தில் இதுபோல் பல விபத்துக்களை அவன் பார்த்துள்ளான், பல ஊர்களுக்கும் பல மாவட்டங்களின் தொடர்ச்சியாக பணி இருக்கும் எனவே இது போல் அதிகம் அழைச்சலும் வெகுத் தூர பயணமும் அப்பணியில் சாதாரணம், எப்பொழுது என்றெல்லாம் இல்லை எல்லாப் பொழுதும் பணி நேரம் தான், இப்பணியில் மன அழுத்தமும் அதிகம், தன்னுடைய 30 வது வயதிற்குப் பிறகு அரசுப் பணிக்கு செல்ல வேண்டும் என தீவிர முயற்சி எடுத்து வந்தான் கவியரசன்.

29 வயதான போது கவியரசனுக்கு வீட்டில் பெண் பார்த்திருந்தனர் திருமணத்திற்கு எல்லாம் சரியாகதான் போனது. பெண் வீட்டில் மாப்பிள்ளை மருத்துவப் பிரதிநிதியாம் ஆபத்தான பணி, நேரங்காலம்லாம் இதில் கிடையாதாம், நல்ல பையன் தான் பணி வேறாக இருந்தால் நல்லாருக்கும் என பெண் வீட்டில் சலசலப்பு. ஆனாலும் திருமணம் உறுதியானது.

என்றைக்கும் வருவது போல பணி முடித்துவிட்டு இருசக்கர வாகனத்தில் வந்து கொண்டிருந்தான் கவியரசன், வரும் வழியில் கவியரசனின் அலைபேசி ஒலித்தது, வாகனத்தை ஒரமாக நிறுத்தி விட்டு அழைப்பை எடுத்தான்,

"தம்பி எவ்வளவுக் நேரமா அழைப்பது, இலக்காக உனக்குக் கொடுக்கப்பட்டப் பணத்தின் அளவு எவ்வளவு... அந்த இலக்கை முடிச்சியா இல்லையா?"

"ஐயா இன்னும் முடிக்கல.. நான் எவ்வளவோ முயற்சி செய்துவிட்டேன் ஐயா வாய்ப்பே இல்லை".

"எனக்கு அதெல்லாம் தெரியாது! மணி 10 ஆகுது இன்னும் 2 மணி பொழுது இருக்கு என்ன செய்வியோ ஏது செய்வியோ எனக்குத் தெரியாது இலக்கை முடிக்கனும் இல்லைன்னாப் பெரிய சிக்கல் ஆகிரும் பாத்துக்கோ"!

"ஆனா, எப்படி முடியும்?"

"எனக்கு அதெல்லாம் தெரியாது முடிக்கிற! போன ஆண்டு எல்லா மாதம் செஞ்சில இப்ப என்ன வந்தது?"

"போன ஆண்டு அம்மைத் தொற்று வந்ததுல நாடு முழுசா எல்லா மருந்துமே நல்லா விற்பனை ஆனது, அந்தப் பண மதிப்பை அப்படியே கணக்குச் செய்து இந்த ஆண்டு இலக்கு அதிகமாக நிர்னையித்தால் எப்படி செய்ய முடியும்"!

"ஒகோ கணக்கு காட்டுறியா நீ ஒன்னு செய், மேலதிகாரி உனக்கு அழைப்பாருக் கணக்குச் சொல்லு"! என அழைப்பை துண்டித்து விட்டார்,

என்ன செய்வது என அங்கேய நின்றுக் கொண்டு சிந்தித்துக் கொண்டிருந்தான். காலையில் இருந்து பயங்கர அழைச்சல் இலக்கை முடிக்க முயற்சி செய்து பல ஊர்களுக்கு அழைந்ததில் மிகவும் அசதியாகயிருந்தான்,

மீண்டும் அழைப்பு வந்தது!

"ஐயா வணக்கம்!

"இலக்கை முடிக்க முடியாதா?"

"முயற்சி செஞ்சிட்டேன் ஏற்கனவே மருந்து கடைகளில் அதிகமாக மருந்துகள் உள்ளது மேலும் எடுக்க மறுக்கிறார்கள்".

"இந்தக் கதையெல்லாம் சொல்றதுக்கா நீ அங்குப் பணி செய்த்துட்டு இருக்க! ஞாயிற்றுக்கிழமை ஆன நூலகம் போறன்னு கிளம்ப தெரியிதுல"..

"ஐயா இதுக்கும் அதுக்கும் என்ன சம்பந்தம்"!

"ஞாயிற்றுக்கிழமை மட்டும் போறியாத் தினமும் போறியான்னு யாருக்கு தெரியும் வேலைக்கு போய்ருந்தா ஏன் இலக்கை முடிக்க முடியாமல் போகிறது?"

"ஐயா"

"என்னய்யா கணக்குச் சொல்ல போறியா? அதுக்கு தான் அங்கு பணிக்கு வச்சோமா? என்ன பன்னுவியோ எங்கப் போவியோ எனக்கு தெரியாது இன்னும் ஒரு மணி பொழுதில் இலக்கை முடிக்கிற இல்லைன்னாப் பணியை விட்டு போய்ரு"!

கவியரசனிடம் இருந்துப் பதில் வருவதற்குள் அழைப்பை துண்டித்து விட்டார் மேலதிகாரி.

என்ன செய்வதென்று சிந்தித்துக் கொண்டே நெருக்கமான மருந்துக் கடை உரிமையாளர்களுக்கு அலைபேசியில் அழைப்பு விடுத்தான்.

"அண்ணா பிச்சிப் புடுங்கிறானுங்க இலக்கு முடிக்க சொல்லி! குறைந்த அளவாவது எடுங்கள் மற்ற இடங்களில்

மீதம் கேட்டுப் பார்க்கிறேன்" என்றான், எல்லா கடையிலும் ஒரே மறுமொழி!

"தம்பி! என்னப்பா காலையில தான் வந்துப் பார்த்த அப்பவே தெளிவாச் சொன்னேன் ஆண்டு கடைசி, ஏற்கனவே நிறைய இருக்கு இதற்கு மேல் எப்படிப்பா?"

அதற்குப் பிறகு கவியரசன் வற்புறுத்த விரும்பவில்லை.

சரி என வாகனத்தை அவ்விடம் விட்டு நகர்த்தினான் மணி 12 ஆனது! இலக்கு முடிக்காததை பற்றி சிந்தித்துக்கொண்டேச் சென்றான், வாகனத்தில் செல்லும் போது திடிரென ஒரு பன்றி குறுக்கே ஓடியது, நல்லபடியாக கனித்துக்கொண்டு ஓரமாக நிறுத்தினான், அந்தப் பன்றி நடு சாலையில் வந்து நின்றது.

மீண்டும் அழைப்பு வந்தது பெரிய மேலாளரிடமிருந்து. வாகனத்தை நிறுத்திய படியே அழைப்பை எடுக்க அழைபேசியை எடுத்தான் கவியரசன். எதிர் திசையில் வேகமாக வந்த மகிழுந்து ஓட்டுனர் நடு சாலையில் நிற்கும் பன்றியை பார்த்து திகைத்து போய் அதில் இடிக்காதபடி விலகி செல்ல முயன்றார், ஆனால் அந்தப் பன்றி அதே திசையில் பாய்ந்தது, மகிழுந்தில் அடிபட்டு தூக்கி வீசப்பட்ட் பன்றி மகிழுந்துக்கு எதிர் திசை வந்த கனரக வண்டியின் மீது விழ அவ்ஓட்டுனர் இடதுப் பக்கத்தில் வாகனத்தை திருப்பி விட்டார்?

அழைப்பை எடுத்து காதில் வைத்தான் கவியரசன், காலில் பலத்தக் காயத்துடன் மருத்துவமனையில் அனுமதிக்கப்பட்டான். கனரக வாகனம் மோதியதில் பயங்கரமானக் காயங்களுடன் உயிர் தப்பினான். ஓர் ஆண்டு மருத்துவமனையிலும் வீட்டிலுமே நாட்கள் ஓடின. கால் சரியாக நடக்க முடியாதபடி போனது. அதன் பிறகு மருந்தவபிரதிநிதிப் பணி எங்கும் கிடைக்கவில்லை அதில்

தான் முன் அனுபவம் இருந்தது கவியரசனுக்கு எனவே மீண்டும் முயன்றுப் பார்த்தான் கிடைக்கவில்லை, அப்போது தான் அரசு பணிக்கு விண்ணப்பிக்கத் தொடங்கினான் ஆனால் எதுவும் கிடைக்கவில்லை, சில மாதங்கள் கழித்து வழி கிடைத்தது, பள்ளியிலும் கல்லூரியிலும் பெற்ற மதிப்பெண் அடிப்படையில் விண்ணப்பம் பெறப்பட்டது, அந்த மதிப்பெண்களில் சராசரியையும் நேர்காணலில் பெறப்படும் மதிப்பெண் சராசரியையும் கூட்டி மொத்த மதிப்பெண்களாக வழங்கப்பட்டு, அதிக மதிப்பெண் பெறுபவர்களுக்கு குறிப்பிட்டப் பணி வழங்கப்படும் என ஆணையிட்டிருந்தது, அத்தோடு மாற்று திறனாளிகளுக்கும் பணியில் முன்னுரிமை கொடுக்கப்பட்டிருந்தது, குறைந்தபட்சம் ஏதேனும் ஒரு பட்டப்படிப்பு தகுதியாக வைத்திருந்தனர், மொத்த பணி காலியிடங்கள்3000, மருந்தாளுநர் 10, உதவி பொறியாளர் 20, இணை பொறியாளர் 50 என அந்தப் பட்டியல் நீண்டபடியாக அரசாணைப் பிறப்பித்தது. இது மின்சார துறை சார்ந்த பணியாகும், இத்துறைக்கு அமைச்சராக இருக்கும் செந்தில்நாதன் ஆளும் கட்சியின் மிக முக்கியமான அமைச்சர், கட்சி தலைவர் குடும்பத்திற்கு அதிக நெருக்கம், மிகச் சிறந்த வதூல் மன்னன், இருக்கும் அமைச்சர்களின் அதிகமாக வதூல் செய்துத் தரும் கிள்ளாடி அமைச்சர். இடைபட்ட காலங்களில் தன்னுடைய நண்பன் கரிகாலனின் பெயரையும் புகைப்படங்களையும் செய்தி தாள்களில் பார்த்திருந்தான் அப்போது தன்னால் புரட்சிக்கு உதவ முடியவில்லையே என வருத்தப்படுவான் அது தவிரப் பெரிய மாற்றம் எதுவும் இல்லை.

7

கொற்றவை விழா

புத்தாயிரத்திற்கும் அதிகமான சதுர கிலோ மீட்டர் பரப்பளவு கொண்ட நீண்டதொரு வனப் பகுதி, வானுயர்ந்த மரங்களும் நூறு ஆண்டுகள் பழைமையான மரங்களும் கொண்ட அகலமான காடு, காட்டினுள் பலவித சிறிய பெரிய ஆறுகளின் வழித்தடமும் குட்டைகளும் ஓடைகளும் சிற்றருவிகளும் குளங்களும் ஆங்காங்கே தென்படும், மூலிகை குணம் வாய்ந்த உயிர் காக்கும் உயிர் எடுக்கும் தாவரங்களாலும் பழ வகை காய் வகை தாவரங்களாலும் அடர்த்தியாக காணப்படும், இத்தகைய காடானது மனிதர்களுக்கு மட்டுமல்ல பல்லாயிரம் உயிர்களின் வாழ்விடமுமாக இருந்தது.... அங்குப் பல்வேறு சிறிய பெரிய விலங்குகள் பறவைகள் பூச்சிகள் செடி கொடிகள் மரங்கள் போன்ற பலவற்றின் பல்லுயிர் பெருக்கம் நடைபெறுகிறது, மிகவும் அடத்தியான காடு ஓசையில்லாத அமைதியான சூழல், ஆனால் மிகப் பெரிய காட்டில் ஓசையில்லாமல் எப்படி இருக்கும், அந்த ஓசைகள் எப்போதும் சூழலை அழித்தது இல்லை, காட்டினில் நாம் நகர்ந்து கொண்டே செல்லும் போது அதனுள் மிருகங்கள் ஓசை மட்டும் கேட்கவில்லை மனிதர்களின் ஒலியும் கேட்கிறது. இம்மக்களாலும் சூழியல் பாதிப்பு இல்லை

அவர்களும் இயற்கையோடு இணைந்து வாழ்கிறார்கள், இக்காடு தான் அவர்களுக்கு வீடு. இந்த காட்டின் இன்னொரு பகுதியைத் தனியே பிரித்து பிளந்த படி குறுக்கே சாலைப் போடப்பட்டிருக்கும், சில நிலங்கள் மிஞ்சி இருந்தன பல நிலங்களை அரசு தொழில்சாலைகளாகவும் உயிர்கள் வாழ தகுதியற்ற இடமாகவும் மாற்றியிருந்தது.

ஆழ்ந்த அமைதியான மாலை நேரத்தில் ஒரு யானை உயிர் போகும் அளவிற்குப் பிளிறியது, சில மணி பொழுதில் உயிர் பிரிந்தது, ஊரே துக்கத்தில் ஆழ்ந்திருந்தது, யானையின் தந்தம் வெட்டப்பட்டிருந்தது, ஊர் மக்களுக்கு எதுவும் புரியவில்லை எங்கொ மோதி உடைத்துக்கொண்டது என்றுதான் நினைத்திருந்தார்கள் மக்கள்.

இது போன்ற விடயங்கள் இதற்கு முன்னும் நடந்துள்ளது அஃது எப்போதாவது நடக்கும் ஆனால் தற்போது அடிக்கடி இப்படி யானைகள் இறக்கிறது என ஊர் மக்கள் பேசிக்கொண்டனர்.

சாலைக்கு அந்தப் பக்கத்திலும் காடுதான் ஆனால் அங்கு வாழும் மக்கள் சற்று இவர்களிடத்திலிருந்து மாறுபட்டு இருந்தனர், இயற்கையை விட்டு விலகி இருந்தனர், அப்பகுதியில் உள்ள மலைகளின் கனிம வளங்கள் வெட்டி எடுக்க மலையை உடைப்பதும் அப்பகுதியின் நிலத்தில் கனிம வாயுக்கள் எடுப்பதும் என அப்பகுதியானது, கிழித்து வீசப்பட்ட துணி போல் இருந்தது.

அதிகாலை விடிந்ததும் அதைப் பார்த்துக் கண் கலங்கியபடி மாரியப்பன் ஓடும் ஆற்றில் முகத்தைச் சுத்தம் செய்து ஓடும் நீரில் தன் முகத்தினைப் பார்த்தான், கிழித்து வீசப்பட்ட துணி போல் இருந்த அந்தப் பகுதி மிகக் குறுகிய நாட்களுக்குள்ளே அப்பகுதி மக்கள் வாழ தகுதியற்றப் பகுதியாக அதிகாரத்தால் மாற்றப்பட்டது.

இன்று கொற்றவைக்குச் சிறப்பு வழிபாடுச் செய்யும் நாள், இம்மக்கள் ஆண்டு முழுவதிலும் இவ்வழிபாட்டிற்குதான் முக்கியத்துவம் கொடுப்பார்கள், எனவே ஒரு வாரமாகவே அதற்குத் தேவையான ஏற்படுகள் மும்முரமாக நடந்தது.

புலிப்பல்லால் செய்யப்பட்ட தாலி, காட்டுப்பன்றியின் வளைந்த பல், புலியின் தோல், யானையில் தோல், சிங்கத்தின் தோல், எருமைத்தலை, ஒரு வில் எனக் காலம் காலமாகப் பயன்படுத்திவரும் இத்தகைய விடயங்கள் தயார் நிலையில் வைத்திருந்தார்கள்.

கிளி, மயில், திருகளாக முறுக்கிய கொம்புகளை உடையக் கலைமான் போன்றவைகளைக் காட்டில் இருந்து கொற்றவை வழிபாட்டிற்காகப் பிடித்துவரப்பட்டன, கொற்றவை சிலைக்கு நெடிய சடைமுடிகள் இருக்கும் படி அலங்காரம் செய்து இடுப்பில் புலித்தோலை கட்டி யானை தோலையும் சிங்கத்தோலையும் கொற்றவைக்கு உடுத்தி, கொற்றவை சிலையின் கையில் கிளியை வைத்து அருகில் மயிலையும் காட்டுக்கோழியும் வைத்து சிலையைக் கலைமானின் மீது அமரவைத்து குடியிருப்புகளைச் சுற்றி அழைத்து வருவார்கள், அப்படிப் போகும் போது பின்னால் சந்தனம், எள்ளுருண்டை, அவரை, துவரை, கிழங்கு, வாசம் தரும் மலர்கள், கோழிக்கறிச் சோறு, ஆகியவற்றுடன் பெண்கள் சிலர் வருவார்கள், கொற்றவைக்கு முன்னால் கொம்பு ஊதுபவர்கள் கொம்புடனும் பறையடிப்பவர்கள் பறையுடனும் மணியடிப்பவர்கள் மணியுடன் ஓசை எழுப்பியபடிச் செல்ல அவர்கள் பின்னால் கலைமானின் மீது அமர்ந்துக் கொற்றவை வர, பெண்கள் உணவு வகைகளுடனும் வாசனை மலர்களுடனும் பின்னே வருவார்கள், ஊர் குடியிருப்புகளைச் சுற்றி வந்து கோவிலில் சிலை இறக்கி வைப்பட்டு ஆடுகளையும் கோழிகளைப் பழிக்

கொடுத்து அவற்றின் இரத்தினைக் கொற்றவை மீது பூசி விழா எடுத்து முடிக்கப்படும்,

விடிந்ததும் விழாத் தொடங்கிவிடும் எனவே மக்கள் அனைவரும் கதிரவன் வரும் முன்னே எழுந்துவிட்டனர் விழாக்கான வேலைகளும் தொடந்தது. இன்று விழாத் தொடங்கியதும் தொடர்ந்து பத்து நாட்கள் ஊர் சுற்றி வரும் கொற்றவையைக் காண வெளியூர்களில் இருந்தும் மக்கள் வருவது வழக்கம், இந்த நிகழ்வில் தான் பல திருமணங்களும் முடிவாகும், பல சொந்தங்களும் சந்திப்பார்கள், ஊரே ஏகபோக மகிழ்ச்சியில் இருக்கும்....

"மாரியப்பா.... எவ்வளவு நேரம்டா தண்ணீலே பாத்துட்டு இருப்ப... தினமும் தான் பார்க்குற என்னதான் தெரியாதோ... இங்க வேலை கிடக்கு வா"... எனப் புலியூரன் கத்தினான்,

மாரிப்பன் நீரில் தன் முகத்தை மட்டும் பார்க்கவில்லை கண்ணுக்கெதிரே அரச அதிகாரத்தின் ஊழல் வெறியில் கிழித்து நாசமாக்கப்பட்ட மலையையும் நிலத்தையும் பார்த்துக் கொண்டிருந்தான்... எத்தனை முறை அந்த நாசமாக்கப்பட்ட காட்டினை பார்த்தாலும், பச்சை பசேலென்று வானுயர்ந்த மரங்களும் புழுதி இல்லாத காற்றும் ஈரப்பதம் குறையாத இலைகளும் அவன் நினைவை விட்டு அகலவில்லை, ஒவ்வொரு முறை பார்க்கும் போது அப்பகுதியின் முந்தைய நிலையை எண்ணி வருந்துவான் தற்போதும் அதே நிலையில் கண்களின் ஓரத்தில் சுரந்த கண்ணீரை துடைத்தெறிந்தபடியே இதோ வரேன் என்றான்..

"இவன் தான் என்னோட பேரன்"....

"ம்ம் நல்லா வாட்ட சாட்டமாதான் வளந்துட்டான்... போன வருடம் பார்த்தப்ப நோஞ்சான் மாதிரி இருந்தான், ஒரு வருடத்துலப் பனை மரம் மாதிரி மாறிட்டான்"....

எனப் பாண்டு சொல்லியதும் புலியூரான் தனது மீசையைத் திருகிவிட்டார்,

"எம் பேத்திக்கும் திருமண வயதாகிட்டு" எனப் பாண்டு சொல்லியதும்.. புலியூரான், மாரியப்பனை திரும்பிப் பார்க்க... மாரியப்பனுக்கு வெட்கம் தலைக்கேரியது..

"பேத்தி வந்திருக்கலா?"

"ம்ம் அழைத்து வந்திருக்கோம்".. எனப் பாண்டு சொன்னதும் மாரியப்பன் சுற்றி சுற்றிப் பார்த்தான்,

"துளசி திருவிழாக்கு வந்தா சின்ன வயசுல மாரியப்பன் கூடவேதான் இருப்பா... பெரிய மனுசி ஆனதுல இருந்து திருவிழா கூட்டத்தில அவள தேடி தான் பார்க்க முடியிது"... எனப் புலியூரான் சொல்ல

'அஃது உங்களுக்கு.... நான் தேட வேண்டிய அவசியமே இல்லை.... என்னைத் தேடி துளசியே வருவால்› என மாரியப்பன் மனதுக்குள் முணுமுணுத்தான்...

"ம்ம்.... என்னதான் பழகியிருந்தாலும் திருமணப் பேச்சு எடுத்தா துரைக்கு வெட்கம் வந்துருது" என்று சொல்லி முடித்தார் புலியூரான்...

"இன்னைக்கே பூ வச்சிடலாமா?"

"ஆமா இத விட நல்ல நாள் வேற என்ன இருக்கு.... எழுத்துரும் மகளையாள் சொல்வதையும் கேட்டு விடுவோம்" என்றார் புலியூரான்... ஒரு பக்கம் கொற்றவை வழிபாட்டுக்கு வேலை நடைபெற மறுபக்கம் பலரின் திருமணங்களும் முடிவானது அதில் ஒன்று தான் மாரியப்பன், துளசி... திருமணம்.

"தாத்தா பேசிட்டு இருங்கள் வந்துடுறேன்"..

"எங்கடா துளசிய தேடி போறியா?"

"ஐயோ தாத்தா.... வேலை கிடக்கு"....

"அதுசரி"....

"தாத்தா கொல்ல வேலைக் கிடக்கு நான் போய்ப் பார்க்கிறேன் நீங்கள் பேசிட்டு இருங்கள்" என்று சொல்லி இரண்டு கிழவர்களை விட்டு நகர்ந்து சென்றான் மாரியப்பன்.

கிழவர்களை விட்டுத் தூரம் செல்ல செல்ல நடையின் வேகத்தைக் கூட்டினான் மாரியப்பன்... சுற்றி சுற்றித் தேடினான்... வெகு நாட்களுக்குப் பிறகு பார்க்க போவதால் மாரியப்பனுக்க ஆவல் அதிகமானது..

அவளைத் தேடி செல்லும் போது அறிவிப்புப் பறை ஓசை கேட்டு அப்பக்கம் திரும்பினான் மாரியப்பன்...

8

அட்டூழிய அரசு

"**கா**ட்டுப் பகுதியில் மக்கள் வசிக்கக்கூடாது, மீறி வசித்தால் தண்டனைக்கு உள்ளாக்கப்படுவீர்கள்" டூம் டூம் டூம் டூம் "அரசாங்க உத்தரவு" டூம் டூம் டூம் டூம் எனப் பறை அடித்து அறிவிப்புக் கொடுத்தது அரசு.

ஊர் மக்களுக்கு என்ன நடக்கிறது என்று புரியவில்லை... ஆனால் சிறது நேரத்தில் அதிகாரிகள் எல்லாம் வந்தனர், மக்கள் விழாக் காரணமாக ஒரிடத்தில் கூடியிருந்தனர், அருகில் வந்த அரசாங்கத்தினர், "அறிவிப்பு கொடுத்தும் யாரும் இன்னும் கிளம்பின மாதிரி தெரியலையே" என்றான்...

"ஐயா! இந்தக் காடுதான் எங்கள் வீடு தலைமுறை தலைமுறையாக வாழ்ந்து வரோம் எங்களை வெளியப் போகச் சொன்ன எங்கய்யாப் போவாம்? இன்னைக்குக் கொற்றவை விழா இருக்கு.... இந்த நாளில் இப்படியொரு சேதியச் சொல்றீங்களே"...

"இதோ பாருங்கள் இஃது அரசாங்க உத்தரவு! நீங்கள் எல்லாரும் இருக்குறது மிருகங்கள் வாழுறக் காடு, மிருகங்களுக்குப் பாதிப்பு ஏற்படுகிறது, நிறைய யானைகளைக் கொலை செஞ்சிருக்கீங்கன்னுக் குற்றம

இருக்கு, சிலர் மேலக் கொலை வழக்கு இருக்கு சிலர் சிறையில் இருக்காணுங்க சில பயலுக வெளிய இருக்கீங்க, எனவே நீங்கள் வெளியேற வேண்டும்".

"என்னது நாங்கள் போகனுமா?"

"ஆமா இங்க நீங்க தானே இருக்கீங்க?"

"ஐயா! இஃது அநியாயம்"!

"எதுய்யா அநியாயம் நீங்க உங்க விருப்பத்துக்குக் கொன்றுக் குவிச்சிட்டு இருப்பீங்க நாங்க வேடிக்கை பார்க்கனுமா? ஒழுங்கா எதிர்த்து பேசாமா இடத்தைக் காலிப் பன்னிடுங்க".

"ஐயா! நாங்கள் எங்க போவோம், எங்களுக்குப் பிழைப்பும் இங்க தானுங்க. நாங்க எப்படி வாழ்வது?"

அதிகாரிகளின் பின்னால் நிற்கும் அரசியல்வாதிகள் தங்களுக்குள் பேசிக் கொண்டனர், "இவனுங்களுக்கு ஓட்டு உண்டா?"

"அதெல்லாம் ஏது"!

"இம் அப்ப கேள்விக் கேட்டா அடிச்சுத் துரத்தச் சொல்லு"!

"யோவ் தினகரா! ஐயா கூப்டுறாங்க"..

காவல் அதிகாரி தினகரன் ஓடி வந்தான்.

"சொல்லுங்க ஐயா!

"என்னய்யா வள வளன்னு பேசிட்டு இருக்க?"

"ஐயா! போக வேறு இடம் இல்லைன்னு"......

"எஃது இடமா... எங்காயது போயி சாகச் சொல்லு! அடிச்சு துரத்திட்டு வாயா! வள வளன்னு பொழுத கடத்திட்டு."

ஒலிபெருக்கி மூலம் மீண்டும் கூறினர், "எல்லாரும் உடனே இடத்தைக் காலிச் செய்யுங்கள் காட்டுக்கு வெளியே உங்களுக்கு இருக்க இடம் அமைத்து தருவோம்".

ஊர் மக்கள் யாரும் நகரவில்லை! எதுவும் பேசவுமில்லை!

என்னாய்யா அப்படியே நிக்கிறீங்க?

"ஐயா".........! என ஊர் மக்களில் ஒருவர் அழைக்க அங்கு இருந்த காவல் அதிகாரி தினகரன் "எவ்வளவு பொறுமையா சொல்லிட்டு இருக்கேன் என்னயே திட்டுறியா" என்று சொல்லி, எட்டி உதைத்தார்.

காவலர் தினகரனால் உதைக்கபட்ட ஊர் மக்களில் ஒருவரான அந்த நபர் தூரத்தில் போய் விழுந்தார், அவர் விழுந்து எழும்புவதற்குள் அங்குக் கூடியிருந்த ஊர் மக்கள் மீது காவல் துறையினர் தாக்குதலைத் தொடங்கினர்.

கூடியிருந்த ஊர் மக்கள், பெண்கள், குழந்தைகள், முதியோர்கள் உட்பட 200 பேர் இருப்பார்கள் வந்திருந்த கூலிப்படையினர் 10 பேர் தான், அரசைக் கண்டு அச்சப்படும் அப்பாவிகளான அம்மக்களை ஈவு இரக்கமின்றிக் கடுமையாகத் தாக்கினர், அப்படித் தாக்கப்பட்டோர்களில் மாரியப்பனும் இருந்தார், ஊரின் மொத்த மக்களுமே அங்குத் தானே உள்ளனர். 10 பேரும் கையில் ஆயுதங்களை வைத்துச் சுற்றி வளைத்து ஊர் மக்கள் மீது கடுமையான தாக்குதலை நடத்தினர், காவலர்களுடன் வந்திருந்த கூலிப்படை ஆட்களிடம் கையில் இரும்புக் கம்பிகள் இருந்தது. ஆள் இல்லாத இடத்தில் கம்பியை சுழற்றுவது போல் கண்முன் தெரியாமல் சுழற்றினர் மக்கள் கூட்ட நெரிசலில் சிக்கித் தவித்தனர், எதிர் தாக்குதல் செய்தால் மக்களைச் சுட்டு கொல்லவும் தயாங்காது கையில் துவக்கையுடன் தினகரன் இருந்தான், சிலர் தப்பித்து வாய்க்காளில் இறங்கினர் அவர்களையும் கற்களால் அடித்துத் தாக்கினர் சிலரைத்

தண்ணீரை விட்டு வெளியே வராதபடி தலையிலே அடித்து மண்டையை உடைத்தனர் வாய்க்கால் சிவப்பு நிறமாகியது, இவர்கள் நடத்திய தாக்குதலில் ஒரு குழந்தையும் இரண்டு பெண்களும் உட்பட 18 பேரும் இறந்தனர், அதிக அளவில் மக்கள் மயக்கமடைந்து விழுந்திடவே தாக்குதலை நிறுத்தியது அரசு.

"ஒழுங்கு மரியாதையாச் சொல்றோம் இத்தோட இடத்தைக் காலி செய்யுங்கள்! இல்லை நடக்குறதே வேற, நாளைக்கு வருவோம் ஒருத்தனும் இருக்கக் கூடாது" என்று ஒலிபெருக்கியில் அதிகாரி கத்திக்கொண்டே சென்றார், விழாவிற்குத் தயார் நிலையில் இருந்த கொற்றவை சிலையினை கிழே தள்ளிவிட்டு "இவனுங்களுக்கு விழா ஒன்றுதான் குறைச்சல்" எனச் சொல்லி அடிப்பட்ட மக்களை அப்படியே போட்டு விட்டுக் கிளம்பினார்கள்.

பெரும் காயங்களுக்கு உள்ளான அம்மக்கள் மயங்கிய நிலையிலே கிடந்தனர், மயக்கம் தெளிந்து எழுந்த மாரியப்பன் எழுந்து நின்று சுற்றி பார்த்தான், அவன் கண்களில் கண்ணீர் வரவில்லை, அவன் கண்கள் மௌனத்தில் இருந்தது, ஒவ்வொரு நபராக அருகில் சென்று அவர்கள் முகத்தில் தண்ணீர் தெளித்து அவர்களுக்குக் குடிக்கத் தண்ணீர் கொடுத்து எழுப்பிவிட்டான், அங்கு மயங்கி கிடந்த மற்ற சில இளைஞர்களும் மயக்கம் தெளிந்து எழுந்து அவ்வாறே செய்தனர், இறந்து கிடக்கும் குழந்தையை நினைத்தோ மற்றவர்களை நினைத்தோ அழுது வருத்தப்பட உடம்பில் தெம்பில்லாது அம்மக்கள் இருந்தனர், மயங்கி கிடப்பவர்கள் யார் இறந்துகிடப்பவர்கள் யார் என்பதை அருகில் சென்றே உறுதிச் செய்ய முடிந்தது, கிழே மயங்கி கிடக்கும் ஒவ்வொரு நபராக அருகில் சென்று பார்த்தான் மாரியப்பன், அவன் மனம் துளிசியை நினைத்துத் தவித்தது, சிவப்பு நிறத்தில் உடையணிந்த பெண் ஒருத்தியை நோக்கி வேகமாக

ஓடினான், இதயத்துடிப்பின் சத்தம் வெளியே கேட்டது, முகத்தில் வியர்த்த வியர்வை அதிகமானது, அருகில் செல்ல செல்ல மனதில் பயத்துடன் மெதுவாக நடந்தான், ஆயினும் அவனின் இருதயம் வேகமாகவே துடித்தது, வியர்வை அடங்கவில்லை, பயத்தில் பதற்றம் அதிகமானது, தரையைப் பார்த்தபடி கிழே கிடந்த பெண்ணின் முகத்தைத் திருப்பிப் பார்த்தான் அது துளசி இல்லை... அவள் அருகிலே இன்னொரு பெண்ணும் இறந்து கிடந்தால்..... அவளைப் பார்த்த நொடியில் ஓ எனக் கத்தி அழுதான்..... வருத்தப்படவும் வலு இல்லை உடலில், ஆனாலும் துக்கத்தை வெளிபடுத்தாமல் இருக்க முடியவில்லை...

"இத்தனை நாளுக்கு அப்பறம் உன்ன இப்படியா பார்ப்பேன். "துளசி....... துளசி......" என எழுப்பினான்.... அவள் எழும்பவில்லை.... "ஒரு நாளில் வாழ்கையையே அழிச்சிட்டானுங்களே" என புலம்பினான் மாரியப்பன்.

பண்டுவும் துளசியின் அருகில் வந்து.... "சாக வேண்டிய வயதில் நான் இருக்கிறேன் இவளை இப்படிக் கொன்னுட்டானுங்களே".....என அழுதார்.....

இறந்தவர்களின் உடலை அடக்கம் செய்ய ஏற்பாடு செய்தனர் இளைஞர்கள், கீழே தள்ளிவிடப்பட்ட கொற்றவை சிலையே மீண்டும் கோவில் கறுவறையில் வைத்தான் செவ்வியன்,

"தம்பி விழா முடிக்காம சாமிய உள்ள வைக்கக்கூடாதுய்யா" என்றார் ஊர் பெரியவர்...

இந்த நிலைமையில் என்ன செய்றது கீழே கிடக்கும் சாமிய அப்படியே கிடக்கட்டும் என விட்டுவிடுவதா என்றான் செவ்வியன்..

பதில் பேசத் தெம்பில்லாத பெரியவர் மனதுக்குள் புலம்பினார், ‹இன்னும் எத்தனை பலிக் கேட்க போகுதோ›.. என....

காடு இருள் சூழ்ந்தது, அம்மக்களின் துக்கத்தில் காட்டு உயிர்கள் பங்கெடுத்துக்கொண்டன.

"எங்கண்ணே போறிங்க"! என்று மாரியப்பன், மூட்டை கட்டிக்கொண்டு சென்ற அவ்வூர் நபரைப் பார்த்து கேட்டான்.

எதும் மறுமொழிச் சொல்லாமல் மாரியப்பனைப் பார்த்தார்!

"ஏன் தயங்கி நிற்கிறீங்க இங்க இருக்க முடியாது எங்காயது போயிப் பிழைக்கப் போறோம்ன்னு வாயத் துறந்து சொல்லுங்களேன் " என்றான் சரண்.

"பிழைக்கவா?"

"ஆமா அண்ணா! சொந்த நிலத்தை விட்டு அடிச்சு துரத்தறானுங்க, ஆனா எங்கயோ போயி பிழைக்கனுமாம். அங்க மட்டும் எத்தனை நாள் துரத்தாமல் இருக்கப் போகுது அரசு",

"என்னப்பா செய்றது அவங்கள எதிர்த்து நாம இங்க எப்படி இருக்க முடியும்?"

"அண்ணே! இது நம்ம வாழ்ந்த நிலம், நம்மலத் துரத்த யாருக்கும் அதிகாரம் இல்லை! நாமப் போக மாட்டோம்ன்னு இங்கேயே இருப்போம்".

"நீ இரு சாமி! போக மாட்டோம்ன்னு இருக்கனுமாம்! ஏன் இருக்க மொத்தப் பேரையும் அவனுங்க அடிச்சுக் கொன்னுப் போடுறதுக்கா?" என ஒரு பெண் கேட்டாள்.

ஊரை விட்டுக் கிளம்பளாம் என ஒரு பக்கமும், இது நம்ம நிலம் நாம எங்கயும் போகக் கூடாது இங்க தான் வாழ வேண்டும் என இன்னொரு பக்கமும் பேசினார்கள்.

எல்லோரும் பேசி பேசி ஓசை அதிகமானது, முடிவு எட்டப்படவில்லை,

"சரி! கிளம்பனும்ன்னு முடிவு எடுத்தாச்சுல, கிளம்புறவங்க கிளம்புங்க இருக்குறவங்க இருங்க"! என்றான் மாரியப்பன்.

ஊருக்கு தொடர்பிள்ளாதா ஒருவர் தூரத்தில் இருப்பதை மாரியப்பன் கவனித்தான். இருப்பிடத்தை விட்டு வெளியேறுபவர்களில் குழந்தைகளும் இருந்தனர், எனவே ‹இந்த இரவு நேரத்தில் காட்டு வழியே சென்றால் வேறு யாரேனும் தொந்தரவு செய்ய நேரிடும்› என எண்ணினான்.

மாரியப்பன் கவனித்ததை உணர்ந்த அந்த ஒற்றர் உடனே அவ்விடம் விட்டு நகர்ந்தார்,

மாரியப்பன் சற்றே சிறிய வயது! அவன் அதிகம் பேசவில்லை, இருட்டிட்டுக் காலையில் கிளம்புங்கள், "இப்பொழுதில் குழந்தைகளை வச்சிட்டுப் போறது சரியா இருக்காது" என்றான்.

சரியென்று தான் மற்றவர்களுக்கும் தோன்றியது.

இங்கு நடக்கும் நிகழ்வுகளை ஒற்றரிய ஒரு நபரை அனுப்பி வைத்திருந்து அரசு, இவ்விவாத நிகழ்வை அறிந்த ஒற்றர் தினகரனிடம் சென்று,

"ஐயா! அவர்கள் கிளம்புவதாக இல்லை... கிளம்புபவர்களையும் தடுக்கிறார்கள் சிலர், எப்படியும் ஒரு பயலும் கிளம்ப மாட்டானுங்க, இப்போ வரைக்கும் பேசிட்டு எல்லாம் தூங்கப் போய்ட்டானுங்க" என்றான்.

"சரி நீ போ" எனக்கூறி தகவலை தலைமை செயலாளரான ராமப்பையனுக்கு தனது மேலதிகாரி மூலமாகத் தெரிவித்தான் தினகரன்.

கிரிங் கிரிங், என இரவு நேரத்தில் தொலைபேசி ஒலிக்க ஓடி வந்து, அதிபர் மூர்த்தியின் உதவியாளர் அழைப்பை எடுத்து "வணக்கம்" என்றார், "ஐயாட்ட பேசனும் ராமப்பையன் பேசுறேன்".

"ஐயா! ராமப்பையன்".

"கொடு"!

"என்னய்யா இந்த நேரத்துல?"

"ஐயா! அவனுங்க கிளம்புற மாதிரித் தெரில என்னங்கய்யச் செய்யட்டும்"...

"காலையிலே மொத்த பயலையும் கொன்னுருந்தா அப்போவே மொத்தமா காட்டோட சேர்த்து எரிச்சிட்டு நாளைக்குக் காலையிலே பணிய ஆரம்பிச்சு இருக்கலாம்... இப்ப பாரு"...

"சரிங்க ஐயா காலையிலே முடிச்சிருவோம்"!

"என்னது காலையிலையா... யோவ் காலையிலப் பணிய ஆரம்பிக்கணும், அந்த ஆயில் கம்பெனிக் காரனுங்க, காச வாங்கிட்டு சும்மா இருக்கோம்ன்னு கத்துவானுங்க".

"நீ..... 20 பேர அனுப்பி, எல்லாரையும் கொன்னுட்டு அப்படியே காட்டோட சேர்த்துக் கொழுத்திடு".

"சரிங்க ஐயா"!

"செய்திலக் காட்டு தீயின்னு வர மாதிரிப் பாத்துக்க".

"சரிங்க ஐயா?"

அழைப்பைத் துண்டித்தான் மூர்த்தி..

கொலைச் செய்வதற்கு எல்லோரையும் தயார் செய்தான் ராமப்பையன்.

அழைப்பைத் துண்டித்தான் மூர்த்தி..

கொலைச் செய்வதற்கு எல்லோரையும் தயார் செய்தான் ராமப்பையன்.

9

கொற்றவை ஆட்டம்

அரசின் அத்தகைய கொடுந்திட்டம் பற்றி எதுவும் அறியாது அம்மக்கள் நிம்மதியின்றித் தூக்கம் வராமல் கண்கள் கலங்கிய நிலையில் எல்லோரும் படுத்துகிடந்தனர். கொற்றவை கோவில் அருகே ஒரு சிறுமி மட்டும், கொற்றவையை பார்த்து வரம் கேட்பது போல் நின்றிருந்தாள்.

"நீ கடவுள் தானே! நீ தான் என்னோட அம்மான்னு எல்லாரும் சொல்வாங்க! நீ கடவுளாகிட்டன்னு இவங்க தான் என்னய்யா வளத்தாங்க! நீ ஏன் எங்கள காப்பத்த வரல? இப்ப எல்லாரையும் இந்த இடத்தை விட்டு துரத்துறாங்க!... நானும் கடவுளாகிடுறேன்!... என்னையும் கூப்டுக்க!.... நானாவது கடவுளாகி தப்பு செய்றவங்கள தண்டிக்கிறேன்! இவங்கள காப்பாத்துறேன்" எனச் சிறுமியான பவானி கொற்றவையிடம் கோபத்தோடு புலம்பி கொண்டிருந்தாள்.

ஊர் மக்களை நோக்கி வேகமாக ஓடி வந்த மாரியப்பன், "திரும்ப வந்துட்டாங்க" னக் கூச்சலிட்டான்....

"என்னடா சொல்ற?"

*ஆம், பத்திற்கும் அதிகமான ஆட்கள் கையில கத்தியெல்லாம் கொண்டு வராங்க",

"நாமா கிளம்புறோம்ன்னுச் சொன்னாப் போய்ருவாங்க அச்சபட வேண்டாம்" என்றார் ஒரு கிழவர்.

"சரி அப்ப நான் போயி சொல்றேன்" எனப் புலியூரான் சென்றார். அருகில் வந்ததும் "ஐயா! நாங்கள் கா".......... சொல்லி முடிக்கும் முன் கழுத்தில் கத்திப் பாய்ந்தது, தலைத் தரையில் விழுந்தது.

அதைத் தூரத்தில் பார்த்த அனைவரும் அலறி அடித்துக்கொண்டு ஓடத் தொடங்கினர்.

"ஒருத்தனும் உயிரோட போகக் கூடாது"... என்றான் காவல் அதிகாரி தினகரன்

குழந்தைகளுக்குப் பாதிப்பு வரக்கூடாது எனச் சிறிய வயது பிள்ளைகள் எல்லோரையும் கொற்றவை கருவறையில் கொண்டு சென்று வைத்தார்கள் மக்கள்...

அங்கு இங்கு என்று அலறி அடித்துக்கொண்டு மக்கள் ஓடிக்கொண்டிருக்க அவர்கள் எல்லோரையும் சுற்றி வளைத்துக் கொலை செய்யத் தொடங்கினர் அரசக்கூலிபடையினர், எங்குச் செல்வது எப்படித் தப்புவது எனப் புரியாமல் மக்கள் தவித்தனர். மக்கள் ஓடி ஒளிந்திருந்தால் அவர்களைத் தேடிக் கண்டுபிடிக்குக் கொலைச செய்யும் நோக்கில் தேடி அழைத்தனர்.. கொலைச் செய்ய வந்திருந்த சிலர் கொற்றவை கோவிலை நோக்கி நகர்ந்தனர்.

கருவறையில் இருந்த குழந்தைகள் அச்சத்தில் நடுங்கிக் கொண்டிருந்தனர், அவர்களின் மையத்தில் இருந்த பவானிக்குச் சிந்தையில் அச்சமில்லை, எல்லோருக்கும் தெரியும் அருகில் வந்தால் நிச்சயமாகக் கொன்று விடுவார்கள்

என்று, பவானியும் அறிந்தே இருந்தாள்... அவர்களை நெருங்க விடாமல் செய்ய வேண்டும் எனச் சிந்தித்தால். கொற்றவையின் சிலை அருகே வளரி, கத்தி, வேல் போன்ற ஆயுதங்கள் இருந்தன, பவானி சற்றும் தயங்கவே இல்லை... வேலினை எடுத்துக்கொண்டு வெளியே வந்தால்.

அதைப் பார்த்தக் கொலைகாரர்கள் வேகமாக ஓடி வந்தனர்... "இங்கதான்டா பெண்டுகள் எல்லாம் இருக்கு" என்று பேசிக்கொண்டே வேகமாக வந்தனர்..

"ஆகா! எல்லாம் சின்னப் பொண்ணுங்க! வாங்க சீக்கிரம்.... எல்லாரையும் கொல்ல போறோம்.... அதுக்கு முன்னாடி ஒரு முறை..... ∴கா ∴கா ∴கா எனச் சொல்லிக் கத்திக்கொண்டே சிரித்தான் வடுக்கன்".

அச்சிரிப்போசை அத்தோடு நின்று சதக்... என்ற ஓசை கேட்டது, சிரித்த வடுக்கனின் உயிர் நின்று போனது, பவானி எரிந்த வேல் அவனின் இதயத்தைத் துளைத்துக்கொண்டு வெளியே வந்தது. வேகமாக ஓடி வந்தவர்கள் அப்படியே சடார் என நின்றார்கள்.

கையில் வைத்திருந்த கத்தியை இருக்கி பிடித்தார்கள்!

குழந்தைகள் இருக்கும் இடத்திற்குக் கொலைகாரர்கள் செல்வதை அறிந்த மக்கள் தம் உயிர் போனாலும் பரவாயில்லை குழந்தைகளைக் காப்பாற்ற வேண்டும் எனக் கொற்றவை கோயிலை நோக்கி ஓடி வந்தனர்.

அங்குப் பவானி கையில் கத்தியோடு நிற்பதையும் எதிரே மூன்று பேர் கத்தியோடு நிற்க மற்றொருவன் செத்துக் கிடப்பதையும் ஊர் மக்கள் பார்த்துத் திகைத்தனர்.

பவானியை மூன்று பேரும் நெருங்கினர், அவள் கண்களில் அச்சமில்லை..... கையில் இருந்த கத்தியை தரையில் குத்துமாறு வீசினால் மூன்று நபர்களுக்கு

அருகே சென்று அந்தக் கத்தி தரையில் குத்தி நின்றது. அதைக் குனிந்த பார்த்த ஒரு வினாடியில்.... பின்னே நின்ற இருவரின் கழுத்திலும் வளரி வெட்டி மீண்டும் பவானியின் கைக்கு வந்தது.

பொத் என்ற ஓசையோடு விழுந்த அந்த இருவரை முன்னே இருந்தவன் திரும்பி பார்த்துவிட்டு... மீண்டும் பாவனியை பார்த்தான்... மற்ற கொலைகாரர்கள் இருக்கும் திசை நோக்கி தலைதெறிக்க ஓடினான்... அவன் ஓட முடிந்தது என்னவோ பத்தடிக்கும் குறைவுதான், பவானி எறிந்த இன்னொரு வேல் அவன் காலில் குத்திக்கிழித்துத் தரையில் குத்தியது... அவனால் நகர முடியவில்லை...

முன்னே தூக்கி எறிந்திருந்த கத்தியை ஓடி போய் எடுத்த பவானி அவன் தலையைக் கொய்தாள்! தலை துண்டாகத் தரையில் விழுந்தது... கொலைகாரர்கள் செத்து விழ மேலும் சிலர் அவ்விடம் வந்து பவானியை நெருங்கினர் கையில் இருந்த கத்தியினை மின்னல் வேகத்தில் சுழற்றச்! சுற்றி அருகில் வந்தவர்கள் கைகள் வெட்டப்பட்டு அதே வேகத்தில் கழுத்தில் இறங்கியது கத்தி... பீச்சிட்டு அடிக்கப்பட்ட இரத்தம் பவானியின் முகத்தில் தெளித்தது அவள் குருதியில் நனைந்திருந்தால்... அதன் பிறகு அவளை நெருங்கும் தைரியம் யாருக்கும் இல்லை...

இவற்றைக் கண்ணெதிரே பார்த்த ஊர் மக்கள் ஒவ்வொருவரும் ஆயுதங்களை எடுத்தனர், கொலைச் செய்ய வந்த எல்லோரும் செத்து மடிவதைக் கண்ட தினகரனும் ராமப்பையனும் உயிர் தப்பிக்க ஓடிச் சென்றனர் மற்ற அத்தனை பேரையும் கொன்று முடித்தனர் மக்கள், இறந்த எல்லோரையும் ஓர் இடத்தில் குவித்து மக்கள் எல்லோரும் கூட்டமாகக் கூடினர். பவானி எதுவுமறியாத மழலை போல் நின்றாள், எல்லோருக்கும் வியப்பு, "இந்தச் சிறுமி எவ்வாறு

தாண்டவமாடினால் பாத்தீங்களா?" என ஊர் மக்களில் ஒருவர் கேட்க,

"அடடா! காளியாட்டம்ல ஆடுனாள்".

கொற்றவைக்கு விழா முடிச்சு இரத்தத்தில் பூசி மொழுகுன மாதிரி அவள் முகத்தில் கொலைகாரர்களின் இரத்தம் இருந்தது.

"நானும் பார்த்தேன்! அதுக்கு அப்புறம் தான் எனக்கே ஒரு வீரம் வந்துச்சி" என மற்றொருவர் மறுமொழி கூற ஒவ்வொருவரும் இது போல் பேசிக்கொண்டிருக்க,

"மாரியப்பன் குறிக்கிட்டான், இது நம்ம நிலம், நாம் இங்க தான் இருப்போம், எவனும் நம்மை வெளில அனுப்ப முடியாது, ஆயுதத்தைக் காட்டி அச்சம் காட்டுனா நாமலும் அதையே காட்டுவோம், நம்ம நிலத்தையும் நம்மையும் காப்பாற்ற ஆயுதம் சரி என்றால் அதை எடுப்பது தவறில்லை".

"தம்பி! இன்னைக்கு நடந்த நிகழ்வை வைத்து முடிவு செய்யாதே, வந்தவனுங்க கையில கத்தி இருந்துச்சு ஆட்களும் குறைவு, நாளைக்கு இன்னும் அதிகமான ஆட்களோடு துவக்கையொல்லாம் கொண்டு வந்தா நாம என்ன செய்வோம்... இத்தோடு இத விடுங்க நாமா கிளம்புறது தான் நல்லதுன்னு எனக்குத் தோனுது" என்று ஊர்க்காரர் சொல்ல,

"முன்னடியே முடிவு பன்னதுதான் கிளம்புறவங்க கிளம்புங்கள் இருக்குறவங்க இருங்கள்" என்றான் சரண். பின் அமைதியாகக் களைந்து சென்று, இறந்த எல்லோரையும் புதைத்தனர். வந்த இரண்டு அரசு அதிகாரிகளும் தப்பிச் சென்றனர் மற்ற எல்லோரும் கூலிப்படையினர் தான் அதை மக்கள் அறியவில்லை ஆனாலும் அவர்களுக்கான இறுதிச் சடங்கை அவர்கள் வழக்கப்படி முறையாகச் செய்து அவ் உடல்களைப் புதைத்தனர்.

பொழுது விடிந்தது, 20 க்கும் குறைவான நபர்கள் ஊரை விட்டுக் கிளம்பினர், அதே நேரம் மூர்த்தி வீட்டில் தொலைபேசிக் கத்திக் கொண்டு இருந்தது, வீட்டிலும் கட்சி அலுவலகத்திலும் ஒரே பரபரப்பு, காட்டுப்பகுதி மக்களைக் கொலைச் செய்ய அனுப்பிய அத்தனை கூலிப்படையினரும் இறந்த செய்தி அறிந்து அலுவலகம் கதிக் கலங்கி இருந்தது, ஆயில் கம்பெனிக் காரங்க நேரே மூர்த்தியைச் சந்திக்க வந்தனர், மூர்த்திக்கு இதுவெல்லாம் ஒரு விடயமே இல்லை எப்படிச் சரி செய்வது என நன்கு அறிந்தவன், இதற்கு முன் பல முறை இது போலப் பல இடங்களை அபகரித்து விற்பனைச் செய்துள்ளான், ஆனால் எங்கும் இவர்களுக்கு எதிராக ஆயுதம் எடுக்கவில்லை, ஆயில் கம்பெனிக் காரங்க அலுவலகத்தின் உள்ளே வந்தனர்.

"வாங்க! வாங்க"!

"என்னங்க இந்தக் காட்டுவாசி கூட்டத்தைச் சமாளிக்க முடியலயா? இத்தனை பேரைக் கொன்னுருக்காணுங்க"...

"ஐயா! நீங்கள் ஒன்னும் கவலபடாதிங்க அந்த இடம் உங்களுக்குப் பட்டாப் போட்டுட்டோம்... இடத்தைக் காலிச் செய்து தர வேண்டியது என் பொறுப்பு... ஒரு வாரத்தில் முடிச்சுத்தரேன்.... அதுக்கு இடையில இது மாதிரி நடக்குற விடயத்தை எல்லாம் நீங்கள் கண்டுக்காதிங்க".

"இப்போ என்ன பன்றாக இருக்கீங்க".

"நக்சல் தீவிரவாதிகள், நாட்டுல குண்டு வச்சவனுங்க, கொலைகாரனுங்க எனச் செய்திப் பரப்பி விட்டு, அங்க இருக்க எல்லாப் பயலுக மேலேயும் வழக்கப் போட்டு சுட்டுக் கொல்ல உத்தரவு போட்ருக்கேன்"...

"அப்போ சரி, நல்லபடியா முடிச்சிடுங்கள், அட்வான்ஸ் 20 கோடிக் கொடுத்துருக்கோம் மீதம் இந்தச் சிக்கலை முடிச்சுக் கொடுத்ததும் உங்களுக்கு வந்து சேரும்".

"சீக்கிரம் முடிச்சிடலாம்"....

இந்த அரசின் இப்படியான அழித்தொழிப்புத் திட்டம் பற்றி அறியாத ஊர் மக்கள் இறந்தவர்களுக்கான சடங்குச் செய்யும் ஏற்பாடுகளைச் செய்துக்கொண்டிருந்தனர். இறந்தவர்களுக்கான சடங்குகளோடு, இனி மேல் யாரும் இது போல் அரசால் படுகொலைச் செய்யப்படாமல் இருக்க வேண்டிய பணியையும் செய்யச் சிலர் ஆயத்தம் ஆனார்கள்,

மிகச்சிறிய குழு, மாரியப்பன், மாலதி, சரண், தமிழரசி, செவ்வியன், கயல், செழியன், காலன், இனியாள், தங்கராசு, மணி, ஆகியோர் இணைந்து ஆயுத குழுவாக உருவாகினர். நம் நிலத்தை அழித்து நம் மக்களை அழிக்க வரும் அந்த அரச பயங்கரவாதிகளிடம் இருந்து மண்ணையும் மக்களையும் காப்பாற்றத் தன்னலம் அற்ற இளைஞர்கள் ஆயுதம் எடுத்தனர். ஆயுதம் என்றால் அவர்களிடம் தற்போது இருப்பது வளரி, கத்தி, வேல், வில், அம்பு, கம்பு, மட்டுமே.

பல பொழுதுக் கொற்றவை கோவியில் தான் பவானி எப்போதும் இருப்பாள் அதே போலத் தான் அன்றும் நின்றிருந்தார், கொற்றவை கோவில் அருகே நின்றிருக்கும் பவானியை அப்போராளி குழுவினர் சூழ்ந்தனர், மாரியப்பன் அழைத்தான்! பவானி என்ன தான் தன்னை விடச் சிறிய வயது பிள்ளையாக இருந்தாலும் என்றும் மாரியப்பன், பவானியை மரியாதை இன்றிப் பேசியது இல்லை... பவானியின் காளியாட்டத்திற்கும் முன்பில் இருந்தே பழக்கம் அது....

"தாயே பவானி"!

"சொல்லுங்கள் அண்ணா?"

"உங்களுடைய உதவி தேவை",

"என்ன உதவி?"

"இம்மக்களைக் காப்பாற்ற நாங்கள் ஆயுதம் எடுத்து போராட முடிவு செய்துள்ளோம், உங்களுக்கு விருப்பமானால் எங்களோடு போராட்டக் குழுவில் இணைந்துகொள்ளுங்கள் ஆனால் வளரி எங்களுக்குப் பயன்படுத்தத் தெரியாது, நீங்கள் தான் எல்லோருக்கும் ஆயுத பயிற்சிக் கொடுக்க வேண்டும்",

"நானா! நான் எப்படி?"

"நீங்கள், ஆயுதங்களைக் கையாண்டதை அனைவருமே அறிந்துள்ளோம் நிச்சயமாக உங்களால் முடியும்".

"சேர்ந்தே பயிற்சி செய்வோம் அண்ணா"!.

"மகிழ்ச்சி தாயே"... என்றான் மாரியப்பன்...

சரி..... இப்படி ஓர் எழுச்சியை இம்மக்கள் அடைந்துள்ளனர், ஆனால் கதையின் தொடக்கத்தில் நந்தினியைக் காப்பாற்றிப் பவானியிடம் கொடுத்த கரிகாலன் எங்கே என்ற கேள்வி நமக்குள் எழும்... இதுவரை கரிகாலனுக்கும் இம்மக்களுக்கும் எந்தவொரு தொடர்பும் இல்லை... ஆனால் இனி கரிகாலன் இல்லாமல் கதையைத் தொடர முடியாது.

10

சாதி அரசியல்

புதிதாக எதுவுமில்லை நகரம் முழுவதும் ஒரே பரபரப்பு, ஆனால் இன்று கூட்டம் சற்று அதிகம் தான், அட இதில் மாணவர்கள் கூட்டம் அல்லவா அதிகம் உள்ளது, வாருங்கள் என்ன என்று பார்ப்போம், மாணவர்கள் எல்லோரும் ஏதோ ஒரு பதற்றத்தில் கடைத்தெருக்களில் நின்றிருந்தார், பலரும் தங்கள் பெற்றோர்களுடன், சிலர் தன் நண்பர்களுடன், இன்னொரு பக்கம் பள்ளிகளிலும் கூட்டம் நிரம்பியது, பல மாணவர்கள் மகிழ்ச்சியோடு காணப்பட்டனர், சில பொழுதுகளில் சில மாணவர்கள் முகத்தில் சோகம், சில பெற்றோர்கள் திட்டுவதுமாய் இருக்க நல்ல மதிப்பெண்கள் பெற்ற அசுவினின் முகமும் சற்றே வாடி இருந்தது.

"என்ன தான் சிக்கல் இவனுக்கு? என்னாட எதும் போச்சா?" என்று வினோத் கேட்டதற்கு அசுவினிடம் எதும் மறுமொழி இல்லை.

இன்னொரு நண்பன் கூறினான்..."இவனுக்கா? இருக்காதுடா"....

"சரி மதிப்பெண் அட்டையைக் கொடு பார்ப்போம்" என்று கூறி வாங்கினான்.

"அவ அவன் தேர்ச்சியாகிருக்கோமேன்னு இருக்கோம், நீ என்னப்பா நூத்துக்கு நூறு வரலயேன்னு வருத்தமா?"

"நல்ல மதிப்பெண் தான்... ஆனால் மதிப்பெண் தமிழ் மொழி பாடத்திலல்லவா குறைந்துள்ளது, எனக்குப் பிடித்த பாடம் அதுதான் ஆனால் அதிலயே குறைவாக எடுத்துள்ளேன்" என்றான்.

"அதுல அதிகம் எடுத்தாலும் எதுவும் பயன் இல்லடா"!

"மத்த மதிப்பெண் மட்டும்?"

"டேய் விடு விடு இவன் அரசியல் பேச ஆரம்பிச்சுடுவான்"..! என நண்பர்கள் சொல்ல அத்தோடு எல்லோரும் அவ்விடத்தை விட்டு நகர்ந்தனர்.

அசுவின் மனதுக்குள் ஒரு வருத்தம் ‹என்ன தான் மொழி மீது பற்று இருந்து கற்க ஆர்வம் இருந்தாலும் சரியான தமிழ் ஆசான் நம் பள்ளியில் இல்லாமல் போனது எண்ணி›. எல்லா மொழி போலவும் தமிழ் மொழியும் எண்ணங்களைப் பகிர்ந்து கொள்ளும் வழி எனச் சிலர் நினைக்க அதே போல் கடந்து செல்ல அவன் மனம் இடம் கொடுக்கவில்லை, தமிழ் மொழி பல்லாயிரம் ஆண்டுகளுக்கு முந்தைய மொழி, இம்மொழி தனக்குள் பல கோடி மர்மமங்களைக் கொண்டுள்ளது, அதில் ஒன்று மருத்துவம். ஒவ்வொரு எழுத்தின் உச்சரிப்பிலும் உச்சரிப்பு முறையில் அழைப்பாலும் உடலில் உண்டாகும் ஒவ்வொரு அதிர்வுகளுக்கும் ஒரு குணம் உண்டு என்பதைச் சித்த மருத்துவராக இருந்து இறந்து போன தன் கொல்லுத் தாத்தா சொல்லி கேட்டுள்ளான் அதைச் செயல்முறைப்படுத்தியதை கண்டுள்ளான், அத்தகைய மொழியை முறையாகக் கற்க முடியாது தவித்தான்.

எல்லாப் பாடங்களிலும் நல்ல மதிப்பெண் எடுத்திருந்தால் பல பள்ளிகளிலும் வாய்ப்புக் கிடைத்தது

ஆனாலும் மேற்படிப்புக்கு அந்த ஆண்டுத் தான் முதன் முதலாக 11 ம் வகுப்பும் 12 ம் வகுப்பும் அவன் படித்த பள்ளியிலே தொடங்கப்பட இருந்தது, அங்கேயே சேர முடிவு செய்தான், வீட்டிற்கு அருகில் என்பதால் பெற்றோரும் இசைவித்தனர்.

சில நாட்களில் பள்ளியில் சேர மாணவர்கள் ஆங்காங்கே கூட்டம் கூட்டமாகச் சென்றிருந்தார்கள், பல பள்ளியில் கூட்டம் அலை மோதியது, அசுவினும் தன் பள்ளியில் சேருவதற்கு விண்ணப்பத்தைக் கொடுக்க வரிசை இறுதியில் நின்றான், வெகு நேரமாக அவன் பின்னால் யாரும் இல்லை, விண்ணப்பத்தைக் கொடுக்க ஆசிரியர் அருகில் நெருங்கிய போது அசுவின் மனதில் ஏதோ ஒரு படபடப்பு, பதற்றத்துடன் பல விடயங்களைச் சிந்தித்துக் கொண்டு திருத் திருவென முழித்துக்கொண்டு இருந்தான் திரும்பிப் பின்னால் பார்க்க விருப்பம் ஆனால் ஒரு பதற்றம் அச்சம். திடீரென அடித்த காற்றில் கலந்து வரும் வாசம் அசுவின் முகத்தில் புன்னகைப் பூக்கச் செய்திட, அருகில் ஆசிரியர்கள் இருப்பதால் அதை மறைத்துக்கொண்டு, எதர்ச்சையாகத் திரும்புவது போல் திரும்பிப் பார்த்தான், திரும்பிய நொடியில் உலகம் நின்று போனது அசுவினுக்கு, அவன் முன் நிற்கும் அந்த ஒரு பெண் அசைவது மட்டுமே அறிய முடிந்தது அவனால், பின்னள் கட்டப்படாத பனிமலரின் கூந்தல், காற்றடிக்கும் வேகத்தில் அவளின் முன் வந்து விழ எல்லாமே மெதுவாக நகர்வது போல் பிரம்மித்து நின்றான், இவையாவும் சில நொடி நிகழ்வே, இக் குறுகிய நேரம் அங்கு இருக்கும் யாருக்குப் பெரிதாக ஒன்றும் மாறியது போல் தெரியவில்லை, அசுவினுக்கு ஓர் ஆண்டுப் போல் இருந்தது, ஆசிரியர் அழைக்கவே சுய நினைவிற்கு வந்தான் அசுவின். "முன்னாள் உட்கார்ந்து இங்குக் கையெழுத்துப் போடு, என்ன படிப்பு" என்றெல்லாம் ஆசிரியர் கேட்க அசுவினுக்கோ எந்த நினைப்பும் இல்லாமல் சிந்தை முழுவதும் பின்னால் நின்ற

பின்னள் இல்லாத சிலையின் நெற்றியில் குங்குமம் வைத்து சேலை கட்டிய பெண் ஒருத்தியை சுற்றியே இருந்தது.

அசுவினின் இத்தகைய நடத்தைகள் குறித்து நாம் ஆச்சரியப்பட வேண்டிய அவசியம் இல்லை. ஏனெனில் இரண்டு ஆண்டுகளாகச் பனிமலரை தூரத்தில் இருந்தே பார்த்துவிட்டு, 10 ம் வகுப்பு தேர்வுக்குப் பின் அவளைக் காண முடியாமல் போனதை எண்ணி வருந்தி எதற்கு அவளைத் தேடுகிறோம் என்றே தெரியாமல் தேடித்திருந்து, கிடைக்காமல் அவளின் எண்ணங்களை மட்டுமே சுமந்து திரிந்த அந்தச் சிறுவனுக்கு அத்தனை நாட்களாய் தேடிய அவனுக்கு பனியில் பூத்திருக்கும் மலர் போல் கண் முன் நிற்பதையும் தன்னோடு இரண்டு ஆண்டுகள் பயணிக்கப் போகிறாள் என்பதை அறிந்ததும் இத்தகைய செயல்கள் நமக்கு ஆச்சரியத்தை ஏற்படுத்த அவசியம் இல்லையே.

இத்தனை நாளும் பனிமலரை தூரத்தில் பார்த்திருந்த அசுவின் ஏன் அவளை ரசிக்கிறோம் என்று தெரியாமலே பார்த்திருந்தான், அவளை அருகில் கண்ட கனம் ஏதோ ஒரு மாற்றம் மனதில், ஓர் ஈர்ப்பு.

பனிமலரை காணும் போதும் அவள் அருகில் செல்லும் போதும் அடிவயிற்றில் சுர் என்று சூடான உணர்வும் புள்ளரிக்கும் உணர்வும், இதயத் துடிப்பின் வேகம் அதிகமாகியும், கால்கள் தரையில் ஆட்டம் போட்டபடியும், கையின் விரல்கள் கருவிகள் எதுவும் இல்லாமல் இசைத்துக்கொண்டும் இருந்தன.

அன்று பள்ளிக்கு முதல் நாள் அனைத்து மாணவர்களும் பள்ளிக்கு வந்து சேர்ந்தனர், அன்று பார்த்து அசுவின் படிக்கும் பள்ளியில் மின்சாரம் இல்லை, தன் வகுப்பிற்குச் சென்றான், அத்தனை கூட்டத்திலும் இருட்டிலும் அசுவினுக்கு இருளாக இருந்தது என்னவோ பனிமலர் இன்னும் வரவில்லை

என்பது தான், பள்ளிக்கு விடுப்பு எடுப்பது கசப்பான ஒன்றுதான் அசுவினுக்கு அவளைக் காண்பதற்காகவாது பள்ளி வந்துவிடுவான், இரண்டு ஆண்டுப் பள்ளி படிப்பில் ஒருநாள் மட்டுமே விடுப்பு எடுத்திருந்தான், இருள் சூழ்ந்த அறையில் வண்ணமயமாக்க வாசலை அடைந்தால் பனிமலர். பள்ளிக்கும் மின்சாரம் கொடுக்கப்பட்டது, அசுவின் மனமோ துள்ளி எழுந்தது.

ஒவ்வொரு நாளும் நன் நாளாக நகரத்து செல்ல ஒவ்வொரு நாளிலும் பனிமலரிடம் பேச வித விதமாக அசுவின் முயற்சி செய்தான், ஒவ்வொரு முறையும் அசுவினின் பரிதவிப்பை பனிமலர் நன்கு உணர்ந்திருந்தால், பனிமலர் மட்டும் அல்ல அவளின் தோழிகளும் நன்றாக உணர்ந்தனர்.. இப்படியே நாட்கள் ஓடி அடுத்த ஆண்டு வருட பிறப்பு வந்தது... பள்ளியில் மாலை வகுப்பு முடிந்து எல்லோரும் கிளம்பினர், மறுநாள் புதுவருடம் ஒவ்வொருவரும் வாழ்த்துக்கள் பரிமாறிக் கொண்டனர், அசுவினின் கண்களோ பனிமலரை சுற்றிக்கொண்டிருந்து இந்த முறை அவளிடம் இதைக் காரணமாக வைத்துப் பேசிட வேண்டும் என முடிவாய் இருந்தான்.

பனிமலர் நெருங்கி வர வர! அசுவினுக்குப் படபடப்பு அதிகம் ஆனது அவள் அருகில் வந்ததும் பெருமூச்சு விட்டபடி அவளை முழித்து முழித்துப் பார்த்தான், அவளை அழைக்க முயற்சி செய்தான் ஏனோ வார்த்தை வரவில்லை, அவளும் அவனைக் கடந்து தூரம் சென்றால், அவள் தூரம் சென்றதும் அசுவினுக்குப் படபடப்பு குறைந்து ஆனால் எதுவும் பேச முடியவில்லையே என்ற ஏக்கம் அதிகம் ஆனது. அன்று இரவு தூங்காது முழித்துக் கொண்டே இரவை கடத்தினான்... விடுமுறை முடிந்து மறுநாள் எப்படிப் பேசுவது என்ன பேசுவது எனச் சிந்தித்துக் கொண்டே இருந்தான். ஆங்கிலப் புது வருடத்திற்குப் புத்தாடை அணிந்து ஊரோடு சேர்ந்து

கொண்டாடி அந்நாள் ஓடியது மறுநாள் பள்ளிக்கு எல்லோரும் வர தொடங்கினர், எல்லோருக்கும் முன்னதாகவே புத்தாடை அணிந்து அசுவின் பள்ளிக்கு வந்தடைந்தான். எல்லா மாணவர்களும் புத்தாடையில் வந்துகொண்டிருந்தானர், பனிமலர் எப்போது என்ன உடையில் வருவாள் என வாசலையே பார்த்திருந்தான், அவன் எதிர்பார்த்தபடியே பனிமலர் வந்தாள்.

ஆகா! என்ன ஓர் அழகு மரத்தின் நிறத்தை ஒத்த நிறத்தில் சேலை, இரவின் நிலவின் ஒளியில் பச்சிலைகள் நிறைந்த மரத்தில் பாடிக்கொண்டிருக்கும் புள்ளிணங்களைப் போல் காட்சியளித்தாள், தேவதையே வானிலிருந்து இறங்கி வருவதாக நினைத்து மரங்கள் பூக்களை உதிர செய்தன, வாரும் இளவரசியே வாரும் என்பாது போல் பறவைகள் கீச்சிட்டன, அசுவினின் கண்கள் மட்டுமல்ல அனைவரின் கண்களும் பனிமலரை தான் பிரம்மித்துப் பார்த்துக்கொண்டிருந்தது, இன்றாவது பனிமலரிடம் பேசிட வேண்டும் என அவனுக்குள் சொல்லிக்கொண்டான்.

எப்போது பொழுது வாய்க்கும் எனக் காத்திருந்த அசுவினுக்கு மாலைப் பொழுது வாய்ப்புக் கிடைத்தது, பனிமலரை அழைத்தான் அவளும் சட்டென நின்றுப் பார்த்தாள், ஆனால் அசுவினிடம் இருந்து மறுவார்த்தை வருவதற்குச் சிறுது நேரமானது, அதுவரை பனிமலரும் காத்திருந்தால், இந்தச் சிறிய இடைவெளியில் அசுவினின் இதயம் இரட்டிப்பாகத் துடித்தது.

"ம்ம்ம்ம்.... நான்.... பேச.... உன்னிடம்... நான்.. எனக்கு... ம்ம்ம்ம்"..... என்றபடியே இழுத்து இழுத்துச் சொல்லி ஒரு பெரு மூச்சு விட்டான்...... "இந்தப் புடவை உனக்காக நெய்தது போல் உள்ளதே"! எனத் தட்டுத் தடுமாறிச் சொல்ல வந்ததை மாற்றி எதையாவது சொல்வோம் என இப்படிச் சொல்லித் தொடங்கினான்.

பனிமலரோ மிகவும் தைரியமான பெண், இயல்பாகவே அவளுக்கு எந்தப் பதட்டமும் இல்லை, மிகவும் இயல்பாகவே மறுமொழிக் கொடுத்தாள்.

"ஏன் நீதான் நெய்தியா" என்று.

"அதுவே உன் விருப்பம் என்றால் அதைச் செய்ய எப்போதோ நான் ஆயத்தமாக உள்ளேன்" என அவன் கூறியதும் பனிமலர் வெட்கத்தில் மறுவார்த்தை பேசாது உதட்டோரத்தில் மெல்லிய சிரிப்பை உதிர்த்தால் அதற்குள் அசுவின் தைரியத்தை வர வைத்துக்கொண்டு, "நான்"..... எனத் தொடங்கினான்.

அதற்குள் பனிமலர் குறுக்கிட்டு.... "நீ நினைப்பது போல் இல்லை. நம்ம வீட்டுச் சூழ்நிலைக்கு இதுலாம் ஒத்து வராது, எனக்கு ஏற்கனவே ஒரு பையனோடு நிச்சயமும் முடிந்துவிட்டது, இதுக்கு மேலத் தெளிவா உனக்குச் சொல்ல வேண்டிய அவசியம் இருக்காதுன்னு நம்புறேன்".... எனக் கூறி அங்கிருந்து கிளம்ப ஓர் அடி எடுத்து வைத்தால்.... சட்டென நின்று, அசுவின்..... என அழைத்து

"என்னைத் தேடுவதையோ பார்ப்பதை நீ நிறுத்திடு"... என்று சொல்லி சென்றாள்.

அசுவினுக்கோ சிறுதுக் கண்கள் கலங்கியபடிதான் இருந்தது மறக்க வேண்டும் எனச் சிறு துளி அளவு எண்ணமும் அவனுக்கு இல்லை... இத்தனை நாட்கள் அவள் அறியும் படி அவளைப் பார்த்தான் இனி மறைந்துப் பார்க்க தொடங்கினான். அவனின் செயலை அவள் அறிந்திருந்தால்.. சிறுக சிறுக அவளின் மனம் அவனை ஏற்க விரும்பியது.

பனிமலருக்கும் அவனைப் பிடிக்கும் வீட்டு சூழல் கருதி மனதை மாற்றிக்கொண்டாள் ஆனால் அது நீடிக்கவில்லை. 12 ம் வகுப்பு இறுதித் தேர்வின் தொடக்கத்தின் போதே

அவளுக்குக் காதல் நோய் தீண்டியது. ஆனால் நேரே சென்று பனிமலரிடம் பேசவில்லை அசுவின்...

பனிமலர் தனது விருப்பத்தை வெளியே சொல்ல நினைக்கும் போது அசுவின் அதைப் புரிந்து கொள்ளவில்லை... எதற்கு நம்மால் அவளுக்குத் தொல்லை என்று எண்ணி விலகியே அவளை ரசித்து வந்தான்.

இறுதி தேர்வு தொடங்கியது, முதல் நாள் தமிழ் தேர்வு சிறப்பாக இருவரும் எழுதியிருந்தனர், காலை தேர்வு முடிந்து எல்லா மாணவர்களுடன் மதியம் பள்ளிக்கு வந்தனர். முன்பு எப்படி அசுவின் திக்கித் திணறி பனிமலரிடம் பேச முயன்றானோ அதே போல இன்று பனிமலர் முயற்சி செய்தால். கடைசி நாள் தேர்வு வரை அவள் முயன்றுப் பார்த்தால் அவனுக்கு அவளின் தவிப்புப் புரிந்தது.

"மறுநாள் கடைசித் தேர்வு இன்னைக்கு எப்படியாவது சொல்லிடுடி... இன்றைக்கு விட்டின்னா அதோட முடிஞ்சிடும்" என அனித்தா சொல்ல பனிமலருக்கும் சரி எனப்பட்டது.

பனிமலர் இருக்கும் வகுப்பறையை அசுவின் கடந்து செல்லும் போது... அசுவின்! என்று ஒரு குரல் கேட்டது, அழைப்பு வந்த பக்கம் திரும்பி பார்த்தால் அனித்தா அழைக்கிறாள்.

"அசுவினுக்கோ ஒர் எண்ணம் அங்குச் பனிமலர் இருக்கிறாளோ" என்று...

"என்ன அனித்தா?"

"இங்க வாப்பா"!

"வேளை இருக்கு என்னான்னுச் சொல்லு"!

"டேய்! வாடா! பனிமலர் பேசனுமாம்"!

"குடு குடு வென ஓடி அருகில் சென்றான்"....

"வேளை இருக்குன்ன?"

"அத விடு, பனிமலர் எங்க?"

"சும்மா சொன்னேன். சும்மா கூப்டு பார்த்தேன், என்றாள்,

மறுவார்த்தை எதுவும் பேசவில்லை அவனுக்கு நன்றாகவே தெரிந்தது பனிமலர் இருக்கிறாள் என....

"மலர்".... என அசுவின் அழைத்தான்....

"எப்பா டேய்!.... எப்படிடா? ம்ம் உள்ள தான் இருக்கா... பேசுங்க இரண்டு பேரும்"..

உள்ளே சென்று பார்த்தான், சூரியகாந்தி பூக்கள் மத்தியில் பூத்திருக்கும் ரோசா பூவை போல் காட்சியளித்தாள், உள்ளே குறைந்தது 20 பெண்களாவது இருப்பார்கள்.. இத்தனை பேர் இருக்கும் கூட்டத்தில் பனிமலரிடம் பேச தயங்கினான் அசுவின்....

அவள் பேச அழைத்தாள் என்பதோடு அவளின் நாணமே அவள் என்ன பேச போகிறாள் என்பதைத் தெளிவுபடுத்தியது அசுவினுக்கு. ஏன் தாமதம் நாமே சொல்லிடுவோம் எனப் பேச வந்தான் அதற்குள் அனித்தாப் பேசிவிட்டாள் "இப்படிப் பேசாமலே பார்த்துட்டு இருந்து தான் இத்தனை வருசத்தை முடிச்சிட்டிங்க இன்னுமா பேசல?"

"பேசனும்......, இப்படிக் கூட்டமா இருந்தா எப்படி" என்றான் அசுவின்.

"ம்ம் வாங்கடி கிளம்புவோம்" என அனித்தா சொல்ல பனிமலரும் கிளம்பினால்.....

"நீ போய்ட்டா சுவரிடமாப் பேசுறது?"

அவன் அப்படிச் சொன்னதும் எல்லாப் பெண்களும் "நீ இருடி வெளியே நிற்கிறோம்" என்று சொல்ல "வேண்டாம்

இருங்க" என்றாள் பனிமலர்.. அப்படியே நின்றனர் அனைவரும்...

"சரி"....

"இவன் திரும்ப மெட்டு போட ஆரம்பிச்சிட்டான்டி" எனக் கேலியாகச் சொன்னாள் அனிதா...

"அட இரும்மா".... ஓர் அமைதி தொடங்கியது

"ம்ம்ம்"...

"மலர்"!........ என அழைத்தான் அசுவின்.... மிகவும் அமைதியாக இருந்தது இடம்... சில நொடிகள் விட்டு மீண்டும் அழைத்தான்.....

"பனிமலர்!..... எனக்கு உன்னைப் பிடிச்சிருக்கு உனக்கு",

அசுவின் இப்படிக் கேட்டதும் பனிமலரின் வெட்கத்தைப் பார்க்க வேண்டுமே...... அய்யோ... அதை நான் எப்படி வார்த்தையில் சொல்வேன். மாலை கனியும் நேரத்தில் பூக்கும் மல்லிகை பூவின் வாசம் ஈர்க்கும் சீவராசிகளை என்றெல்லோரும் அறிவோம் அவையெல்லாம் தோற்றுப் போகும்படி வெட்கத்தை உதிர்த்தால் உதட்டோறத்தில் மெல்லிய சிரிப்போடு. வானத்தின் வெளிச்சத்தை மேகங்கள் மறைத்தன இரவோ என அரிதான பூக்கள் பூத்தன, சாரல் துளியில் பூத்த மலர்கள் நனைந்தன. மலர்கள் நனைந்ததை விட பனிமலர் அதிகம் நனைந்திருந்தாள்.

அவள், பிடிச்சிருக்கு என்று மறுமொழிச் சொன்னதும் அசுவினுக்குத் தலைகால் புரியவில்லை, அந்த மகிழ்ச்சியை எப்படி வெளிகாட்டுவது என்று புரியாமல் காலின் பாதங்கள் தரையில் ஆட்டம் போட அவனுடைய மனமோ உள்ளே குத்தாட்டம் போட்டது.

பின் சிறுது நேரம் பேசிவிட்டு வகுப்பு முடிந்ததும் வீட்டிற்குக் கிளம்பினர் எல்லோரும்.

தேர்வு நாள் அன்று தேர்வு முடித்து வெளியே வந்ததும்... பனிமலரிடம் ஒரு மரகன்றைப் பரிசாகக் கொடுத்தான் அசுவின்... கோடை விடுமுறையில் அடிக்கடி சந்தித்துப் பேசினர், ஒரு மாதத்தில் அந்த மரகன்றானது நன்கு வேர் பிடித்து வளர்ந்தது, தேர்வு மதிப்பெண் வந்தது இருவருமே நல்ல மதிப்பெண்... விரைவிலேயே கல்லூரியில் சேர்ந்தாள் பனிமலர். அசுவினோ மருத்துவத் துறையில் விண்ணப்பித்திருந்தால் தாமதம் ஆனது.. கூடுதலாக இரண்டு மாதங்கள் காத்திருக்க வேண்டிய நிலை எனவே ஓர் ஊர் சுற்றுப் பயணம் செய்யலாம் எனக் கிளம்பினான், அலைபேசி மூலமே பனிமலரிடம் இந்த நாட்களில் பேசி வந்தான். இந்தக் கால நேரத்தில் இவர்களின் விவகாரம் அசுவினின் உறவினர்களுக்குத் தெரிய வந்தது, அடிக்கடி இருவரும் பேசவது இல்லை, வாரம் ஒருமுறை மட்டுமே பேசுவதற்கான சூழல் அமைந்திருந்தது.... இரண்டு மாதங்கள் இப்படியே ஓடின. கடைசியாகச் பனிமலரிடம் பேசி ஐந்து நாட்கள் ஆகியது.

முதல் முறை எந்த நிற சேவையில் பனிமலரை பார்த்தானோ அதே நிற சேலையில் ஆற்றின் பக்கம் பார்த்து நின்றுகொண்டிருந்த அசுவினைத் தொட்டு அழைத்தால் பனிமலர். திரும்பினான், புன்னகையும் நாணமும் மட்டுமே தவழும் பனிமலரின் கண்களில் கண்ணீர் தவழ்ந்து இப்போது. அசுவின் எதுவும் பேசவில்லை... ஆனால் பனிமலரோ "என்னை மறந்து விடு" என்று சொல்லி ஆற்றை நோக்கி ஓடினாள், திடிக்கென்று தூக்கிப் போட்டது போல் அசுவின் தூக்கத்தில் இருந்து எழுந்தான். காலையில் இப்படி ஒரு கனவு.... வெறும் கனவாக அசுவினால் எடுத்துக்கொள்ள

முடியவில்லை தங்கியிருந்த சொந்தாகாரங்க வீட்டில் காலையிலே சொல்லிவிட்டு அவசரமாகக் கிளம்பினான்....

ஊருக்கு விரைந்து வந்த அசுவினுக்கோ அதிர்ச்சி காத்திருந்தது வீட்டில் உறவினர்கள் கூட்டமாகக் கூடியிருந்தனர்,

"என்ன ஆச்சு ஏன் கூட்டமாக நிக்கிறீங்க"

"ஒன்றுமில்லை உள்ளே போ" என உறவினர்கள் கூறினர்..

உள்ளே போன சிலர் கத்தியை எடுத்துக்கொண்டும் சிலர் பெட்ரோல் கேனுடனும் வெளியே சென்றனர். அசுவினின் தந்தை அவர்களை அழைத்து ஏதோ சொல்ல அசுவினையும் இழுத்துச் சென்று காரில் ஏற்றினர். வேகமாகச் சென்ற வாகனம் சடார் என்று பனிமலரின் வீட்டிற்கும் சற்றுத் தள்ளி நிறுத்தப்பட்டது. அந்த இடத்திற்கு நேரே ஒரு மரக்கன்று சிறிதளவு வளர்ந்திருந்தது....

அசுவினுக்குத் தெரியும் தாம், பனிமலருக்குக் கொடுத்த மரக்கன்றுதான் என்பது, அசுவினுக்கு மட்டும் அல்ல அவனின் உறவினர்களுக்கும் தெரியும்... வாகனத்தை விட்டு இறங்கி அம்மரத்தை நோக்கி நடந்தனர்.... எல்லோரையும் தடுக்க முயற்சி செய்து தோற்றான் அசுவின்.... அம்மரத்தின் மீது பெற்றோலை ஊற்றிக் கொழுத்தி விட்டதில் கருகி போனது மாம் எரிந்ததை பார்த்த படி சோகமாய் நின்றிருந்த அவனிடம் "இதைக் கொழுத்திய எங்களுக்கு அவளைக் கொழுத்த ரொம்ப நேரம் ஆகாது" என்றனர்... எதுவும் பேசாமல் வாகனத்தில் ஏறி அமர்ந்தான் அசுவின். ஆனால் அவன் மனம் அவ்வார்த்தைகளைக் கேட்டுக் கலங்கிப் போயிருந்தது...

இந்நிகழ்விற்குப் பிறகு பனிமலரை சந்திக்க முயற்சி செய்தான் ஆனால் அவளைப் பார்க்கவில்லை அவளுக்கு

ஆபத்து வந்திடும் என அஞ்சி வீட்டிற்குள் பைத்தியம் பிடித்தது போல் கிடந்தான் இருப்பினும் அவ்வபோது அவளைக் காண முயல்வான் பின், பின்வாங்கிடுவான். அதே போல் ஒரு நாள் சென்ற போது அவளின் திருமணம் இன்று என்பதும் தெரிந்து கொண்டான் தூரத்தில் இருந்து பார்த்தான், அவன் கனவில் கண்ட அதே நிறச் சேலையில் மணக்கோளத்தில் இருந்தால்... அதன் பிறகு ஒரு முறை கூட அவளைக் காணவில்லை அசுவின்.

அவனின் வாழ்க்கை வேறுவிதமாக மாறியது. அதுவரை சாதி மதம் என்றால் என்ன? அவை ஏன் உருவானது, ஏன் எல்லோரும் அதைப் பிடித்துக்கொண்டு தொங்குகிறார்கள், என யாவும் வரலாற்றுச் செய்தியாகத்தான் அறிந்திருந்திருந்தான்.

சில நாட்கள் ஆனது அத்தகைய சோகத்தில் இருந்து அசுவின் வெளிவர. பின் கல்லூரியிலும் சேர்ந்தான் மருந்தாளுநர் படிப்பில். கல்லூரியில் முதலாம் ஆண்டுப் படிக்கும் போதே அசுவின் அறிந்திருந்தான் இந்தப் படிப்பிற்கும் நமக்கும் சம்மந்தம் இல்லை என ஆனாலும் வேறு வழி இல்லை, தந்தையிடம் தமக்குத் தமிழ் படிக்கவே விருப்பம் என்றால் செய்து முடித்து விட்டுதான் அடுத்த வேலைப் பார்ப்பார்களா என்ன? எனவே ஈடுபாடு இல்லை என்றாலும் தொடர்ந்தான். பொதுவான புத்தகங்கள் படிப்பது தினசரி செய்தி படிப்பது வழக்கம் அவனுக்கு, கல்லூரி படிப்பும் இரண்டாம் ஆண்டு நிறைவடைந்தது. கல்லூரி நேரம் முடிந்து வீட்டிற்குப் பேருந்தில் செல்கையில் யாரோ சிலர் ஒரு நபரை கூட்டமாகச் சேர்ந்துத் தாக்குவதைப் பார்த்து, பேருந்தை நிறுத்தச் சொல்லி சம்பவ இடத்தை நெருங்கினான், அருகில் சென்று தடுக்க முயற்சித்தான் இருப்பினும் தடுக்க முடியவில்லை, ஆனால் அடிக்கும் போது அடிப்பவர்கள் பயன்படுத்திய வார்த்தைகளில் ஒரளவிற்கு அசுவினுக்கு மறுமொழி கிடைத்தது. விசயநகர அரசர்கள் காலத்தில்

தமிழர்களிடையே திணிக்கப்பட்ட சாதிய பிரச்சனை தான். எவ்வளவோ சொல்லியும் அடிப்பதை நிறுத்தாமையால் அசுவின் அவர்களில் ஒருவன் கன்னத்ததில் ஓங்கி அடித்தான் அடிபட்டதில் தடியன் ஓரமாகப் போய் விழுந்தான், மீதம் உள்ள தடியர்களின் பார்வை அசுவின் பக்கம் விழுந்தது. கத்தியை ஓங்கியபடி அசுவினைப் பார்த்து ஓடி வந்தான் ஒருவன், அந்தப் பொழுது நிறுத்து என்று ஓர் ஆளின் குரல் கேட்டது, கத்தியை ஓங்கியவன் மட்டுமல்ல அங்கிருந்த எல்லோரும் வேட்டியை இறக்கி விட்டுப் பணிந்து நின்றனர், அசுவின் நன்கு அறிந்த குரல் திரும்பினால் அசுவினின் தந்தை.

"என் மகன் உடன் என்னடா சிக்கல்",

"ஐயா! மன்னிக்கனும் உங்க மகனா?" என இழுத்து பின் "ஐயா! அவருதான் தேவையில்லாமல் வந்து தலையிடுறாரு".

"நான் நிறுத்த சொல்லாமல் இருந்தால் என் மகனையே கொன்னுருப்பிங்களே பாவிகளா".

பேசும் போதே அசுவின் குறுக்கிட்டான், "எது தேவையில்லாம? சாதி சாதின்னு இன்னும் எத்தனை பேரை தான் கொல்ல போறிங்க, சாதி பற்றி எந்த அடிப்படை அறிவு மயிரும் இல்லாமல் உங்கள் சுயா லாபத்துக்கு எல்லார் மனசுலயும் வன்மத்தை வளர்த்து விட்டு அடிச்சுட்டு சாக வைக்கிறீங்க. இல்லை தெரியாமல் தான் கேட்கிறேன் இப்ப என்ன உன் வீட்டுல புகுந்து சொத்தையா திருடுனாங்க எதுக்கு இப்படி அடிச்சிங்க",

"தம்பி உங்களுக்கு இதெல்லாம் புரியாது, இவனுங்க எல்லாம் தீட்டு, எங்க தெருக்குள்ள வந்துட்டான்"...

"மயிரு தீட்டு, உன் அப்பா இந்தச் சாதின்னு நீயும் இந்தச் சாதின்னு சொல்லிக்கிற இவங்கள தீட்டுன்னு சொல்றியே உன்னோட எல்லாத் தலைமுறையும் இந்தச்

சாதிதான்னு உறுதியா சொல்ல முடியுமா"..... அசுவின் பேசி முடிப்பதற்குள் சதக் என்றொரு சத்தம், அசுவினின் தந்தை அந்த நபரை கத்தியால் குத்தினார்.

எல்லோரும் அசுவினை பிடித்துக் கொண்டனர், அவன் கண் முன்னே அந்த நபரைக் கொலை செய்தனர்...

தன் கையாலாகாத தனத்தை எண்ணி வருந்துவதைத் தவிர அசுவினுக்கு வேறு வழி இல்லை. இரண்டு வாரங்கள் ஆனாது இந்நிகழ்வில் இருந்து அவனுடைய மனம் வெளியே வர, இரண்டு வாரமாகக் கல்லூரிக்குச் செல்லவில்லை... பின்னால் இருக்கும் சித்த மருத்துவவரான தனது கொல்லு தாத்தா சமாதிக்கு அருகில்தான் தினமும் சென்று அமர்ந்திருந்தான், தனது கொல்லு தாத்தா மூலம் இந்தச் சாதிய அடிப்படைகளை அறிந்திருந்தான், தொழில் அடிப்படையில் மாற்றிக்கொள்ளக் கூடியது, ஏற்றதாழ்வற்றதுமாய் இருந்த ஒன்று பின் விசயநகர அரசர்கள் மூலமாகப் பிறப்பு அடிப்படையில் மாற்றிக்கொள்ள முடியாத படியும் ஆரியர்களின் வர்ணாசிரமத்தை அடிப்படையாக வைத்து ஏற்ற தாழ்வுகளைத் திணித்து உருவாக்கப்பட்டது என்பதை. இவை வரலாற்றுச் செய்தியாகத்தான் அவன் நினைவில் இருந்தது சில நேரடி அனுபவத்திற்கு அதன் கோரத்தை அரசியியலையும் அறிந்தான்....

ஞாயிறு அன்று வீட்டில் கொல்லை புறத்தில் உள்ள சமாதி அருகே இருந்தான் அசுவின்,

இவன் இருப்பது தெரியாமல் சமாதியின் பின் புறம் நின்று யாரையோ கொலைச் செய்யத் திட்டமிட்டுக்கொண்டிருந்தனர் அசுவின் அப்பாவின் ஆட்கள். அவர்கள் பேசியதில் இருந்து திருமணமான ஒரு கற்பிணிப் பெண்ணையும் அவளின் கணவரையும் கொலைச் செய்யப் போகிறார்கள் என்று அறிந்தான், இது போல் பல கொலைகளைச் செய்துள்ளனர்,

இதுதான் இரண்டாவது முறையாக அவர்கள் போசுவதைத் திட்டமிடுவது காதால் கேட்டறிந்தான்,

"ஐயா சொன்னபடிக் கடத்திட்டுப் போயி அந்தக் காட்டு பகுதியிலே வைத்து கொன்று விடலாம்"...

"ம்ம் ஆமா.... சரி கிளம்பளாம்" எனக் கொலைக் காரர்கள் பேசிக்கொண்டதை முழுவதும் கேட்டறிந்த அசுவின் எப்படியாயினும் அவர்களைக் காப்பாற்ற வேண்டும் என முடிவுச் செய்தான்,

இந்தக் கொலைகாரர்களைப் பின் தொடர்ந்தான்....

கற்பிணி பெண்ணும் அவள் கணவரும் கடை வீதியில் நடந்து சென்றனர், அவர்களுக்குத் தெரியாமல் பின் தொடர்ந்தனர் கொலையாளிகள் அவர்கள் அசரும் நேரத்தில் இரண்டு பேரையும் தூக்கி காரில் போட்டுக் கதவைச் சாத்தினர் தப்பிக்க முயலும் போது கத்தியைக் கற்பிணி பெண்ணின் வயிற்றில் வைத்து மிரட்ட அவர்களுக்கு எதிர்ப்பு காட்டும் தைரியம் இல்லை,

கடத்தியவன் முகமூடியை அவிழ்த்தான்...

கற்பிணி பெண் சற்று ஆச்சரியமும் பயத்துடனும், சிறு நொடி இடைவெளி விட்டு, "அண்ணா! அண்ணா! எங்கள விட்றச் சொல்லு.. நாங்க வேற எங்காயாதுப் போயிப் பொளச்சிகிறோம்",

அந்தப் பெண்ணின் அண்ணனிடம் இருந்து எந்தப் பதிலும் வரவில்லை

அவள் எவ்வளவோ கெஞ்சிப் பார்த்தால், அவர்கள் விடுவதாக இல்லை... காலில் விழுந்துக் கதறினோள், "ச்சை கைய எடு, என் மேல எவ்வளவு நம்பிக்கை இருந்தால் ஐயா என்னய்யவே அனுப்பிருப்பாரு.... இந்தப் பய ஒரு திருட்டுக் கம்னாட்டி எத்தனை பொண்ணுங்கள ஏமாத்திருக்கான்

எத்தனை பேருட்ட ஏமாத்தி பணம் வாங்கிருக்கான் இந்தப் பயலுட்ட ஏமாந்து இப்படி மானத்தை வாங்கிருக்கியே",

"ஐயோ அதெல்லாம் உண்மை தான் அதெல்லாம் அந்தக் கட்சிக் காரனுங்க கூட இருந்த போது புத்தி கெட்டு அப்படிச் செஞ்சிட்டேன் அவனுங்கள்ட்ட இருந்தும் தப்பிச்சி தான் இத்தனை நாள் ஒன்னா வாழ்ந்துட்டு இருக்கோம், உங்களோட அரசியல் போட்டில அப்பாவிகளக் கொலைச் செய்றீங்க இதுனால உங்க சாதிக்கோ அவங்க சாதிக்கோ எந்த நன்மையும் இல்ல ஆனாலும் உங்கள இயக்குற என்னய்ய இயக்குன அவனுங்களுக்கு லாபம் இருக்கு.... எங்கள விட்றுங்க உங்கள் யாரு கண்ணுலயும் படாத தூரம் போய்டுறோம்" என்று அந்தப் பெண்ணின் கணவன் சொல்லியதும்

"டேய்! என்னடாக் கதைக் கேட்டுட்டு இருக்க? உங்களுக்கு்லாம் தெரியாது 13 வருசத்துக்கு முன்னாடி ஐயா பொண்ணும் இப்படித்தான் பன்னுச்சி அதையே தூக்கிட்டு வந்து அந்தக் காட்டுலதான் போட்டுதள்ளுனோம், அவங்களுக்கு ஒரு குழந்தையும் இருந்தது, கைக் குழந்தைன்னுக் கூட யோசிக்கல கொன்று போட சொல்லிட்டாங்க நாங்கள் தான் கைக் குழந்தையா இருக்கவும் மனசு கேட்காமல் அங்க இருந்த கோவில்ல வச்சிட்டு வந்தோம் ஐயாட்ட அதையும் கொன்னுட்டதா தான் சொன்னோம்..... இந்தக் கதைக் கேக்குறதுலாம் ஐயாக்கு தெரிஞ்சா உன்னையும் சேர்ந்து போட்றுவாரு".. என்று ஒரு கொலைகாரர் சொல்லி முடிக்கும் போது அவர்களைக் கொலை செய்யத் தேர்வு செய்யப்பட்ட காட்டுப் பகுதி வந்தது... காட்டினுள் இழுத்துச் சென்றனர்.

அந்தக் காரினை மோட்டர்சைக்கிளில் அசுவின் பின்தொடர்ந்து சென்றான், அவர்கள் உள்ளே செல்லும்போது போதும் பின்னாடியே சென்றான்.

கை கண்களைக் கட்டியபடி இழுத்துச் சென்றனர், ஓர் இடத்தில் கணவன் மனைவியை முட்டி போட வைத்து சுற்றிக் கொலைக் காரர்கள் நின்றனர்,

தூரத்தில் இருந்து எல்லாவற்றையும் அசுவினின் தந்தையும் கவனித்துக்கொண்டுதான் இருந்தார், ஆனால் அசுவின் அவர்களைப் பின் தொடர்வதை அவர் அறியவில்லை. இதுபோல் கொலைச்செய்துவிட்டு அங்கேயே வீசி விடுவார்கள் காவல்துறையினரும் காட்டுப்பகுதியில் வசிக்கும் மக்களில் சிலரைக் கைது செய்து சிறையில் தள்ளி வழக்கை முடித்துவிடும், இஃது ஒரு தொடர் கதையாகத்தான் இருந்தது...

கற்பிணி பெண்ணை நோக்கி கத்தியை ஓங்கினான் ஒரு தடியன், விரைந்துப் பாய்ந்து சென்று அவனைத் தள்ளிவிட்டான் அசுவின், அதே நேரத்தில் ஒரு மரக்கட்டையால் இன்னொருவன் அப்பெண்ணின் கணவரை தாக்கினான். குறுக்கே அசுவின் வந்ததும் கொலைகாரர்களுக்குக் குழப்பம் ஆனது,

தன் மகன் அங்குக் கலவரம் செய்வதைக் கண்டு ஆச்சரியித்த அசுவினின் தந்தை வேகமாகச் சம்மபவ இடத்திற்கு வந்தார்,

கற்பிணிப் பெண்ணை மீண்டும் கத்தியால் குத்த முயற்சி செய்த போது அதைக் தடுப்பதற்கு அசுவின் வந்தான் அதற்குள் இன்னொருன் அருவாலை கழுத்தை நோக்கி ஓங்கும் போது அசுவினை அவன் தந்தை தள்ளிவிட்டார் அருவாலின் வெட்டு அசுவின் தந்தை கழுத்தில் விழுந்தது, கழுத்தில் வெட்டு பட்டதோடு நின்றவரை அசுவின் ஓடி வந்து தாங்கி பிடித்தான், கணவன் மனைவியைக் கொலைச் செய்ய வந்தவர்களுக்கு முழிப் பிதுங்கியது, ஆனால்

அசுவினின் தந்தை சொல்லிய வார்த்தை அவர்களுக்குத் தெளிவைக் கொடுத்தது.

"அவர்களை உயிரோடு விட்றாதிங்க" என்றார், அதைக் கேட்ட அசுவினுக்குத் தூக்கிவாரிபோட்டது, தன் தந்தையை அப்படியே வைத்து விட்டு இவர்களிடம் இருந்து அக்கணவன் மனைவியைக் காப்பாற்றும் முயற்சியில் இறங்கினான், அவர்களைத் தப்பி ஓடுமாறுச் சொல்ல அவர்களும் ஓடுவதற்கு முயன்றனர் அவர்களைப் பின்தொடர்ந்து நான்கு தடியர்களும் துரத்திக்கொண்டு ஓட அசுவின் கடைசியில் ஓடிக்கொண்டிருக்கும் ஒருவனின் கழுத்தின் பின் பகுதியில் ஓடிய வேகத்தில் ஒரு குத்து விட்டான் அப்படியே மயங்கி பொத் எனக் கீழே விழுந்தான் சத்தம் கேட்டுத் துரத்திச் சென்றுவர்கள் திரும்பிப் பார்க்க ஒருவனுக்குத் தாவங்கட்டையில் கை மூட்டினால் ஓர் அடி அடித்தான்... அந்த நேரத்தில் இன்னொருவன் கத்தியைச் சுழற்றினான் அசுவினோ அவன் கையைப் பிடித்து முறுக்கி அவனுடைய விலா எழும்பில் கையை இறுக்கி மூடி ஒரு குத்து விட்டு.... ஒரு வினாடி இடைவெளி விட்டு தொடர்ந்து அதே பகுதியில் மீண்டும் மீண்டும் குத்தினான், அவன் அப்படியே சரிந்து கீழே விழுந்தான், கடைசியாக இருந்த கற்பிணி பெண்ணின் அண்ணன் கையில் கத்தியை வைத்துக்கொண்டு கத்தியைச் சுழற்றி சுழற்றித் தயார் ஆனான், அதற்குள் கற்பிணிப் பெண் அவனின் தலையில் கட்டையால் அடிக்க அவன் மயங்கி விழுந்தான், இறந்துப் போன தன் தந்தையைத் தூக்கிச் சென்று காரில் வைத்துவிட்டு மயங்கிய நிலையில் கிடப்பவர்களை அப்படியே போட்டுவிட்டு கணவன் மனைவி இருவரையும் காரில் ஏற்றிக்கொண்டு கிளம்பினான், வெகு தூரம் சென்றிருந்த அதே நேரத்தில் காட்டினுள் மயங்கி கிடந்த நபர்களும் எழுந்து தங்கள் காரில் ஏரினர், அசுவின்

போனதற்கு எதிர் திசையில் வேகமாக வாகனத்தைச் செலுத்தினர்.

"தம்பி... உனக்கு எப்படி நன்றி சொல்றதுனே தெரில, உன் உயிர பணயம் வச்சி எங்களக் காப்பாத்திருக்க".... என்று கண் கலங்கினர்.

"நான் அந்தக் கட்சிக் காரனுங்க கூடச் சேர்ந்து செஞ்சப் பாவம் தான் என்னய்ய இப்படித் துரத்தது, என்ன மன்னிச்சிடுமா".. என்று அவர்கள் பேச தொடங்கினர்.

"எல்லாம் தெரிந்து அவர் திரிந்து வாழும் சமயத்தில்தான் எங்களுக்குள் காதல் வந்தது. கட்சி காரனுங்க இவரைக் கொலைச் செய்ய முயற்சி பன்றானுங்கன்னுதான் யாருக்கும் சொல்லாமல் ஊருக்கும் போகாம வேற ஊருல வந்து இருக்கோம் இங்கயும் எங்க ஊரு காரங்க வந்துட்டாங்க". இவ்விடயத்தை அசுவின் காதில் வாங்கவில்லை காரில் உள்ளே இறந்து கிடப்பது அசுவினின் தந்தை என்பதும் அவர்களுக்குத் தெரியவில்லை, போகும் வழியில் கணவன் மனைவி இருவரையும் பேருந்து நிலையத்தில் இறக்கிவிட்டு அழுதுக்கொண்டே இறந்துப் போன தன் தந்தையை வீட்டிற்கு எடுத்துச்சென்றான், வந்த வழியாகத் தான் மீண்டும் செல்ல வேண்டும் அந்தக் காட்டுப் பகுதியையும் கடந்து வெகு தூரம் சென்று வீட்டினுள் நுழைந்தான், அசுவின் வருவதற்கு முன்பே நடந்த விடயங்களை அந்த நான்கு தடியர்களும் ஊரில் சொல்லவிட்டனர், நடந்ததை நடந்தபடியே கூறினர், இறுதிச் சடங்கு முடிந்தது. சில நாட்களில் யாரிடமும் சொல்லாமல் கல்லூரிக்கு அருகில் இருக்கும் விடுதியில் சேர்ந்தான், தனக்கான செலுவுகளைத் தானே பார்த்துக்கொள்ளத் தீர்மானித்தான், தன் பெற்ற மகளைத் தம் கணவர் கொலை செய்துவிட்டார் என்ற சோகத்தில் அசுவினுக்கு 7 வயது இருக்கும் போது அவனின் தாயார் இறந்துவிட்டார், இப்போது தந்தையும் இல்லை. ஆனாலும் ஊருக்குள்

ஏற்படும் மாற்றங்களை அறிந்துகொள்ளத் தவறவில்லை, தன் தந்தையின் மரணத்திற்குப் பிறகு ஊருக்குள் சாதிய கொடுமைகள் குறைந்துள்ளது என்பதை அறிந்திருந்தான். ‹தன் சுய லாபத்திற்காக மக்களிடையே சாதிய வன்மத்தைத் தூண்டி அவர்களிடம் பிரச்சினைகளை ஊதி வளர்த்துள்ளார் என்ற உண்மையும் தெரிந்துக்கொண்டான். எப்படி இவர்களுக்கு இதைப் புரியவைப்பது, இது போலப் பலரும் சாதித் தலைமையாக இருந்துக்கொண்டு பல கொடுமைகள் செய்து மக்களை முட்டாளாக்கி அவர்களின் அறியாமையைப் பயன்படுத்திச் சிறிய பிரச்சினைகளை ஊதிப் பெரிதாக்கி நிரந்தரமாக இவர்களைப் பிரித்து லாபம் அடைகிறார்கள்.... இந்த நிலை என்று இந்தத் தமிழினத்திற்குப் புரியுமோ›, முந்தைய ஆட்சியில் எந்த நன்மையும் செய்யாத மூர்த்தியை மீண்டும் அரசாட்சியில் அமர்த்திய மக்கள் இன்னும் இரண்டு ஆண்டுகள் தான் உள்ளது அடுத்த தேர்தலுக்கு இதுவரையிலும் எந்த அரசியல் ஈடுபாடும் இல்லாதவர்களாக எத்தகைய அரசியல் புரிதலும் இல்லாமல் இருக்கும் எம் மக்கள் இந்த சாதி அரசியலை எப்படி தெரிந்துகொள்வார்களோ› என்ற வருத்தமும் அவனுக்கு இருந்தது, 'இவர்களை இணைக்கும் சக்தி தமிழுக்குத் தான் உண்டு› என மனதுக்குள் புலம்பினான்.

கல்லூரிப் படிப்பும் முடிந்தது, முடிந்த கையோடு அரசுப் பதிவாளர் அலுவலகம் சென்று தமிழில் இல்லாத தன் பெயரைக் கரிகாலன் என மாற்றிக் கொண்டான், வரலாற்று நூல்களைப் படிக்கும் போது அவனைக் கவர்ந்த பெயர் என்பதால் இப்பெயரை தேர்வு செய்தான். தன் கல்லூரி நண்பன் கவியரசனுடன் ஊரை விட்டு வெகு தூரத்தில் ஓர் அறை எடுத்து வேலைத்தேடினான். கல்லூரியில் பலர் இருந்தாலும் கரிகாலன் அதிகம் நெருங்கிப் பழகியது கவியரசனுடன் மட்டுமே அதற்கு முக்கியக் காரணம் கவியரசனும் சமூகத்தின் அவல நிலைக் குறித்த புரிதலுடன்

கல்லூரிக் காலங்களில் பலப் போராட்டங்களில் ஈடுபட்டதே. கல்லூரிப் படிக்கும் காலத்திலே பலப் போரட்டத்தில் ஈடுபட்ட இவர்களின் மீது பல்வேறு வழக்குகளைத் தொடுத்து நிலுவையில் வைத்திருந்தது அரசு ஆனால் காலப்போக்கில் கவியரசன் மீதான வழக்குகளைத் தள்ளுபடிச் செய்தது.

பணிக்கான வாய்ப்பு கிடைத்து நேர்முகத் தேர்விற்குச் சென்றிருந்தான் கரிகாலன், கவியரசனும் இன்னொரு நிறுவனத்தில் மருத்துவபிரதிநிதி பணிக்கான நேர்முகத் தேர்விற்குச் சென்றிருந்தான் அங்குப் பணியும் உறுதியானது, கரிகாலனின் நேர்முகத் தேர்வில் பல கேள்விகள் கேட்கப்பட்டது சிறப்பாகப் பதில் கூறினான் இறுதியாகக் கேட்ட கேள்வி பழைய விடயங்கள் எல்லாவற்றையும் நினைவுக்குக் கொண்டு வந்தது. அந்தக் கேள்வி உன் சாதி என்ன? பதில் ஏதும் சொல்லாமல் அங்கிருந்து கிளம்பினான்.

11

அரசியல் பழகு

நீல நிற வானைக் கருமைச் சூல வன்னமயம் ஆக்கிட வந்தால் மதி, அவளோ நிலத்தினை வைத்த கண் மாறாமல் பார்த்துக்கொண்டிருப்பதைக் கரிகாலன் சோகம் தளும்பிய முகத்துடன் காலையில் நடந்த நிகழ்வினால் பழைய நினைவுகளை எண்ணிக்கொண்டு நிலவைப் பார்த்திருப்பதைச் சிமிட்டி சிமிட்டிப் பார்க்கிறது விண்மீன்கள், அவற்றையும் பார்த்து அப்படியே உறங்கக் கண்களை மூடினான் கரிகாலன். இப்போது கண் மூடிய உடனே உறங்கி விட்டான் அவன் மனம் இனி உறங்காது!

காலையில் விடிந்ததும் வேகமாகக் கிளம்பி சான்றிதழ்களை எடுத்துக்கொண்டு பேருந்து நிறுத்தத்திற்கு வந்தான், கடைகள் இருக்கும் பகுதியில் வழக்கத்திற்கு மாறாகக் கூட்டம் கூடி நின்றது மிகவும் சத்தமாகவும் இருக்க அதை என்ன என்று பார்க்கக் கரிகாலனுக்கு ஆவல் எனவே அவ்விடம் நெருங்கினான், எட்டி பார்த்தால் தன் கல்லூரி நண்பன் கவியரசன் ஏதோ வாக்கு வாத்தில் ஈடுபட்டுக் கொண்டிருந்தான்

என்ன பிரச்சனையாக இருக்கும் என அருகில் சென்றான் கரிகாலன் அதற்குள் பாட்டிலைத் துறந்து அந்தத் தண்ணீரைக்

கடைகாரர் தலையிலே ஊற்றிவிட்டான் கவியரசன். பிரச்சனை பெரிதாகுமோ என நினைத்த கரிகாலனுக்கு அங்கு நடந்த நிகழ்வு அதிர்ச்சியாக இருந்தது. கூடி இருந்த எல்லோரும் "தம்பி சரியா செஞ்சிங்க".

"கடையில உக்காந்துட்டு போற வர புள்ளைங்கள வம்பு வளத்துட்டு இருக்கான்".

"முதல்ல இவன் கடையக் காலிப் பன்னனும்" என்று கூட்டத்தில் பேசினர்.

கரிகாலனுக்கு விடயம் புரிந்தது.

"கவி வேலைக்குப் போறேன்னு காலையிலே கிளம்பிட்டு இங்க என்னடா செய்ற" எனக் கேட்டதும், கவியரசன் திரும்புவதற்கும் கூட்டத்தினர் எல்லோரும் சேர்ந்து அந்தக் கடைகாரரைத் தாக்குவதற்கும் நேரம் சரியாக இருந்தது.

"நீ எப்போடா வந்த?" என்று கேட்டபடியே கூட்டத்தை விட்டு வெளியே வந்தான் கவியரசன்.

"இப்பதான்"!

"சரி வா, இந்தாளூ மேல வழக்குக் கொடுத்துட்டு போவோம்".

"நிறுத்துங்கள் நிறுத்துங்கள் இவன இழுத்துட்டுப் போய்க் காவல் நிலையத்தில் விட்டு வழக்குக் கொடுத்திடலாம் இதற்குப் பிறகு அவங்க பாத்துப்பாங்க".

"வழக்குக் கொடுத்துவிட்டுக் காவல் நிலையத்தில் ஒப்படைத்து வர நேர்முகத் தேர்வுக்குத் தாமதம் ஆகிடும் நீ கிளம்புடா நான் பாத்துக்கிறேன்" என்றான் கவியரசன்.

"ம்ம் சரி"என்று அங்கிருந்து கிளம்பினான் கரிகாலன்.

முதல் நாள் பணிக்குச் சென்ற கவியரசன் முதல் நாளே காவல் நிலையத்தில் அரைநாள் ஓடியது. நல்ல வேலையாக

அன்று மேலாளர் வரவில்லை மறுநாள் தான் வருவதாகக் கூறினார்.

கரிகாலன் பேருந்தில் ஏறினான், உர் உர் உர் உஃப் என்ற சத்தத்துடன் ஊர்ந்துச் சென்ற அரசுப் பேருந்தின் கடைசி இருக்கையில் சன்னல் ஓரத்தில் அமர்ந்தக் கரிகாலன் தான் வைத்திருந்த பையில் இருந்து ஒரு புத்தகத்தை எடுத்துப் படிக்கத் தொடங்கினான், வேலைத் தேடி செல்லும் இளைஞன், நேர்முகத் தேர்வில் கேட்கும் கேள்விகளுக்குத் தயார் ஆகப் பணித்தொடர்பாக எதையும் படிக்கிறானோ? வாருங்கள் என்ன புத்தகம் என்று பார்ப்போம்,

கரிகாலன் எடுத்த புத்தகத்தின் அட்டை படத்தில் சிவப்பு நிறம் சூழ மையத்தில் வசிகர முகத் தோற்றம் கொண்டும் தாடியும் மீசையும் மண்டி கிடக்கச் சிறு புன்னகையுடன் ஒரு முகம் அவர் புரட்சியாளன் சேகுவேரா. தொழுநோய் மருத்துவத்தில் முதுகலைப் பட்டம் பெற்ற எர்னாசுட்ரோ குவேரா, புரட்சியாளன் சேகுவேராவாக மாறிய வரலாற்று நூல் அஃது அதைத் தான் கரிகாலன் படித்துக்கொண்டிருக்கிறான், இதுபோல எப்போதெல்லாம் நேரம் கிடைக்கிறதோ அப்போதெல்லாம் கரிகாலன் வரலாற்று நூல்களைப் படித்துக்கொண்டேதான் இருப்பான், சிறு வயது முதலே அரசியல் தெளிவுடன் வளர்ந்தான் பள்ளிப் பருவம் முடியும் சமயம் நடந்த அந்நிகழ்வு அவனுக்குச் சமூகத்தின் இன்னொரு பக்கத்தைப் புரட்டிப் பார்க்க செய்தது... அதுவரை வாய் சொல்லில் அரசியல் பேசுபவனாக இருந்தவன் அதன் பின் செயல்படுபவனாகினான், கல்லூரிக் காலங்களில் மக்களுக்கான பலப் போராட்டங்களில் கலந்துகொண்டு உறுதுணையாக இருந்தான், கவியரசனுடைய நட்பு அத்தகைய செயல்களைக் கரிகாலனுக்கு இன்னும் அதிகப்படுத்தியது,

கரிகாலன், புரட்சியாளன் சேகுவேரா பற்றிய புத்தகத்தில் பாதிப் படித்து முடிப்பதற்கும் அவன் இறங்க வேண்டிய இடம் வருவதற்கும் சமமாக இருந்தது,

மருந்துகள் உற்பத்தி செய்யும் நிறுவனம், கரிகாலன் விண்ணப்பித்திருந்தது தரம் பார்க்கும் பிரிவுக்கு, நேர்முகத் தேர்வில் மிகச் சிறப்பாகப் பதில் சொல்லி பணியைப் பெற்றான், இரண்டு நாட்களில் பணியில் சேருமாறு நிறுவனத்தில் கேட்டனர், சரி என்று கூறி பின் மீண்டும் பேருந்தில் ஏறினான் தன் அரைக்குச் செல்ல, போகும் போது மீதி வரலாற்றுத் தகவலை படித்தறிந்தான்.

இரவுதான் கவியரசன் வந்தான் அரைக்கு, அதற்கு முன்னதாகவே வந்த கரிகாலன் சமையலை முடித்திருந்தான்.

"என்னடா இவ்வளவு நேரம்?"

"ம்ம் ஒரு மருத்துவர் நோயாளிகளைப் பார்த்துவிட்டு தான் மருத்துவப் பிரதிநிதிகளைப் பார்ப்பேன்னு சொல்லிட்டாரு அதனாலதான்"!

"ம்ம் வேலை ஒத்து வருமா?"

"ஏன்டா அப்படிக் கேட்குற?"

"காலையிலே சீக்கிரமே எழுந்துப் போன இரவுதான் வர?"

"எனை செய்ய விட்டுல் நிறையக் கடன் இருக்கு, இந்தப் பணியில் தான் அதிகச் சம்பளம் கிடைக்கும்"!

"ம்ம் அதும் உண்மைதான்! ஆமா, இந்தத் தொழிலாளர் சட்டம் 8 மணி நேரம் வேளை இந்த விடயம்லாம் அந்தப் பணியில் பின்பற்ற மாட்டாங்களா?"

"சரியா தெரிலட! இப்ப தானே இணைத்துள்ளேன் இனிமேல் தான் தெரியும்! உனக்கு எப்படிப் போச்சு?"

"ம்ம் இரண்டு நாளில் வந்து இணையச் சொல்லிருக்காங்க. 8 மணி நேரம் வேலை".

"ம்ம் சரி சரி நான், ரிப்போர்ட் பண்னனும் முடிச்சிட்டு வரேன்"!

"எதே? இன்னும் வேலை முடியலையாடா?"

"ம்ம் ஆமா"!

"சரி நீ வா சேர்ந்துச் சாப்டலாம்"....

பணியை முடித்துவிட்டு கவியரசன் வந்ததும் இரவு உணவை முடித்துவிட்டு உறங்கச் சென்றனர்.

காலை விடிந்ததும் கரிகாலன் சமைத்து வைத்தான் இருவரும் உணவு முடித்து... கவியரசன் வேலைக்கு வெளியே கிளம்பினான் கரிகாலன் செய்தித்தாள்களை வாங்கிப் படித்துக்கொண்டிருந்தான், இன்று இரவும் தாமதமாகவே கவியரசன் வந்தான்!

"வாடா இன்னைக்கு என்னாச்சு?"

"அதே கதைதான்"!

"மறுநாளும் அதே நிகழ்வு தான்",

இன்று பணியில் இணைவதற்கு நிறுவனத்திற்குக் கரிகாலன் வந்தான்! ஒரு வாரம் பயிற்சி கொடுக்கப்பட்டது, பயிற்சி முடித்தபின் கரிகாலனுக்குத் தனியாகத் துறைக் கொடுத்தனர், அவனுடைய பணி, மருந்துகள் உற்பத்தி செய்து முழுமைப் பெறும் முன் அதற்கான மூலப்பொருட்களையும் முழுமை அடைந்த மருந்துப் பொருட்களையும் சரியான குறிப்பிட்டப் பதத்தில் உள்ளதா தீர்மானிக்கப்பட்ட அளவில் மாற்றம் இன்றி முறையாகச் செய்யப்பட்டுள்ளதா? அதன் தரம் எந்த அளவு இருக்கிறது, அதன் வீரியம் எவ்வளவு

உள்ளது, என மருந்தினை சோதனைச் செய்யும் பணியில் அமர்த்தப்பட்டான்.

பணியில் எவ்வித சிக்கலும் இன்றி நன்றாகப் போனது. கவியரசனுக்குத் தினமும் பணி இருக்கும் எந்த நேரம் என்றெல்லாம் இல்லை, எல்லா நேரமும் பணி இருக்கும், அவ்வபோது சில இயக்கங்களுடன் இருவருமே தொடர்பில் இருந்தனர், இயக்கத்திற்கான பணிகளையும் செய்து வந்தனர், அவர்களுடன் சில மக்கள் போராட்டங்களிலும் ஈடுபட்டு வந்தனர். ஊரில் வெள்ளம் ஏற்பட்ட போது நிவாரண உதவிகள் வழங்கத் தெரு தெருவாக இருவரும் அழைந்தனர், மழை, புயல், வெள்ளம் என எல்லா இயற்கை பேரிடர் காலத்திலும் மக்களுக்காக வீதியில் இருந்தனர் இருவரும்.

தினமும் போலவே கவியரசன் இன்று இரவும் தாமதமாக வந்தான்.

"எங்க இருந்துடா வர? வழியே இல்லைன்னு சொல்லிட்டு இருந்தாங்க*!

"நான் பக்கத்துல தான்டா இருந்தேன், ஆனால் அங்க இருந்து இங்க வரவே போதும் போதும்ன்னு ஆகிட்டு! வழி எல்லாம் மரம் விழுந்துக் கிடக்கு, நிறையக் குடிசை வீடுகள் இடிந்து போயிருக்கு, இந்த மழையில இருக்கக் கூட இடம் இல்லாமல் மண்டபத்திலும் கோவிலிலும் மக்கள் தங்கி இருக்காங்க! உனக்கு நாளை விடுமுறை தானே?"

"ம்ம் ஆமா. இந்தப் புயல் காத்துல எப்படி நிறுவனம் ஓடும்"!

"ம்ம் சரி! நாளைக்குக் காலையிலே சென்று மக்களுக்கு உணவு ஏற்பாடு செய்வதற்கு எதும் வாய்ப்பு கிடைக்குதான்னுப் பார்ப்போம்".

"கவி!.. ஏன் நாளைக்கு? இப்பவே போகலாமே"!

"அடேய் எங்க போய் யாருட்டக் கேட்ப இந்த நேரத்துல காலையிலே போவோம் சில மருத்துவர்களைச் சந்தித்துப் பணம் பெறுவோம் பிறகு அடுத்த வேலைச் செய்வோம்"!

"ம்ம் சரிடா?" எனக் கரிகாலன் சொல்ல இருவரும் உறங்க சென்றனர்.

காலையில் விரைவாக எழுந்து நிவாரணப் பணிகளைத் தொடங்கினர், பலரும் தன்னிச்சையாக உதவிக்கு முன் வந்தனர், எல்லோரும் இணைந்து பாதிக்கப்பட்ட மக்களுக்கு உதவி செய்யவே மிக விரைவிலே மக்கள் பாதிப்பில் இருந்து மீண்டனர்.

தொண்டு, போராட்டம், ஆர்ப்பாட்டம், மறியல், அலுவலகப் பணி எனத் தொடர்ந்தது இவர்கள் வாழ்க்கை.

கரிகாலன் அலுவலகப் பணியில் வழக்கம் போல மருந்தின் தரத்தினைச் சோதித்துப் பார்த்திருந்தான் அதில் ஒரு மருந்தில் நிர்ணயிக்கப்பட்ட அளவை விட அதிக அளவு ஆர்சனிக் என்ற வேதிப் பொருள் இருந்தது இது குறித்துத் தனது மேலாளரிடம் முறையிட்டான் கரிகாலன், அவர்களோ அதை அப்படியே விட்டு அடுத்த மருந்தினைச் சோதனை செய்ய அனுப்பி வைத்தனர், கரிகாலனுக்கு மனது கேட்கவில்லை நிறுவன மேலாளரிடம் இவ்விடயத்தைக் கூறினான்,

"சார் இந்தப் பேச் மருந்தில் ஆர்சனிக் அதிகம் இருக்கு"!

"உன் மேலாளர் எங்கே? அவங்க என்ன சொன்னாங்க?"

"அவங்க அதை விட்டு அடுத்த மருந்தைச் சோதனை செய்யப் போகச் சொன்னாங்க சார்"!

"ம்ம் அப்பறம் என்ன போக வேண்டியதானே?"

"அஃது இல்ல சார் இது நிராகரிக்கப்பட வேண்டிய பேச்".

"அதை நாங்கள் பாத்துக்குறோம் எங்களிடம் சொல்லிட்டல உன் வேலை அதானே.. நீ அடுத்த வேலையைப் பாரு நிராகரிக்கிறத நாங்கள் பாத்துக்குறோம்" என்றார்.

நம்பி அடுத்த வேலையைப் பார்க்கச் சென்றான், அந்த மருந்துப் பேச் எங்கு உள்ளது என்பதையும் பார்வையிட்டான்.

"சார்"!

"சொல்லுப்பா?"

"அதில இன்னும் நிராகரித்த சீல் வைக்காமல் இருக்கு! நான் வைத்துவிடவா?"

"சரிப்பா..... வை"! என்றார் மேலாளர்.

கரிகாலனும் நிராகரிக்கப்பட்டது எனச் சீல் வைத்தான்..

மறுநாள் அந்தப் பேச் மருந்து இருந்த இடத்தில் வேறு மருந்துகள் இருந்தன. என்ன விடயம் என்று கேட்டதற்கு அதைத் திருப்பி அனுப்பிட்டோம் என்றனர்!

கரிகாலனுக்குப் பயங்கரக் குழப்பம் அதை யாருக்கு திருப்பி அனுப்ப முடியும், முழுமையா மருந்தாகச் செய்தாயிற்று இங்குச் செய்வதில் தானே தவறு நடந்துள்ளது எங்கு அனுப்புவார்கள் என்று.

எதாவிருந்து ஒரு மாதம் கழுதுக் கரிகாலனுக்குக் கடுமையான காய்ச்சல், காய்ச்சலுக்கு, தானே கசாயம் வைத்துக்கொண்டான், கவியரசன் மருந்து கடையில் இருந்து மருந்தும் வாங்கி வந்தான்,

"நான்தான் மாத்திரை எடுத்துக்க மாட்டேன்ல அப்பறம் ஏன் வாங்கி வர?"

"ரொம்ப அதிகமா இருக்குடா காய்ச்சல் மாத்திரை போட்டா தான் சரியாகும்"!

"ஓகோ! என் கொல்லுதாத்தச் சொல்லிக் கொடுத்த சித்த வைத்தியத்துக்கு முன்னாடி இதெல்லாம் ஒன்னுமே இல்லை! அப்படி என்ன கொடுத்திடப் போகிறார்கள்* எனக்கூறி மருந்தினை எடுத்துப் பார்த்தான், பார்த்துவிட்டு.....

"இதுலாம் எதுக்கு!.... டேய்! இது!.... நான்"!...எனச் சொல்லி எதையோ சித்திக்கக் தொடங்கினான்.

"அடேய் என்னாடா ஆச்சு?"

"இரு வரேன்"!

தன்னுடைய டைரியில் தான் நிராகரித்த மருந்தின் பேச் எண்களைக் கையில் வைத்திருக்கும் மருந்தின் பேச் எண்ணுடன் ஒப்பிட்டுப் பார்த்தான், ஒரே எண்!

"கவி! உன்னிடம் சொன்னேன்ல, ஒரு மருத்துப் பேச் நிராகரித்தேன்னு அதே பேச்டா இது"!

"என்னாடாச் சொல்ற? மருந்துச் செய்ற நிறுவனமா? இல்ல விசம் செய்றானுங்களா? இதைச் சும்மா விடக்கூடாது"!

"இரு! நாளைக்கே நான் நேரில் சென்று கேட்கிறேன்"!

காலையில் நேரே நிறுவனத்தில் வந்து மேலாளரிடம் கத்திக் கச்சேரி வைத்துவிட்டான் கரிகாலன், ஆனால் அது வேற மருந்து, பேச் எண் தான் ஒன்று எனச் சமாளித்தனர்,

கரிகாலனுக்கு மனம் ஒப்பவில்லை! ஆனாலும் அவர்கள் உண்மைப் போலவே கூறினர், நிராகரித்த மருந்தினை மறு ஆய்வுக்குட்படுத்திச் சரி செய்துள்ளோம் என்றனர். எனவே எல்லாம் முறையாக உள்ளது நீ குழப்பிகாதே என்றனர்,

நிறுவனத்தில் நடந்த நிகழ்வை, அன்று இரவு கவியரசனியம் கூறினான்.

"அவங்க சொல்றது நம்புற மாதிரி இல்லையே.... நீ என்ன நினைக்கிற?"

"எனக்கும் நம்பிக்கை இல்லை ஆனால் இதை எப்படிச் சரி செய்வது, இவனுங்க செய்த செயலாள் பல மக்களும் பாதிக்கப்படுவார்கள்... உடனே தடுத்து நிறுத்தனும், நாட்டின் தலைமை மருந்து கட்டுப்பாட்டு அலுவலகத்தில் ஒரு புகார் கொடுத்துவிடுகிறேன்"..

"ம்ம் அதுதான்டா சரி".... உடனே செய்திடுவோம்...

அந்தச் சமயமே புகார் கடிதம் தயார் செய்து அனுப்பினர்,

மறுநாள் நிறுவனத்தில் எல்லோரும், கரிகாலனிடம் நடந்துகொள்ளும் விதம் மாறுபட்டது,

வம்படியாகச் சிலர் தகராறுச் செய்தனர், இவன் மதிப்பீடு மருந்துகளின் தரம் சரியாக இல்லை என்ற குற்றச்சாட்டுகளை வைத்தனர், அந்நிறுவனத்தில் இருந்து கரிகாலன் வெளியேற வற்புறுத்தப்பட்டான்.

அரசாங்கம் எந்த நடவடிக்கையும் எடுத்ததாக தெரியவில்லை, மீண்டும் புகார் அனுப்பியும் பயன் இல்லை எனவே அரசின் பல அதிகாரிகளுக்கும் புகாரினை அனுப்பினான் மீண்டும் அதே நிலை...... புகார் மனுக்கள் எல்லாம் கிணற்றில் போட்ட கல்லானது. எனவே கரிகாலனே மருந்துக் கடைகளுக்குச் சென்று விசாரணைச் செய்தான் ஆனால் குறிப்பிட்ட அந்தப் பேச் மருந்துகள் எங்குமே இல்லை...

நிறுவனத்தில் அப்படியொரு பேச் இருந்த அடையாளமே இல்லை....

12

புரட்சியின் தொடக்கம்

பொங்கல் விடுமுறைக்கு கவியரசன் ஊருக்குக் கிளம்ப, கரிகாலனும் ஊர் சுற்றி வெகு நாளாகிவிட்டது, நான்கைந்து நாள் அப்படியே எங்கேனும் சுற்றி வருவோம் எனக் கிளம்பினான்.

பல்வேறு இடங்களில் பலவித மக்கள் பலப்பல பிரச்சினைகள் குறித்துப் போராட்டங்களில் ஈடுபடுவதைக் கரிகாலன் கண்டுக்கொண்டான், முடிந்த வரை சரியான போராட்டங்களுக்கு எல்லாம் தன் பங்கினைக் கொடுத்தான்,

ஒரு வாரம் கழித்து அரைக்கு வந்த கவியரசன் வழக்கம் போல் பணிக்குச் சென்றான், 23 வயதான கரிகாலனோ போராட்டத்திற்குச் செல்ல ஆயத்தம் ஆனான், இளைஞர்கள் எல்லோரும் இணைந்துச் சிறிய தீப்பொறியை உண்டாக்கும் முயற்சி செய்தனர், உடலில் பல வியாதிகளை உண்டு செய்யும் திண் பொருட்களைத் தடைச் செய்யுமாறு அரசுக்குக் கோரிக்கை வைத்துப் போராட்டம் செய்தனர், ஆனால் அந்தத் தீப்பொறிக் காட்டுத் தீயானது, நாடு முழுவதும் பெரும் போராட்டம் வெடித்தது, என்ன என்ன வியாதிகள், அந்த வியாதிகளை உண்டாக்கும் திண்பண்டங்கள் மற்றும் திண்பண்ட நிறுவனங்களுக்கும்

மருந்துப் பொருட்கள் செய்யும் நிறுவனங்களுக்குமிடையே உள்ளத் தொடர்பு என உலக அரசியலை மக்கள் பேசலாயினர், அரசாங்கம் கதிகலங்கியது, இப்போராட்டம் அரசுக்கு எதிராகத் திரும்பினால் அரசாங்கம் கவிழ்ந்து விடும் என மூர்த்தியின் அரசு எண்ணியது, இந்தக் கோரிக்கை நிறைவேற்றினால் அந்த நிறுவனங்களிடமிருந்து வரும் லட்சப்பணம் கிடைக்காதே இப்படியே விட்டா அரசையே கவிழ்த்திடுவார்கள், என்ன செய்வது எனச் சிந்தித்து, மக்களிடம்! கோரிக்கை நிறைவேற்றுகிறோம் என்று கூறி, நிறுவனத்திடமோ! "நீங்கள் தயாரிக்கும் திண்பண்டங்களை எங்கள் நாட்டினுடையது போல் விற்பனை செய்யுங்கள்" என்றான்.

ஆனால் நிரந்தரமாக அவர்களை நாட்டைவிட்டு அனுப்ப வேண்டும் எனப் போராட்டத்தை நீர்த்துபோகாமல் கரிகாலன் பாதுகாக்க, அரசு செய்துவிட்டது என, ஏமாந்து நம்பிய மக்கள், மூர்த்தித் தன் காவல் துறையை ஏவிவிட்டதும் கலைந்துச் சென்றனர், பலர் விடாப் படியாக நின்றனர் அவர்கள் மீது பொய் வழக்குகளைப் புனைந்துச் சிறையில் அடைத்தது அரசு,

தன் நண்பனைக் காணாதுத் தேடி, பின் சிறையில் இருப்பதை அறிந்து அங்குச் சென்றான் கவியரசன்,

நடந்த விடயங்களைக் கவியரசனிடம் கூறினான்,

கவியரசனுக்கோ இதுபோல் மக்களுக்கான செயல்பாடுகளில் ஈடுபட அவன் நிறுவனம் கடுமையான தடை விதித்திருந்தது, தொடர்ந்து இப்படிச் செயல்பட்டால் வேலையை விட்டு நீக்கிடுவோம் என்று மிரட்டி இருந்தது எனவே முன்பு போல் கரிகாலனுடன் வீரியமாக இவ்விடயத்தில் செயல்பட முடியவில்லை, ஆனால் அவனை வெளியே எடுக்கும் முயற்சியைச் செய்தான்.

ஆனால் கரிகாலன் வெளியே வந்ததும் இன்னும் அதிகமாக மக்கள் பணியில் கவனத்தைச் செலுத்தினான். ஒவ்வொரு ஊராகச் சென்று அம்மக்களின் பிரச்சினையைக் கேட்டறிந்து அதற்கான தீர்வுகளுக்கு உதவும் முயற்சிச் செய்தான், சில ஊர்களில் சட்டப் போராட்டம் சில ஊர்களில் அமைதிப் போராட்டம் மக்கள் திரல் போராட்டம் என, அரைக்கு வருவது எப்போதாவது அதுவும் வந்த உடனே சென்றுவிடுவதுமாய் இருந்தான்.

தமது! நாடு முழுவதும் விவசாய நிலங்களின் மண்வளத்தை அழித்து இயற்கை வாயு எடுக்கும் திட்டம், விவசாய நிலங்களை அழித்து பெரும் முதலாளிகளுக்காக சாலைப் போடுவது, விவசாய நிலங்களில் எரிவாயு குழாய்ப் பதிப்பது போன்றவற்றிற்கு எதிராக, தொழிற்சாலைகளில் இருந்து வரும் கழிவினால் மக்களுக்கு ஏற்படும் பாதிப்பை கண்டித்து, கடல்வாழ் மக்களின் வாழ்வாதாரத்தை அழிக்கும் விதமாகத் தேவையற்றத் துறைமுகங்களை அமைப்பதை எதிர்த்து, சாராயக் கடைகளை மூடச்சொல்லி எனத் தன்னிச்சையாகவும், பொதுப்படையான மக்கள் போராட்டத்திலும் பங்குப் பெறுவதுமாய் இருந்தான், இப்படியேத் தொடர, கூலி உயர்வுக் கேட்டுத் தொழிலாளிகள் போராடிய போது அவர்களுடன் கரிகாலனும் இணைந்து கொண்டான் ஆனால் அரசாங்கம் அம்மக்களை அடித்துத் துன்புறுத்தி போராட்டத்தைக் கலைத்தது, ஆனாலும் மீண்டும் தொடர்ந்து மக்கள் போராடினர்.

"ஐயா! எஸ்பி பேசுறேன், அடிச்சுக் கலைச்சுவிட்டேன் ஆனால் திரும்பவும் கூடுறாஜுங்க"!

"எல்லாத்தையும் நானே சொல்லனுமா அடிச்சு 10 பேரக் கொன்னுப் போடு அப்பதான் அடுத்த முறை போராட்டம் கீராட்டம்ன்னு வர மாட்டாணுங்க" என மூர்த்திச் சொல்ல, சொன்ன வேகத்தில் காவல்துறையினர் கண்முன் தெரியாமல்

தாக்கத்தொடங்கினர், சிலரின் மீது துப்பாக்கி சூடும் நடத்தினர், ஆயுதமில்லாது அடிப்படை உரிமை கேட்டுப் போராடியச் சாமானிய மக்கள் மீது அதிகார வர்க்கம் தனது ஆயுத வலிமையைப் பயன்படுத்தி அடக்கி ஒடுக்குகிறது என்பதைக் கரிகாலன் புரிந்துகொண்டான், 20 க்கும் மேற்பட்டோர் அரசக் கூலிப்படையால் கொல்லப்பட்டனர், மீண்டும் போராடும் வலிமை அற்றுத் துவண்டனர், எல்லோருக்கும் தன்னால் முடிந்த உதவியைச் செய்தான் கரிகாலன் இயக்கத்தினருக்குத் தகவலை கூறினான்... பின் சில நாட்கள் அங்கிருந்து மீண்டும் அரைக்கு வந்தான்

கரிகாலன் அரையில் இருக்கக் கவியரசன் பணிக்கு சென்று வந்தான். இரவு வந்து அரையில் பார்த்தால் கரிகாலன் அரையில் இல்லை, மீண்டும் போராட்டம் எதுக்கும் போய்ருப்பான்னு நினைத்த கவியரசனுக்கு அறையில் இருந்த கடிதம் திகைப்பை உண்டு செய்தது.

'வணக்கம் தோழர். என்னுடைய வாழ்க்கை இப்படிதான் என்பது என்றோ தீர்மானம் ஆகிவிட்டது, நான் செல்கிறேன் நாம் இயற்கையின் அருளால் இணைந்திருப்போம், தமிழ் போல் வாழ்வாயாக'.

கவியரசன் கடிதத்தைக் கையில் வைத்திருந்தபடியே வெளியினைப் பார்த்துச் சிந்தித்துக்கொண்டிருந்தான். அவனுக்குக் கண்கள் கலங்கியது தொண்டை அடைத்தது. ~~பார்த்தது எதும் வரவில்லை~~. அதுவரை ஒன்றாக இருந்த போது அடிக்கடிக் கரிகாலனை பார்க்க முடிந்தது, இனிவரும் நாட்களில் எல்லாம் செய்தி தாள்களில் அங்கொரு மூலையிலும் இங்கொரு மூலையிலுமாய்க் கரிகாலன் போராட்டத்தின் போது கைது என்ற செய்தியே பார்க்க முடிந்தது.

தொடர்ந்து பல ஊர்களுக்கும் பயணம் செய்து அந்தந்த ஊர் மக்களிடம் பேசி அவர்களின் பிரச்சினைகளை அறிந்து அதற்குத் தீர்வுகளைக் கொடுக்க முயற்சித்து வந்தான், இதே காலத்தில் கூடுதலாக இன்னும் சில இளைஞர்கள் இத்தகைய ஒத்த கருத்தில் சந்திப்புகள் இன்றிப் பயணித்துக்கொண்டும் இருந்தனர் அவர்களில் குறிப்பிடத்தக்க போராளி தென்னரசன், அறியாமையில் மூழ்கி கிடக்கும் தமிழ் மக்களை அரசியல் அறிவுட்டி அவர்களின் வாழ்வை மேம்படுத்தும் திட்டங்களைக் கொடுத்து, அம்மக்களின் வாழ்வுக்கு இடைஞ்சலாக இருக்கும் அரசியல் பிரச்சினைக்குத் தீர்வாய் செயல்திட்டங்களை வகுத்துக்கொண்டும் இருந்தார்... கரிகாலனுக்கும் தென்னரசனுக்கும் பழக்கம் ஏற்பட்டது மக்களுக்கான போராட்ட களத்தில்தான், அடிக்கடி பார்த்துக்கொண்டால் தங்களை இருவரும் அறிமுகம் செய்துக்கொண்டனர், கரிகாலனை விட வயதில் மூத்தவர் தென்னரசன், ஆயினும் தோழர் என்ற முறையிலே பேசிக்கொண்டனர்.

கரிகாலன், எத்தனை அடக்குமுறையை அரசு கையாண்டாலும் அகிம்சை வழியும் சட்ட வழியிலும் தீர்வு கிடைக்கும் என நம்பி போராடும் நபர், தென்னரசன் மிகவும் தெளிவாக இருந்தார், இந்தச் அரச அதிகார வர்க்கம் தங்களுக்கு ஏதுவாகச் சட்டத்தைப் பயன்படுத்துமே தவிர அது மக்களுக்காக முழு மூச்சாகச் செயல்படாது அப்படிச் செயல்படாத படி அதிகார வர்க்கம் பார்த்துக்கொள்ளும், கண்துடைப்பாக அங்கொன்றும் இங்கொன்றுமாய் மக்களுக்காகதான் இந்த அரசு அமைப்புமுறை என்பது போல் சில விடயங்கள் நடக்கும், அதைக் கண்டு ஏமாறக்கூடாது, ஏற்கனவே அநீதியால் அமைக்கப்பட்டிருக்கும் இந்த அமைப்பு முறையை முற்றிலும் சரி செய்யாமல் வெறுமனே நாம் போராடிக்கொண்டிருப்பதால் எந்த நன்மையும் பெரிதாக மக்களுக்குக் கிடைக்காது என்ற வழியில் பாராளுமன்ற சனநாயகம் என்பது மக்களை ஏமாற்றும் வழிமுறையே

மக்களுக்கான அரசு மக்கள் புரட்சியில் முழைக்கும் என நம்பிக்கை கொண்டிருந்தார். இவ்விரு போராளிகளையும் இணைக்கும் புள்ளி மக்கள்.

பல்வேறு போராடங்களில் மக்களுக்காகப் பங்கெடுக்கும் கரிகாலன் மீது அரச அதிகாரவர்க்கம் கண் வைக்கத் தொடங்கியது, வீரியமாகச் செயல்படும் நபர்களை ஏதேனும் ஒரு வழியில் முடக்கிவிட்டால் அப்போராட்டங்கள் முடக்கப்படும் எனவே கரிகாலனை முடக்கி போட திட்டம் தீட்டியது அரசு.

"ஐயா! இன்னும் ஒரு வாரத்தில் அந்தக் காட்டு பகுதியை முழுசா ஆயில் கம்பெனிக்கு கொடுக்கனும்" மூர்த்தியின் உதவியாளர் கூறினார்

"இதுலாம் ஒரு விடயம்ன்னு என்னட்டச் சொல்லிட்டு இருக்க?"

"இல்லைங்க! அந்தக் காட்டுவாசிப் பயலுகள என்ன செய்றதுன்னு?"

"ஏற்கனவே யானைகளக் கொன்னு தந்தத்தை எடுத்துட்டு, யானையை அங்கதானே போட்ருக்கோம்?"

"ம்ம் ஆமாங்க! அதோட அங்க இருக்கவனுங்க மேல கொலை வழக்குக் கூடப் பதிஞ்சோம்! சில பயலுக சிறையிலதான் இருக்கானுங்க"!

"அப்பறம் என்னடா! கட்டுபாகுதிக்கு ஆபத்து விளைவிக்கிறீங்க, நிறையத் தவறுகள் நடக்குது அப்புறப் படுத்துறோம்ன்னு முடிச்சிவிடுங்க! ரொம்ப அடம் புடிச்சா சில பயலுக கொன்னுப் போடுங்க, மொத்தப் பயலுகளும் உயிருக்குப் பயந்து கொன்னுருவோம்ன்னு ஓடிருவானுங்க"!

"ம்ம் சரிங்க"!

மறுநாள் காலை விடிந்தது, அதிகாலையிலே மூர்த்தி எழுந்துவிட்டான், எழுந்ததும் அதிகாரிகளுக்கு அழைப்பு விடுத்தான், "போனதுமே அடிச்சுத் துரத்திடாதா? ஒரு தண்டோரக் கொடுங்க எப்படியும் கிளம்ப மாட்டானுங்க, அப்பறம் நம்மக் கட்சி காரனுங்கக் கொஞ்ச பேர அனுப்பி வைக்கிறேன் அவங்கச் சொல்றப் படி நடத்துகோங்க" என மூர்த்திச் சொன்னதும் ராமப்பையன், ஆணையாகக் கூறினான் காவல் அதிகாரிகள் சரி என மண்டையை ஆட்டிக் கொண்டு எழுந்தனர்.

அரசின் திட்டப்படியே காலையிலே காட்டுபகுதியில் தண்டோராக் கொடுக்கப்பட்டது, அதன்பின் நடந்த நிகழ்வுகள் முன்பே நாம் அறிந்தோம்.

பவானியின் உதவியுடன் ஆயுதப் பயிற்சியை மேற்கொண்டனர் இளைஞர்கள், ஆயினும் இன்னும் அம்மக்களில் ஒரு பகுதியினர் அகிம்சை போராட்டத்தை முன்னெடுத்தனர், "இந்தப் பிரச்சினையை வெளி உலகத்துக்குத் தெரியப்படுத்தனும் இல்லையென்றால் நம்மை இங்கேயே கொன்னுப் போட்டுப் போய்ருவானுங்க எனவே நீங்கள் ஒரு வழியில் போராடுங்கள் நாங்கள் இன்னொரு வழியில் போராடுகிறோம்" என்றான் செல்வன்

"அதுவும் சரிதான்"என்றான் மாரியப்பன்.

காட்டுக்குள் வசிக்கும் மக்கள் பொதுவெளிக்கு அன்றே வந்தனர், போராட்டத்தில் ஈடுபட்டனர், ஊர் ஊராகப் பயணித்து மக்களின் பிரச்சனையை அரசுக்கும் சட்டத்திற்கும் கொண்டுச்சென்று போராடும் கரிகாலனுக்கு இது தெரியாமல் எப்படி இருக்கும், தங்களின் நிலத்தில் அதிகாரவர்க்கத்திடம் இருந்து காப்பாற்றப் போராடும் இத்தகைய மக்களுக்கு ஆதரவாகக் கரிகாலனும் வந்தான், ஆனால் அரசு தரப்பில் இருந்து கூலிப்படையாக மக்களைக் கொலைச் செய்ய

வந்தவர்கள் எல்லாம் மக்களால் கொல்லப்பட்டது அரச அதிகார வர்க்கத்தில் எப்படிப் பூகம்பத்தைக் கிளப்பாமல் இருக்கும், ஆனாலும் இத்தனை பேர் ஏன் இறந்தனர் என்ற கேள்விக்கு மூர்த்திச் செய்த சதி! "குறிப்பிட்டக் காட்டுபகுதியில் பயங்கரவாதிகள் உள்ளனர் எனவே அவர்களைப் பிடிக்கச் சென்ற நம் அரசப்படையின் ஆட்களை மாறுவேடத்தில் அனுப்பினோம் ஆனால் அவர்களைக் கொன்று விட்டார்கள், நாட்டின் பாதுகாப்புக்கு மிகவும் அச்சுறுத்தலாக இருக்கும் இக்குழுவை அழிக்கக் கூடுதலாகப் படையை அனுப்ப உள்ளோம் நாட்டிற்காக உயிர் தியாகம் செய்த வீரர்களை எண்ணி என் நெஞ்சம் பெருமிதம் கொள்கிறது, கண்கள் கலங்குகிறது, அவ்வீரர்களின் உயிர்தியாகத்திற்கு ஈடாக அந்தத் தீவிரவாத குழுக்களைக் கூண்டோடு அழிப்போம், அவர்களிடத்தில் இருக்கும் அதிநவீன உலக வல்லாதிக்க நாடுகளின் ஆயுதங்கள் அவர்களுக்கு எப்படிக் கிடைத்து, எந்தத் தீவிரவாதக்குழு அவர்களுக்கு உதவிச் செய்தது போன்ற விடயங்களை அரசு சேகரித்து வருகிறது". என்றவாறு கதைக் கட்டிவிட்டார் மூர்த்தி..

தம் நிலத்தினை அபகரிக்க வந்து, மக்களை அநியாயமாகக் கொலைச் செய்த அநீதிக்கு எதிராக அருவால், கம்பு, கத்தி போன்றவற்றை ஆயுதமாக்கி போராடிய இம்மக்களைத் தீவிரவாதிகள் எனப் பட்டம் கொடுத்தான் மூர்த்தி, அதற்கு எதிர்கட்சியாக இருக்கும் திருமலையும் மறுப்ப கூறாகு "ஆம" என்றார், இல்லையென்றால் அவருக்கு இதில் கமிசன் கிடைக்காதே.

13

அதிகாரத்தின் கோர முகம்

இப்படியான கொடூர திட்டம் அரசு செய்துள்ளது என்பதை அறியாத இளைஞர்கள் சாதரண ஆயுதங்களை வைத்து இவர்களை எதிர்த்து நிலத்தையும் தம் மக்களையும் காப்பாற்றும் எண்ணத்தில் இருந்தனர். எங்களை இந்நிலத்தை விட்டு வெளியேற்றக் கூடாது, இதுதான் எங்கள் நிலம் என்ற கோரிக்கையுடன் காட்டுக்குள் இருந்து பொதுவெளியிலும் மக்கள் போராட்டத்திற்கு வந்தனர், இவ்விடயம் அறிந்த கரிகாலன் அம் மக்களுடன் போராட்டத்தில் ஈடுபட்டான், சிறுக சிறுகப் போராட்டமானது அனைத்து மக்களின் போராட்டமாக மாறியது, மக்களின் ஆதரவு பெறுகியது.

"இதை இப்படியே விட்டால் ஆயில் கம்பெனி முதலாளிக்குப் பதில் சொல்ல முடியாது! கொடுத்த பணத்தைத் திருப்பிக் கேட்பான்! என்னத்தச் செய்தாவது கூட்டத்தைக் கலைத்து விடுங்கள்" என்றான் மூர்த்தி!

சரி என அதிகாரிகளும் மண்டையை ஆட்டினர்.

தன்னிச்சையாக உருவான போராட்டம் ஒழுங்கமைவான வடிவத்தைப் பெற்றால் ஆட்சிக்கு ஆபத்து என உணர்ந்துப், போராடும் மக்களுக்கிடையே கலவரத்தைத் தூண்டுமாறு கட்டளையிட்டான் மூர்த்தி!

அதிகாரிகள் தங்களின் உளவு ஆட்களை அனுப்பிப் போராட்டக் காரர்கள் போல் போராடும் ஆட்களுக்குள் கலந்து விட்டனர், அவர்களின் மூலம் போராட்டக்காரர்கள் இடையே முதலில் சாதியத்தைத் தூவினர்,

அருகில் இருக்கும் நபரைத் தள்ளி அமரச்சொல்லி, கலகத்தைத் தொடங்கினர், விரைந்து அவ்விடம் வந்த கரிகாலன் அவர்களின் சூழ்ச்சியை அறிந்து, பிரச்சனைத் துவங்கிய நபரிடமும் அவனுக்குத் துணையாக இருந்த நபர்களிடமும் விசாரணை செய்தான்,

அரசாங்கத்தின் இன்னொரு உளவாளி கரிகாலனை நோக்கி..... "நீ என்னடா அவனுங்களுட்ட பேசிட்டு இருக்க நீயும் அவனுங்க கூட்டுதானே.... ஆமா........ நீ யாரு? நாங்கள் போராடுறோம் நீ தலைமையாகலாம்ன்னு பாக்குறியா?" என்றான்.

கரிகாலனுக்குத் தெளிவாகியது இரு பக்கத்திலும் ஆட்களை இறக்கியுள்ளார்கள் என்பது,

"இங்கு நடத்தப்படும் போராட்டமானது இந்நிலத்தில் வாழும் இம்மக்களின் உரிமையை மீட்கும் போராட்டம் அதற்கு உறுதுணையாக அனைத்து மக்களும் வர வேண்டும் என்பதும் பக்க பலமாக இருக்க வேண்டும் என்பதுமே நியாயம், அப்படி வரும் மக்கள் உண்மையில் தங்களுக்குள் வேறுபாடு கருதமாட்டார்கள் அப்படி வேறுபாடு கருதும் நபர்களாயின் அவர்களின் பின்புலத்தை ஆராய வேண்டியது நம் கடமையாகிறது" என்று பேசிக்கொண்டிருக்கக் கூட்டத்திற்கு மாரியப்பன் வந்தான்.

கரிகாலன் பேசுவதைக் கேட்டுக் கொண்டிருந்தான்.

"அப்படியாகவே விசாரணை செய்ய முன் வந்தேன் இப்போராட்டத்தை நான் உருவாக்கவில்லை இப்படிப்

போராடும் சூழலை உருவாக்கியது அரசுதான், அவர்களின் கொடுங்கோண்மைக்கு எதிராக இம்மக்கள் ஒருங்கிணைத்த போராட்டம் தான் இது, விசாரணை நடத்துவதால் நான் எப்படித் தலைமை ஆக முடியும்" எனக் கரிகாலன் சொல்ல மாரியப்பன் குறிக்கிட்டான்,

காட்டுப்பகுதி மக்களுக்கு ஆதரவாகப் பேசுவது போல் நடித்த உளவாளி நபரை நோக்கி, "அவர் கூறுவது சரிதான், நீ யார்?"

"சின்னப் பையன் என்னய்யப் பாத்து யார்ன்னு கேட்கிறான் வேடிக்கை பாக்குரீங்க உங்களுக்காக வந்ததுக்கு எனக்குத் தேவைதான்"..

"அதானே நீ யாராடா? திடீரென வந்து எங்களைக் கேள்வி கேட்கிறாய்" எனச் சில உளவாளிகள் கேட்க,

போராடும் மக்களில் இருந்து ஒரு சிலர் குரல்களை எழுப்பினர்,

"கரிகாலன் சொல்வது உண்மைதான் நம்மிடையே சில கூலிப்படையினர் உள்ளனர், அவர்கள் போராட்டத்தைக் கலைக்க நம்மிடையே கலவரத்தைத் தூண்டும் முயற்சியைச் செய்கிறார்கள், மாரியப்பன் யார் என்று எங்களுக்குத் தெரியும் இந்த விவாதத்திற்குக் காரணமான நீங்கள் யார்?" என உளவாளிகளை நோக்கி கேள்வியை எழுப்பவே உளவாளிகள் திக்குமுக்காடித் திருதிருவென முழித்தனர்,

"நாங்களா! நாங்கள்... நாங்கள்!... எல்லாம் உங்களுக்காகத் தானே வந்துருக்கோம்"!

"அஃது உண்மையென்றால் இங்கிருந்து வேறுபாடு பார்க்க வாய்ப்பில்லை அப்படி வேறுபாடுப் பார்த்து ஆதரிக்கும் நீங்கள் வெளியேறலாம்" என்றான் மாரியப்பன்.

'இதற்கு மேல் விவாதித்தால் அடி விழும் எனவே இவ்விடம் விட்டு அமைதியாய் நகர்வோம்' என்று மனதிற்குள் நினைத்துக்கொண்டு நகர்ந்தனர்.

கரிகாலன் அருகில் வந்த மாரியப்பன், "வணக்கம், நீங்கள் பேசியவற்றைக் கேட்டேன் தங்களைக் குறித்துக் கேள்விபட்டிருக்கிறேன், இத்தகைய விவரங்களை எவ்வாறு நீங்கள் அறிகிறீர்கள் எங்கள் குழுக்களுக்கும் ஆலோசனைத் தர முடியுமா" என்றான்...

அதற்குக் கரிகாலன், "தோழரே நான் ஆலோசனை தரும் அளவிற்கு எதும் அறிந்தவன் இல்லை, தங்களின் குழு என்று கூறினீரே அஃது என்ன குழு?"

"நாங்கள் ஆயுதம் ஏந்தி! எங்கள் மக்களுக்கு நாங்களே அரணாக இருக்க முடிவு செய்துள்ளோம், ஆயுதம் வேண்டாம் என்று முடிவெடுத்த மக்கள் அகிம்சை வழியில் போராடுகிறார்கள், ஆயுதப் போராட்டத்தை விட மக்கள் மத்தியில் அகிம்சைக்கு நல்ல வரவேற்பு"!

"சரி தோழர், அப்படியானால் நான் தென்னரசு அவர்களிடம் இது குறித்துப் பேசுகிறேன் அவர் தங்களின் குழுவிற்கு அரசியல் ஆலோசனையோடு அரசியல் வகுப்பும் எடுப்பார், அவரை விடச் சிறந்த ஆசிரியர் இல்லை"....

"மகிழ்ச்சி தோழர்! நான், எங்கள் குழுவினரிடம் இவ்விடயம் குறித்துக் கூறிவிடுகிறேன்" என்று காட்டினுள் நுழைந்தான் மாரியப்பன்.

ஆயுதம் தாங்கிய போராளிக் குழுக்களின் எண்ணிக்கை அதிகரிக்கவே இல்லை அதே நேரம் அகிம்சை போராட்டத்தில் எண்ணிக்கை அதிகரித்துக்கொண்டே போனது,

இந்த நேரத்தில் எல்லோருக்கும் ஓடி ஓடி உதவி செய்தும் அவர்கள் உடல்நிலை குன்றும் போது மருத்துவ

உதவி செய்தும், உணவுக்குத் தேவையான ஏற்பாடு செய்தும் போராட்டத்தின் போது புரட்சிகரப் பேச்சுகளைக் பேசியும் போராட்டத்தை வீரியமாக எடுத்துச் செல்ல கரிகாலன் பேருதவியாக இருந்தான், அகிம்சை போராட்டமாகவும் பொது மக்கள் மத்தியில் பேசப்படும் போராட்டமாகவும் இருப்பதால் வெறுமனே அரசாங்கத்தால் துப்பாக்கிச் சூடு நடத்தவும் முடியவில்லை, அவர்களைத் தாண்டி காட்டினுள் இருக்கும் போராளி குழுக்களை நெருங்கவும் முடியவில்லை. போராட்டத்தில் இருந்த கரிகாலன் வெளியே சென்று சில நபர்களைச் சந்தித்துத் தென்னரசனிடம் தாம் சந்திக்க விரும்புவதாகவும் இந்தச் செய்தி கிடைத்த உடன் காட்டுப் பகுதியில் நடக்கும் போராட்டத்தில் வந்து சந்திக்குமாறு சொல்லியிருந்தார்.

அரசு தலைமை அலுவலகத்தில் ஒரே பரபரப்பு.... ஆலோசனை கூட்டத்தை மூர்த்திக் கூட்டினான், அமைச்சர்கள் மூத்த அரசியல்வாதிகள், எதிர்கட்சியின் முக்கியசுதர்கள், அதிகாரிகள் என எல்லோரும் கூடினர்!

சுத்தி அமர்ந்துகொண்டு அமைதியாக இருந்தனர்! முதலில் எதிர்கட்சி தலைவர் திருமலை பேசினான்,

"போராட்டத்தை இப்படியே வளரவிட்டால் நம்மச் சோலி முடிஞ்சிடும்! என்ன செய்றதா உத்தேசம்?"

"என்ன செய்றதுன்னு பேச தான் எல்லோரையும் அழைச்சிருக்கேன்!"

"மூர்த்தி, நாம என்னதான் மக்களுக்கு முன்னாடி சண்டக் காரனுங்க மாதிரிக் காட்டிகிட்டாலும் நமக்குள்ள சண்ட என்னமோ யாருக்கு 60 சதவீதம் யாருக்கு 40 சதவீதம்ன்றதுதான், இந்தப் போராட்டத்தை வளர விட்டா மூன்றாவதாக ஒரு கூட்டம் உருவாகிடும், அது கமிசன் வாங்கிட்டு கம்முன்னு இருந்தாலும் பரவாயில்லை நமக்கும்

தொல்லை கொடுத்தானுங்கன்னா என்ன செய்ய? நீ அந்தக் கும்பல எப்படி வேண்டுமானலும் கலைச்சிடு, எதிர்கட்சியான நான் அதை நாட்டின் பாதுகாப்பு, தீவிரவாதம், தேச விரோதம்ன்னு உருட்டி உனக்கே ஆதரவா நின்னுடுறேன். இப்ப நீ தான் முடிவு செய்யனும்".

"அது சரிதான்... இன்னும் கொஞ்ச நாளைல தேர்தல் இருக்கு இந்த நேரத்துல கை வச்சா அடுத்தத் தேர்தலில் நாங்கள் மண்ணதான் கவ்வனும்".

"எதிர்கட்சி நான்தானே நானே சொல்றேன் அப்பறம் என்ன?"

"நீ சொல்ற திடிரெனக் கவுத்துவிட்டின்னா என்ன செய்ய?"

"ஐயா! நாம ஏற்கனவே போட்ட திட்டத்தையே செயல்படுத்துவோம், தீவிரவாதிகள் போரட்டம் என்ற பெயரில் உள்ள புகுந்துட்டாங்கன்னுப் பத்துப் பேரச் சுட்டுக் கொன்னுட்டு அவனுங்களையே தீவிரவாதிகள் எனச் சொல்லி கலைச்சிடுவோம், அப்பறம் காட்டுகுள்ள இருக்குற பூராப் பயலுகளையும் போட்டுத் தள்ளிட்டு ஆயுதங்களைக் கைபற்றியுள்ளோம், போதை மருந்துகள் கிடைத்திருக்குன்னு ரிப்போட் தயார் செய்திடாலாம்" என்றான் ராமப்பையன்.

"ம்ம் என்னாங்கய்யா இந்தாளு சொல்றபடி செஞ்சிறலாமா? ஆயில் கம்பெனிக் காரனுங்க கொடுத்த பணம் எல்லோருக்கும் வந்து சேர்ந்துச்சல? அவன் மனசு நோகாம நடந்துக்கனும்ய்யா" என்று சொல்லி மூர்த்திச் சிரித்தான்!

ஆலோசனை கூட்டம் முடிந்து வெளியே வந்தனர்! வெளியே செய்தியாளர்கள் காத்திருந்தனர், திருமலை வந்ததும் என்ன விடயம் என்றனர்,

"நாட்டின் பாதுகாப்புக்கு அச்சுறுத்தல் உள்ளது தீவிரவாதிகள் உள்ளே ஊடுறுவி உள்ளனர் அது குறித்து விவாதித்தோம்"

மற்றவர்களும் அப்படியே கூறினர்.

மூர்த்தியும், "நாட்டில் தீவிரவாதிகள் ஊடுறுவி உள்ளனர் அரசு எடுக்கும் நடவடிக்கைகளுக்கு மக்கள் துணைபுரிய வேண்டும்" என்றார்.

இதே நேரத்தில் போராட்டத்தைப் பற்றியும் செய்திகள் வெளியிடப்பட்டது செய்தி நிறுவனங்களால், அத்தோடு கரிகாலன் பெயரையும் போராட்டத்தில் ஈடுபட்டிருக்கும் சிலரது பெயரையும் அவரவர் புகை படங்களை இணைத்து இவர்கள் மீது பல வழக்குகள் நிலுவையில் உள்ளது பல்வேறு தேசத் துரோக செயல்களில் ஈடுபட்டுள்ளனர், இவர்களே இந்தப் போராட்டத்தில் ஈடுபட்டுள்ளதாக உளவுத்துறை அறிக்கைக் கொடுத்துள்ளது, நாட்டின் பாதுகாப்பிற்கு அச்சுருத்தலாக இருக்கும் தீவிரவாதிகள் முன்னெடுக்கும் இப்போராட்டத்தை உடனே கலைக்க வேண்டும் என அரசு கூறுவதாகச் செய்திகள் வெளியாகின.

காவல்துறையினர் போராட்டம் நடக்கும் இடத்தில் குவிக்கப்பட்டிருந்தது, இன்று வன்முறையில் ஈடுபடுவதாக உள்ளனர் எனத் தகவல் வந்துள்ளது எனவே, பாதுகாப்பிற்காக வந்துள்ளோம் என்றது காவல் துறை... வெகு நேரம் அமைதியாக நடைபெற்றது போராட்டம் ஆனால் காவல்துறையினரின் எண்ணிக்கைக் கணிசமாக அதிகரித்துக்கொண்டே இருந்தது, திடிரெனக் கற்கள் வீசப்பட்டன! எல்லோரும் அமைதியாக இருக்கும் படி கரிகாலன் கட்டுபடுத்தினான், அதற்குள் பொது வெளியில் இருந்த சில குடிசை வீடுகள் தீ பற்றி எரிய துவங்கியது என்ன நடக்கிறது என்று மக்களுக்குப் புரியவில்லை, மக்களில்

சிலர் குடிசையில் பற்றி எரியும் தீயினை அணைக்க ஓடினர். போராட்ட காரர்கள் கலவரத்தில் ஈடுபடுகிறார்கள் எனக் காவல்துறையினர் தாக்குதலைத் தொடங்கினர். மக்களுக்கு அவர்களின் அரசியல் விளையாட்டு தெரியாததால் குழப்பம் அடைந்தனர். பதில் தாக்குதல் செய்ய மக்களும் ஆயத்தம் ஆனார்கள். ஆனால் அவர்களிடம் வெறும் கைகள் மட்டுமே இருந்தது. காவல் துறையினர் புகைகுண்டுகளைப் போட்டோ தண்ணீர் பாய்ச்சியோ கூட்டத்தைக் கட்டுபடுத்த வில்லை. அவர்கள் நோக்கம் என்னவோ அதைத் தானே செய்வார்கள். நேரே துப்பாக்கியை எடுத்துக்கொண்டு வேட்டைக்கு இறங்கினர். கரிகாலன் உட்படக் குறிபிட்ட சிலரின் புகைபடங்கள் எல்லாக் காவல்துறையினரிடமும் இருந்தது. குறி வைத்து அவர்களைத் துப்பாக்கியால் சுட்டனர். மக்களைக் காவல்துறையினரிடம் இருந்து கரிகாலன் காப்பாற்றிக்கொண்டிருக்கும் போது அவனை நோக்கி ஒரு தோட்டா வந்தது. அது நேரே அவனின் நெஞ்சில் பாய்ந்தது அத்தோடு அவன் மயக்கமடைந்து கீழே விழுந்தான். 17 பேரைச் சுட்டு கொலை செய்தது அரசப்படை.

போராட்டம் செய்த மக்களின் கண்கள் கலங்கியும், புலம்பியபடியும் அங்கும் இங்கும் ஓடிக்கொண்டிருந்தனர். இறந்த உடல்களைக் காவல்துறையினர் அப்புறப்படுத்திக் கொண்டிருந்தனர். எல்லா உடல்களையும் ஒரிடத்தில் போட்டனர். செய்தியாளர்களும் அங்குக் குவிக்கப்பட்டனர். இறந்துகிடப்பவர்களைச் சுட்டிகாட்டி இவர்கள் எல்லோரும் தீவிரவாதிகள் எனக் கூறிவிட்டு இவர்கள் இந்நாட்டில் ஊடுருவிய நாள் முதலே கண்காணித்து வருகிறோம். இவர்களிடம் இருந்து பெறப்பட்ட ஆயுதங்கள் என்று "செலாட்டின் குச்சிகளையும் ஒரு நாட்டு வெடிகுண்டையும் ஒரு கைதுப்பாக்கியையும்" காட்டினர். காவல்துறையினர்.

"சார், இவங்க யார் சொல்லி உள்ள வந்தாங்க? அவங்க திட்டம் என்ன?",

"இவங்க பிரபலமான தீவிரவாத இயக்கத்தைச் சேர்ந்தவங்க, அமைதி பூங்காவாக இருக்கும் நம் நாட்டில் பல இடங்களில் வெடிகுண்டு வைப்பது அவர்களின் திட்டம்".

*சார், இவங்களுக்கு யார் தலைமை?"

கரிகாலன் புகைப்படத்தைக் காட்டி, "இவன்தான் இன்னும் 24 மணி நேரத்தில் இவனைப் பிணமாக அரசுக்கு ஒப்படைப்போம், நெஞ்சில பட்ட துப்பாக்கி குண்டு காயத்துடன் தப்பிச்சிருக்கான் ரொம்பத் தூரம் போக முடியாது இங்கதான் எங்கயாவது பிணமாகக் கிடப்பான்".

நாட்டைத் தீவிரவாத தாக்குதலில் இருந்து காப்பாற்றிய அரசு எனச் செய்திகள் வெளியானது. அத்தோடு போராடிய கூட்டம் சில்லு சில்லாக உடைந்தது.

மூர்த்தி அதிகாரிகளிடம் பேசினான், "யோவ் இன்னும் சில பேரு காட்டுகுள்ள ஒழிச்சிருக்காங்கன்னு அந்தப் பொடி பயலுகளயும் கொன்னுட்டு வாங்க".

"ஐயா! உள்ள போன நம்மாட்கள் 20 பேரை கொலை செஞ்சிருக்காங்க இந்த முறை 100 பேராவது உள்ள போனாதான் சரியா இருக்கும்"!

"யோவ்! தீவிரவாதின்னு சொல்லியாச்சில அப்பறம் என்ன 100 பேர தாராளமாகக் கூப்பிட்டு போங்க, அப்பறம்! இத்தனை பேரு போறோமேன்னு வெறுங்கைய வீசிட்டுப் போய்றாதிங்க, திட்டம் நாசமா போய்ரும்"...

"பத்து நாள் தேடுதல் பணின்னு கத விடுங்கள் அப்பறம் இந்தக் காட்டுலதான் இருக்காணுங்கன்னு சொல்லுவோம். என்னய்யா சரி தானே.

"ம்ம் ஆமாங்க ஐயா"!

"யோவ்......... அவன் பெயர் என்ன? எல்லா இடத்துக்கும் வந்து தலைய காட்டுவானே?"

"கரிகாலன்" ங்க ஐயா!

"ம்ம் அவன்தான்... அவன விட்ற போறிங்க"!

"இல்லைங்க ஐயா அவனையும் முடிச்சிடுறோம்",

"பத்து நாள்லாம் காத்திருக்க வேண்டாம் முன்னாடியே அவன தேடுங்க"

"ம்ம் சரிங்க ஐயா"!

கரிகாலனைத் தேடும் பணியை அரசு தீவிரபடுத்தியது, பத்திரிகைகளில், விளம்பரங்களில் கரிகாலன் புகைபடத்தைக் காண்பித்துத் தேடப்படும் தீவிரவாதி எனவும் தகவல் கொடுப்பவர்களுக்குச் சன்மானம் எனவும் அறிவிப்பு கொடுத்து அரசு.

கரிகாலனின் புகைப்படத்தை பார்த்த, கரிகாலனின் சொந்த ஊர் மக்களுக்கும் உடன் படித்த பள்ளி கல்லூரி நண்பர்களுக்கும் உடனே தெரியும்படி அவனுடைய அடையாளம் இல்லை, களைந்துவிடப்பட்ட கோரை தலைமயிரும், இறுக்கம் இல்லாத தொளதொளவென அழுக்கடைந்த ஆடையும், முகத்தை மறைக்கும் அளவிற்கு பண்டி கிடந்த தாடியும் மீசையும், அதன் உள்ளே மறைந்து கிடக்கும் ஒட்டிய கன்னங்களும், காவல்துறையினரால் பல முறை பல மக்கள் போராட்டங்களில் தாக்குதலுக்குள்ளபோது ஏற்பட்ட காயங்களும் அவனின் முந்தைய உருவ அமைப்பை நினைவுக்கு கொண்டு வரவில்லை பலருக்கும், தெரிந்தும் சிலர் வெளிப்படுத்தவில்லை! கரிகாலனை தெரியும் என்றால் தங்களின் பெயரையும் தீவரவாதிகளின் பட்டியலில் இணைத்து விடுவார்கள் என்ற பயம்.

ஆகினும் மக்களுக்காக போராடும் பல இயக்கத்தினரும் தங்களுடைய ஆதரவையும் குரலையும் உயர்த்தினர், அத்தகைய இயக்கங்களையும் கரிகாலனுக்கு ஆதரவு தெரிவித்த சிறிய கட்சிகளையும் தேசத் துரோகிகள் எனத் தடைச் செய்தது அரசு, இந்தச் செய்திகளைப் பார்த்த கவியரசன் பெரும் அதிர்ச்சி அடைந்தான். ஏனெனில் இஃது ஒரு வலைபின்னப்பட்ட சதி என்பது நன்றாகவே தெரிந்தது, 'குறி வைத்துக் கரிகாலனை கொல்லச் சதி செய்துள்ளனர், என்ன இப்போ துரோகம் செய்தான் தேசத்துக்கு, இவனுங்க ஊர அடிச்சு ஓலையில போட்டு திங்கிறானுங்க நாட்டையே வித்து அழிக்கிறானுங்க அதைத் தட்டி கேட்டால் தீவிரவாதியா›? என்று மனதுக்குள் கேட்டுப் புலம்பினான், வெளிப்படையாகப் பொது வெளிக்குக் கொண்டு செல்லும் தைரியம் அவனுக்கு இல்லை எனவே இப்படி, ஆயினும் தேடிக்கொண்டு தான் இருந்தான்.

அரசப்படையினர் கலவரம் செய்து துப்பாக்கிச் சூடு நடத்திய போது குண்டடிப்பட்டுக் கீழே விழுந்த கரிகாலனை தென்னரசன் தூக்கிச் சென்று காட்டுப் பகுதியில் இருந்து வெகுதூரத்தில் ஆற்றுக்கு அப்பக்கம் இருக்கும் வைத்தியர் வீட்டுக்குச் சென்றடைந்தார்..

"வைத்தியரே",

வீட்டின் உள்ளே இருந்து வைத்தியர் வந்தார்,

"ஐயோ! என்ன இது? வேகமாக உள்ள எடுத்து வா! தென்னரசா",

கரிகாலனை உள்ளே சென்று ஒரு படுக்கையில் படுக்க வைத்தார், நெஞ்சில் துப்பாக்கி குண்டு ஏற்படுத்திய காயத்தில் சிகிச்சையை தொடர்ந்தார் வைத்தியர், முதலில் மேலாடையைக் கிழித்துக் குண்டு பட்டிருக்கும் இடத்தைச் சுத்தம் செய்து வலி தெரியாமல் இருக்கச் சில மருந்துகளைக்

கரிகாலன் வாயில் ஊற்றினார், சில மருந்தினை காதில் ஊற்றினார், பிறகு அறுவை சிகிச்சைச் செய்து உள்ளே இருக்கும் குண்டுகளை வெளியே எடுத்து கிழித்த இடத்தை மீண்டும் தைத்தார்.

"நல்ல வேலை தென்னரசா துப்பாக்கி குண்டு ஆபத்து விளைவிக்கும் வகையில் நெஞ்சில் பாயவில்லை, நல்லபடியாக உயிர்தப்பித்தான்",

ம்ம் அவனுக்கு இயற்கை சில பணிகளை மிச்சம் வைத்துள்ளது" என்றார் தென்னரசன்,

வைத்தியருக்கும் தென்னரசனுக்குமான பழக்கம் வெகு நாட்களாக உண்டு, அவ்வூர் பகுதியில் இருந்த மகிழுந்து உற்பத்திச் செய்யும் நிறுவனம் தங்களின் அதீதத் தேவைக்கு மக்கள் குடிநீராகப் பயன்படுத்திய ஆற்று நீரை எடுத்துக்கொண்டு அவாற்றிலே கழிவுகளைக் கலந்துவிட்டதில் ஆற்று நீர் அதிக மாசடைந்திருந்தது, அதே நீரைத் தொடர்ந்து மக்கள் பயன்படுத்தியதில் பலருக்கும் பல்வேறு வியாதிகள், அதிகபட்சமாக விசகாய்ச்சல், பாம்பு கடி, தேள் கடி, கால் முறிவு, கை முறிவு என இயற்கையாக ஏற்படும் பிரச்சனைகளுக்குத் தீர்வு தேடி வைத்தியரிடம் வரும் மக்கள் முதன் முறையாகப் புதுப்புதுக் கொடிய வியாதிகளால் பாதிப்படைந்து வைத்தியரிடம் வந்தனர், பிறக்கும் போதே குழந்தைகள் கொடிய நோய்களுடன் பிறந்தன, இப்படிய விசித்திரயான வியாதிகளுடன் சிகிச்சைக்கு வரும் மக்கள் பெரும்பாலும் குறிபிட்டப் பகுதியைச் சுற்றி வசிப்பவர்களே எனவே அவர்களின் வாழ்விடத்தை நோட்டமிட்டார் வைத்தியர் அப்போது தான் தெரிந்தது அவர்கள் பயன்படுத்தும் ஆற்று நீரின் தன்மை, இந்த அசுத்தமான நீரினால்தான் இத்தனை வியாதிகள் என அறிந்தவர், நீரானது மகிழுந்து நிறுவனத்தால்தான் மாசடைந்தது என்பதை அறியாமல் இல்லை, அந்தப்

பகுதியில் உள்ள ஆற்று நீரினை எடுத்துக்கொண்டு அதன் விசத் தன்மையைச் சித்த வைத்தியத்தின் மூலம் அறிந்தார், மகிழுந்து தயாரிக்கும் நிறுவனத்தால் தான் மக்கள் பயன்படுத்தும் ஆறு நாசமாகியுள்ளது என்பதை அறிந்து மக்களிடமும் கூறி அந்நிறுவனத்தை இழுத்து மூடும் படி அரசுக்கு அழுத்தம் கொடுத்தார், ஆனால் அரசுக் கண்டுகொள்ளவில்லை, ஆனால் வைத்தியர் விடுவதாக இல்லை தொடர்ந்து மக்கள் போராட்டத்தை முன்னெடுத்தார் அரசுச் செவி சாய்க்கவில்லை, நோயால் பாதிக்கப்பட்ட பல மக்களையும் வைத்தியர் காப்பாற்றி இயல்பு வாழ்க்கைக் கொடுத்தார், ஆனால் நிரந்தரத் தீர்வு என்பது அழிவின் ஆணி வேரை அறுப்பது தானே எனவே தொடர்ந்து அரசுக்கு மனுக் கொடுப்பது மக்களுடன் போராட்டத்தை நடத்துவது என முன்னெடுத்தார்.

அன்று இரவு மிகப்பெரிய சத்தம் கேட்டது, சத்தம் கேட்டு ஊர்மக்கள் எல்லோரும் கூடினர், "அரசுதான் மனம் திருந்தி மக்கள் நலனை எண்ணி விதி மீறலுடன் செயல்பட்ட நிறுவனத்தை இடித்துத்தள்ளுகிறது" என இடிக்கப்பட்டுக்கொண்டிருந்த நிறுவனத்தைச் சுற்றி இருந்த மக்கள் பேசிக்கொண்டனர், முழுவதும் இடித்துவிட்டு மக்கள் புரட்சி வெள்ளும் என்றுக்கூறி வைத்தியரை ஒரு பார்வை பார்த்தார் தென்னரசு, முழுவதும் அடித்து நொறுக்கிய பிறகு தென்னரசனும் அவருடைய தோழர்களும் அங்கிருந்து வெளியேறும் நேரத்திலே காவல்துறையினர் உடைந்த நிறுவனத்திற்குப் பாதுகாப்பு கொடுக்க வந்திருந்தனர் கூடியிருந்த மக்களிடம் விசாரணை நடத்திய போதுதான் அவர்களுக்கே தெரிந்தது புரட்சி வெள்ளும் என்றது அரசு இல்லை போலும் என... மக்களை அழிவிலிருந்து மீட்டது தென்னரசன் தான், அந்த முன்னெடுப்பின் போது உண்டான அறிமுகம் அப்போதிருந்த தென்னரசன் மீதான அதீத நம்பிக்கை உண்டானது, அவருக்கு என்ன

உதவியானாலும் செய்யும் மனநிலையை அடைந்தார், காரணம் மரணப்படுகுழியில் தள்ளப்பட்ட மக்களின் துயரத்தை நேரடியாகப் பார்த்தவர் வைத்தியர்தான் எனவே இயல்பாகவே தென்னரசனில் இச்செயல் அவர்களின் மீது பெரும் நம்பிக்கையை ஏற்படுத்தியது வைத்தியருக்கு, இது போல் பல ஊர்களிலும் பல மக்களிடத்திலும் நல்ல நம்பிக்கையும் நன் மதிப்பையும் தென்னரசன் பெற்றிருந்தார் அவர் நாடு முழுவதும் பயணித்து எல்லா மக்களுடன் பழகி வாழ்ந்து வருவார், மக்களுக்குத் தொழில் செய்யும் இடத்தில் முதலாளிகளால் கொடுக்கப்படும் பிரச்சினைகளுக்கும் தொழிலாளர்களை ஒருங்கிணைத்துப் போராட்டம் நடத்தி தீர்வினை கொடுப்பார், அதற்கு முன் பிரச்சனைக்குறியத் தொழில் பகுதியில் தானும் பணிக்கு சேர்ந்து அந்தப் பிரச்சினை பற்றிய உண்மை நிலையைத் தீர அறிந்திடுவார், நாட்டின் தேசிய இனங்களின் விடுதலை குறித்து விழிப்புணர்வு ஏற்படுத்திக்கொண்டே இத்தகைய விடயங்களைச் செய்து வந்தார். அத்தகைய தொழிலாளர் போராட்டத்திலும் பொதுமக்கள் போராட்டங்களிலும் தன்னிச்சையாகக் கரிகாலன் ஈடுபடுவான், அடிக்கடி கரிகாலனை கண்டதால் அவர்களிடத்தில் தொடர்பு ஏற்பட்டது.

வைத்தியரிடம் கரிகாலனை ஒப்படைத்துவிட்டு மக்களைக் காணச் சென்றார் தென்னரசன்,

பத்து நாட்கள் தேடுதல் செய்ததும் முற்றியது அரசப்படை, ஆனால் வைத்தியர் வீட்டில் தேட வேண்டிய சிந்தனை அவர்களுக்கு வரவில்லை, அப்படி வந்து விட்டிற்குச் சோதனை போட்டாலும் காவல்துறையினரால் கண்டறியமுடியாதபடி பதுங்கு அரைகளில் வைத்தே சிகிச்சைச் செய்து வந்தார், அத்தோடு அவ்வீடு சந்தேகப்படும் அளவிற்கு எந்த நடவடிக்கையும் தற்போது இல்லை,

எனவேதான் அங்குக் கரிகாலனுக்குப் பாதுகாப்பான இடமாகத் தென்னரசன் தேர்ந்தெடுத்தான்,

ஒரு நாள் ஓய்விற்குப் பிறகு கண் விழித்தான் கரிகாலன், எழுந்து பார்த்த போது அருகில் வைத்தியர் இருந்தார், "எதுவும் கவலை படாதே நீ நலமாக இருக்கிறாய், சிறுது ஓய்வெடு" என்றார்,

பதில் எதும் சொல்லாமல் கண்களை மூடினான்,

சரி கரிகாலன் ஓய்வெடுக்கட்டும் நாம் இந்த ஆயுத போராளிகள் என்ன செய்கிறார்கள் என்று பார்த்து விட்டு வருவோம்

14

வன்முறைக்கு எதிரான
வன்முறையும் அகிம்சை தான்

"நமக்காக வந்த இத்தனை மக்களைக் கொன்னுட்டானுங்க, பாவம் அந்தத் தம்பி, அதையும் கொல்ல தேடிட்டு இருக்காணுங்க, அந்தப் புள்ளக் குண்டு அடிபட்டதோட எங்க சிரமப்பட்டு இருக்கோ? நம்ம நிலம் நம்ம நிலம் ன்னு நாம்ம எத்தனை மக்களைதான் பலி கொடுக்கிறது! நாம் என்ன தீவிரவாதியா? என்ன செய்துவிட்டோம், நாம் பெரிய எண்ணிக்கை இல்லை, பெரிய எண்ணிக்கையாக ஒன்றாக இணைவதற்கு இந்த அரசு விடாது, பெரும் ஆயுத அதிகார பலத்துடன் இருக்கும் அவர்களை எதிர்க்கும் சக்தி நம்மிடம் இல்லை, நம்மிடம் என்ன ஆயுதம் இருக்கு? இந்தக் கம்பு கத்தியை வைத்து அவங்க துவக்கையை எதிர்க்க முடியுமா? அமைதியாகப் போராடிய போதே தீவிரவாதிகள் என நம் மீது துப்பாக்கி சூடு நடத்தினர்! ஆயுதம் என்று நாம் போனால் நிலை என்னாகும், ஐயோ! நினைத்து கூடப் பார்க்க முடியவில்லை, நாம் எங்கயாவது போயி பிழைத்துக்கொள்வோம், இருக்கும் உயிர்களையாவது காப்பாற்றுவோம், நம்மால் இவர்களை எதிர்த்து ஒன்றும் செய்ய முடியாது, நமக்காக மக்கள் எல்லோரும் வந்தாலும்

அவர்களையும் கொன்று விடுவார்கள் இந்த அதிகாரிகள், நம் பெண்கள் பிள்ளைகளுக்கு என்ன பாதுகாப்பு உள்ளது, திடிரென உள்ளே பலநூறு பேர் புகுந்தால் நாம் என்ன செய்வோம், இல்லை இந்தச் சின்னப் பிள்ளை பவானி நூறு பேரை விழ்த்தி நம்மைக் காத்திடுவாளா, எத்தனை மக்களைக் காக்க முடியும் இவள் ஒருத்தியால்,அவளோ சிறு பிள்ளை அவள் மீது இத்தனை சுமையை நாம் ஏன் கொடுக்க வேண்டும், கொற்றவையின் மடியில் கிடந்த இவளை அவர்களிடம் பலி கொடுக்கவோ நம்மைக் காத்திட சண்டை செய்வோ இவளை நாம் வளர்க்கவில்லை, நம்மிடம் இழக்க நிலமும் நம் மக்களின் உயிரும் உள்ளது, ஒன்றை நாம் இழந்தே ஆக வேண்டும், நாம் என்ன செய்வது... இந்த நிலத்திற்குத் தானே இத்தனை கொடுமைச் செய்கிறார்கள் இதை அவர்களே எடுத்துக் கொள்ளட்டும் நாம் வெளியேருவோம்" என்றான் அகிம்சை போராட்டத்தைத் தொடங்கி வைத்த செல்வன்.

மாரியப்பனுக்கோ சரணுக்கோ மறுத்துப் பேசுவதில் தயக்கம் இருந்தது, அதற்கு முக்கியக் காரணம் எல்லோரையும் இழந்துவிட்டோமானால் என்ன செய்வது என்பதுதான், எனவே அனைவரும் ஒரு மனதாகத் தன் சொந்த நிலத்தை விட்டு ஏதிலிகளாய் வெளியேற முடிவு செய்தனர். எல்லா மக்களும் மூட்டை முடிச்சுகளைக் கட்டிக் கொண்டு புறப்படத் தயாரானார்கள், காட்டிலிருந்து சிறுது பக்கத்தில் இருக்கும் வயல்வெளிப் பகுதியில் குடிசைகள் அமைத்துகொண்டு வேறு ஏதேனும் தொழில்கள் செய்து பிழைத்துக்கலாம் எனத் தீர்மானித்தனர், முடிவு செய்த படியே இடத்தைவிட்டு வெளியேறி சற்றுத் தூரத்தில் குடியேறினர், அனைத்து மக்களுக்கும் தெரியும் நாம் இந்தக் காட்டு பகுதியை விட்டு வெளியேறியதும் இந்தக் காடானது பெரும் முதலாளிகளால் கற்பழிக்கப்பட்டு அழிக்கப்படும் என்பது, இந்த விடயம் அறிந்த காரணத்தினால் என்னவோ அவர்களால் முழுமையாக வெளியேற முடியவில்லை,

சிலர் அடிக்கடி வந்து பார்வையிட்டுக்கொண்டும் இருந்தனர், நாட்கள் கடந்தது,

பத்து நாளில் தேடுதல் பணியெனக் கூறிக் அக்காட்டை ஆக்கிரமிப்புச் செய்யத் திட்டமிட்டிருந்த மூர்த்தி அவர்கள் வெளியேறிய விடயம் அறிந்ததும் அதிகாரிகளிடத்தில் கூறினான்,

"இந்தாய்ய ஒரு பயலும் இல்ல எல்லாம் ஓடிட்டானுங்க, கொஞ்ச நாள் ஆரப்போட்டுக் காட்டுப் பகுதியை அந்த ஆயில் கம்பெனி முதளாலிக்கு பட்டாப் போட்டுக் கொடுத்துருங்க. அதுக்கு அப்புறம் அவன் ஆயில் எடுக்க அனுமதி கொடுத்திடுங்க, முடிச்சாதான் மீதி பணம் கைக்கு வரும்"...

"ம்ம் முடிச்சிடாலம்ங்க"! என்றான் ராமப்பையன்.

"தாமதமாக்கிட வேண்டாம் தேர்தல் தேதி வேற நெருங்கிட்டு"!

"ஐயா! அடுத்த முறையும் நம்ம தான் வருவோம்",

"அத வரும் போது பாப்போம்"... 'இதுவரைக்கும் பன்னக் கூத்துக்கு ஏற்கனவே மக்கள் எதிர்கட்சிக்கு ஓட்டு போடுற முடிவுல இருக்காங்க நிலமை தெரிஞ்சும் சொம்படிக்கிறான்› என மனதில் மூர்த்தி நினைத்த படி "யோவ்! அதுகுள்ள முடிச்சாதான் பணம் கிடைக்கும் இல்லன்னா திருமலை முழுங்கிடுவான்"

"ம்ம் புரியிதுங்க ஐயா"!

நாட்கள் நகர நகரக் கரிகாலன் பூரணக் குணம் அடைந்தான் தென்னரசனும் அவ்வப் போது கரிகாலனைப் பார்த்து வந்தார்.

கவியரசன் பணிக்குச் செல்லும் வழியில் ஒரு போராட்டத்தைப் பார்த்து வாகனத்தை நிறுத்தினான், பழைய

நினைவுகள் அவனுக்கு வந்தது, அப்போது அங்கு நிற்கும் தென்னரசனை கவியரசன் அடையாளம் கண்டான், உடனே அருகில் சென்று,

"வணக்கம் தோழர்! என்னை அடையாளம் தெரியிதா?"

"நன்றாகவே தெரிகிறது! தோழர் கவியரசன்"!

"மகிழ்ச்சி தோழர், நான் நேரடியாக விடயத்திற்கு வரேன், உங்களுக்குத் தெரியுமே, என் நண்பன் கரிகாலன்! அவனைப் பல நாட்களாகப் பல ஊர் எல்லாம் தேடிப் பார்க்கிறேன் ஆன எங்கும் கிடைக்கல எங்க இருக்கான்னுத் தெரில, தினம் தினம் செய்திகளைப் பார்க்கையில் மிக வருத்தமாக உள்ளது, அவனைக் கொன்று விட்டுதான் அடுத்த வேலை பார்ப்பேன் என்றெல்லாம் சொல்கிறார்கள், எனக்கும் எங்கு இருக்கிறான் என்று தெரியவில்லை, தங்களுக்கு விவரம் ஏதும் தெரியுமா தோழர்?"

"கரிகாலன் பத்திரமாக இருக்கிறார், தற்போது அவருக்கு ஓய்வு தேவை, முன்னிலும் வீரியாமாகப் போராட்டக் களத்திற்கு வருவார்".

"ம்ம் பெரும் மகிழ்ச்சி தோழர்",

"அவரைப் பார்க்க வேண்டாமா?"

"இல்லை தோழர் அவனின் நிலை அறிந்தால் போதும், என் மூலமாக அவனைக் கண்டுகொண்டார்களானால் நான் அதற்கு இறந்தே போகலாம். நிச்சயம் அவனைச் சந்திப்பேன் அப்போது நான் இழப்புகளை ஏற்க துணிந்தவனாக இருக்க வேண்டும்"... நன்றி தோழர்.

நன்றி.

ஒருவழியாகக் கரிகாலன் உயிரோடு இருக்கிறான் என்பது கவிரசனுக்கு நிம்மதியை கொடுத்தது.

காட்டினுள் அரசாங்க ஆட்களோடு ஆயில் கம்பெனி காரர்களும் ஊடுருவினர், காட்டின் பகுதிகளில் பணியிட ஏதுவாக இருக்கவும் தேவையான நிலங்களைக் கையகப்படுத்தவும் அளந்துகொண்டிருந்தனர், எல்லாப் பகுதிகளையும் அளந்து முடித்த பிறகு....

"நாளைக்கு வேலையைத் தொடங்கிடலாம்தானே?"

"ம்ம் தொடங்கிடலாம் சார், உள்ளே வாகனங்கள் வரதுக்கும் பாதை ஏதுவாகத்தான் இருக்கு".

"அப்போ சரி ஐயாட்ட சொல்லிடுங்க. எல்லோரையும் காலையிலே வந்திட சொல்லிடுங்க" என்று அதிகாரிகளும் காவலர்களும் பேசிக்கொண்டே காட்டை விட்டு வெளியேறினர்.

பல பறவைகளின் ஓசை காட்டின் நாள் புறமும் எதிரொலித்தது, காட்டின் செடிக்கொடி மர இலைக் கிழைகளின் இடுக்குகளில் ஊடுருவி நிலத்தில் முத்தமிட்டது கதிரவன், கழுகு ஒன்று மரத்தின் உச்சியில் நின்றபடி விடியலையும் நீண்டு விரிந்து கிடக்கும் காட்டின் அழகினையும் கண்டபடி விழி விரித்துக் கிடந்தது.

காட்டினுள் மனிதர்களின் சத்தம் அதிகமானது கூடவே வாகனங்களில் சத்தமும், இந்தச் சத்தங்களில் காட்டின் இன்னிசை குறைந்தது. ஆங்காங்கே கோடுகளைக் கிழித்தனர் வேலையாட்கள் கயிறுகளாக கட்டினர் மரங்களை வெட்டுவதற்கு ஆயத்தம் ஆனார்கள் மரம் அறுக்கும் இயந்திரத்தை இயக்கிய படி மரத்தின் அருகே வந்தான் ஒரு வேலையாள், அவன் ஒரு நிமிடம் அந்த இயந்திரத்தை கீழே வைத்துச் சரியாகப் பிடிக்க முயன்றான், சதக் என்று சத்தம், அங்கிருந்த எல்லோரும் திருபுருவென முழித்துச் சுத்தி சுத்திப் பார்த்தனர், இயந்திரத்தை கீழே வைத்து எடுக்க முயன்றவன் அப்படியே கிழேயே வைத்து விட்டு தள்ளி

வந்து தானாக விழுந்தான் எல்லோரும் சுதாரித்துக் கொண்டு அவன் இருந்த இடத்தை உற்று நோக்கினர், அங்கு ஓர் அம்பு மிக ஆழமாகத் தரையில் குத்தியபடி இருந்தது.. எங்கிருந்து வந்தது என்று தெரியவில்லை ஆனால் அந்த அம்பில் ஒரு கடிதம் கட்டப்பட்டிருந்தது.

"யோவ் என்னய்யா இது எங்கேந்து வந்தது? மச மசன்னு நிக்காம கிட்டகப் போயிப் பாருங்கள்"!

"சார் அம்பு! கடிதம் வைத்து அனுப்பிருக்கானுங்க"!

"பிரிச்சுப் பாருங்கள்"...

'இந்தக் காடு வாழ்வியலுக்கான பகுதி, மனிதர்கள் மட்டும் அல்ல பல உயிர்கள் வாழ்ந்து வருகிறது இவைகளை வியாபாரத்திற்காக அழிக்கக் கூடாது, உங்கள் எல்லோருக்கும் வீடுகள் இருக்கும் அவற்றை அழித்தால் உங்களின் நிலை என்ன ஆகும் அதுபோலவே இதுவும் ஒரு சிலரின் வீடு, மக்கள் வாழ உணவுதான் முதல் தேவை பசித்தால் உணவை தேடுவார்கள் ஒரு போதும் ஆயிலை அல்ல! இங்கிருந்து வெளியேறுங்கள் அவர்களை வாழ விடுங்கள்'.

"சார்"!

"என்னய்யா இது? ம் இதுக்கலாம் பயந்தா வேலைக்கு ஆகாது நீங்கள் தொடங்குகள்" என அதிகாரி சொன்னதும் பயந்துகொண்டே மரத்தின் அருகே நெருங்கினான் வேலையாள் அவன் இயந்திரத்தில் கை வைத்த போதே அடுத்த அம்பு அதன் மேல் வந்து குத்தியது அதிலும் ஒரு கடிதம் இருந்தது.

'நான் குறி வைத்தது இயந்திரத்தை... குறித் தப்புவாதாக எண்ணி தவறான முடிவெடுக்க வேண்டாம் கடைசி எச்சரிக்கை'.

கடிதத்தைப் படித்தவன் கண்களைச் சுற்றி சுற்றி பார்த்தான், கைகள் நடுங்கியது,

"சார்! காவலர்கள் இன்னும் ஒரு மணி நேரத்தில் வந்து விடுவார்கள் காத்திருக்கலாமா?" என இன்னொரு வேலையால் கேட்டான்!

"யோவ்! ஒரு மணி நேரத்துல எல்லாரையும் கொன்னுட்டா என்னய்யா செய்றது... முதலில் முழுசா இவனுங்கள வெளியேத்தட்டும் அப்பறம் வரலாம்", அத்தனை பேரும் அந்தக் கடிதத்தைப் படித்ததும் நேரே அலுவலகத்திற்கு ஓடினர்.

விடயத்தை மூர்த்திக்குத் தெரியப்படுத்தினர்,

"முடிஞ்சதுன்னு நினைத்தால் திரும்பத் தொடங்குறானுங்களா? ம்ம்..... அந்தக் காட்டுவாசி பயலுக எல்லாம் எங்க தங்கிருக்காணுங்க?"

"காட்டுல இருந்து சிறுது தூரத்தில் இருக்கும் வசிப்பிடம்ங்க"..

"ம்ம் நீ ஒன்னு செய்! அந்தப் பய..... அவன் பேரு... யோவ்.. அவன்".....

"ஐயா! யாருன்னு?"

"அதான்ய்யா கொல்லாம தப்பிக்க விட்டிங்களே"!

"கரிகாலன்"!

"ம்ம் அவன்தான்! அவன அந்தக் காட்டுவாசிகள் பாதுகாப்பா மறைச்சி வச்சிருக்காணுங்கன்னு, உள்ள புகுந்து எவன் திரும்பக் காட்டுகுள்ள வந்ததுன்னு விசாரிச்சு முடிச்சு விடுய்யா"!

"ம்ம் ஐயா! தேர்தல்?

"அதெல்லாம் தேசப் பாதுகாப்பு சம்மந்தமான விடயம்ன்னு மக்கள்ட்ட கதை கட்டி விட்டா அவனுங்க ஆதரவு கொடுப்பானுங்க... உண்மையான செய்தி வெளில தெரியாம பாத்துக்க"!

"ம்ம் சரிங்க".. என்று கூறினான் தலைமை உளவுத்துறை அதிகாரி சுப்பாராவ்

சொல்லி முடித்த வேகத்தில் செய்தி நிறுவனங்கள் தேசத் துரோகிகள், நாட்டில் தீவிரவாத செயல்பாடுகள், தேச பாதுகாப்பு எனச் செய்தியை வெளியிட்டன! தேடப்பட்டு வரும் கரிகாலன் எனும் தீவிரவாதி மறைந்திருக்கும் இடம் தெரியவந்துள்ளது அந்தப் பகுதியை சுற்றி வளைத்து அரசு தாக்குதலைச் செய்ய உள்ளது எனவும் வெளியிட்டது...

காட்டுவாசி மக்கள் ஏதிலிகளாக வாழும் பகுதியில் உள்ளே தடபுட தடபுட வென நுழைந்தது அரசப்படை, உள்ளே நுழைந்த கூலிப்படை ஏதும் அறியாத அம்மக்களின் மீது கடுமையான தாக்குதலை நடத்தியது, மாரியப்பன், சரண் ஆகியோரை கைது செய்து சிறையில் வைத்துக் கடுமையான சித்ரவதைச் செய்தார்கள்,

மாரியப்பனையும் சரணையும் தலைங்கீழாகக் கட்டி அவர்கள் கையில் அதிக எடையுள்ள இரும்பு கம்பியைக் கட்டி விட்டான் காமிடு.

அப்படியே தலைங்கீழாகக் கட்டி வைத்து, மூன்றுக்கும் அதிகமானோர் அவர்களைக் கடுமையாகத் தாக்கினர்.. அத்தகைய தாக்குதலில் மயக்கமடைந்த இருவரையும் அப்படியே மூட்டையை அவிழ்த்து விடுவது போல் அவிழ்த்து விட்டனர்,

மக்களின் குடியிருப்பில் புகுந்து அட்டகாசம் செய்ததை அறிந்த கரிகாலன் அவ்விடம் விரைந்து சென்றான் பெரும்பாலான மக்கள் மயங்கிய நிலையிலே கிடந்தனர்,

உடனே பக்கத்தில் இருக்கும் கிராமத்தில் உள்ள மக்களை உதவிக்கு அழைத்துக் கொண்டு அவர்களைத் தேற்றும் முயற்சியில் இறங்கினான், இவ்விடயம் எப்படியாவது வெளியே உள்ள எல்லா மக்களையும் சென்றடைய வேண்டும் எனச் சிந்தித்த கரிகாலன், பக்கத்துக் கிராமத்தில் இருந்து உதவிக்கு வந்த மக்களிடம் இது குறித்துப் பேசினான், "தீவிரவாதிகள் இருப்பதாகச் சொல்லி உள்ள வந்து இரண்டு இளைஞர்களைக் குண்டாந்தடியாக இழுத்துச் சென்றுள்ளனர், இப்படி அட்டூழியம் செய்து இங்கு என்ன அவர்களுக்குக் கிடைத்தது, கைது என்ற பெயரில் கடத்திச் செல்லப்பட்ட இருவரை கொலைச் செய்தாலும் அவர்களை நாம் ஒன்றும் செய்ய முடியாதா? நீங்கள் பார்த்துக்கொண்டு தானே இருக்கிறீர்கள்! இத்தனை நாட்கள் இவர்கள் செய்த தீவிரவாதம் என்ன? உங்களிடம் உதவி கேட்கிறேன் இந்த அநீதியை அனைத்து மக்களுக்கும் தெரியப் படுத்துங்கள்" என்றான்.

அரசின் இந்தக் கொடுஞ்செயல் அக்கம் பக்கம் கிராமங்களில் தீயாகப் பரவியது மாலைக்குள்.

தலைங்கீழாகக் கட்டித் தொங்கவிட்டு அடிக்கப்பட்ட மாரியப்பனும் சரணும் வெகு நேரமாகச் சுயநினைவுக்கு வரவில்லை மாலை வரை மயக்கத்திலே இருந்தார், மயக்கம் தெளிந்த உடன் கண் விழித்தான் மாரியப்பன் அவன் அருகே காவல்துறையினர், இரும்பு கம்பியை கையில் வைத்திருந்த படி நெருங்கினார், அடிப்பதற்கு ஓங்கியபடியே நின்றுகொண்டிருந்தான் ஒருவன்...,

"காட்டுக்குள் பணி நடக்கும் போது அம்பு விட்டு அங்கிருந்து வெளியேற சொல்லி மிரட்டுனது யாரு?"

"தெரியவில்லை"

"என்னடா நாயே நடிக்கிறியா? உங்கள் இரண்டு பேருல ஒருத்தனாதான் இருக்கும்... நீங்கள் ஒத்துகிட்டாலும் இல்லையென்றாலும் உங்கள உயிரோட விடப்போறது இல்லை".... என அடிக்க ஓங்கினான்.. சார் என ஒரு குரல் கேட்டு அடிக்க ஓங்கியவன் நிறுத்தினான்..

"சார் சார்... வெளியே"!

"வெளிய என்னய்யா" என்றான் சுப்பாராவ்..

"மக்கள் கூட்டமா வரானுங்க, பத்திரிகைக் காரனுங்க வேற குமிஞ்சிட்டானுங்க சார்"...

"ம்ம் வாங்க என்னான்னு பாத்துட்டு வருவோம் என்றான் காமிடூ"

அவர்கள் அங்கிருந்து வெளியே சென்ற போது சரணும் கண் விழித்தான் அவர்கள் பேசியது கேட்டது எல்லாம் இருவருக்கும் நன்றாகப் புரிந்தது, அத்தனை கடுமையான தாக்குதலில் மயக்கமடைந்து விழித்த நிலையில் யாரோ மீண்டும் போராட தொடங்கியுள்ளனர், காட்டில் பதுங்கி தாக்குதல் செய்துள்ளனர் என்ற மகிழ்வை அவர்கள் முகத்தில் காணமுடிந்தது.

வெளியே சென்று பார்த்த அவர்கள், வரும் கூட்டத்தைக் கண்டு பயத்தில் நடுங்கினார்கள், ஆனால் அதிகாரம் இருக்கிறது என்ற மிதப்பில் பயத்தைக் காட்டாமல் நின்றனர். கூட்டம் அருகே வந்ததும் விவரம் புரிந்தது..

"இவர்கள் மீது தேசத்துரோக வழக்குப் பதிந்துள்ளோம் அப்படியெல்லாம் வெளியே விட முடியாது"

"என்ன துரோகம் செய்தார் தேசத்திற்கு" என்றான் ஒரு பத்திரிகையாளர்.

சுப்பாராவிற்கும் நாட்டின் தலைமை பாதுகாப்பு இயக்குனரான காமிடுவிற்கும் அங்கிருந்த மற்ற காவலர்களுக்கும் வாயடைத்துப் போனது...

அவர்களுக்குள் கிசுகிசுத்தனர்.... பிறகு வெளியே கூறினர், "ஏற்கனவே எல்லாரும் அறிந்த விடயம் தான் தப்பிச் சென்ற கரிகாலன் மறைவிடம் இவர்களுக்குத் தெரியும் அந்த ஊர் மக்கள் தான் மறைத்து வைத்துள்ளர் விசாரிக்கச் சொல்லி ஐயா மூர்த்தி உத்தரவு"... என்று முடிப்பதற்குள்....

"விசாரணை என்றால் இப்படித்தான் பொதுமக்களைக் கொடுமைப் படுத்துவீர்களா?? ஊருக்குள்ள புகுந்துக் குழந்தை பெண்கள் என்று பார்க்காமல் அட்டூழியம் செய்து இருக்கீங்க" என்றான் எதிர்கட்சி தலைவர் திருமலை...

விவரம் தெரிந்து, வரும் தேர்தலில் இதைப் பயன்படுத்தி வெற்றி பெற வேண்டும் எனக் களத்தில் இறங்கினான் திருமலை, விவரம் பெரிதாகியது... எதிர்கட்சி காரணுங்க இதைப் பிரச்சாரத்தில் பயன்படுத்தவே மாரியப்பன், சரண் இருவரையும் குத்துயுரும் கொலையுயிருமாய் வெளியே விட்டனர், தற்காலிகமாகக் காட்டின் ஆக்கிரமிப்பு செய்யும் பணியைக் கைவிட்டான் மூர்த்தி..

தேர்தல் களம் சூடு பிடித்தது, அந்தச் சமயத்தில் சிறுது சிறிதாகக் குணமாகினர் மாரியப்பனும் சரணும்... மாரியப்பன் சரணை சந்தித்து, "அண்ணா! நீங்கள் தானே மீண்டும புரட்சியை மீளச் செய்தது" என்றான்,

"நானா?? அப்போ நீயும் இல்லையா?"

"நீங்களும் இல்லையா?" என்றான் சரண்.

இரண்டு பேரும் ஆழமாகச் சிந்தித்துக் கொண்டே "பவானி எங்கே அவளுக்கு என்ன ஆனது" என்றான் சரண்..

"பவானி, தாக்குதல் சமயத்தில் ஊரில் இல்லை கொற்றவை கோவிலில் இருந்தாங்க..

"ஒரு வேளை புரட்சிக்கு உயிர் கொடுத்தது பவானியா இருக்கவும் வாய்ப்பு உள்ளது"

"ம்ம் அண்ணா எனக்கும் அப்படித்தான் தோனுது! என்றான் சரண்.

"சரி வா! தாயி பவானியை நேரில் சென்று பார்ப்போம்",

இருவரும் பவானியை சந்தித்துக் காட்டில் ஆக்கிரமிப்புச் செய்ய வந்தவர்களை மிரட்டி அனுப்பியது நீங்கள் தானா? என்றனர்

"நான் இல்லை, அது கரிகாலன்"!.

"என்ன தாயே!.... சொல்றீங்க?".....

"நானும் அன்று காட்டில்தான் இருந்தேன், மரங்களை வெட்டுவதற்கு அருகே சென்றனர் திடிரென ஓர் அம்பு அவர்களிடத்தில் தரையில் குத்தியது அம்பு வந்த திசையை வைத்து அறிந்துகொண்டேன் மரத்தின் உச்சியில் இருந்து கரிகாலன் தான் அம்பு எய்தார், அதன் பின்னர்த் தான் அவர்கள் காட்டை விட்டு வெளியேறினர்.... ஆனால் இந்த விடயம் உங்களுக்கு எப்படி அண்ணா தெரியும்?"

மாரியப்பன் கூறினான், "அப்படி அம்பு எய்தது நாங்கள் என்று சந்தேகித்துத் தான் உள்ளே வைத்து அடித்தனர் அப்போது தான் தெரியும் மாற்றிக் கைது செய்துள்ளனர் என்று".

"எல்லாம் சரியாகத்தான் நடந்துள்ளது நல்லபடியாகக் கரிகாலன் பிடிபடவில்லை... அவரைச் சந்தித்து நாம் புரட்சி படையை மீள் கட்டமைப்புச் செய்ய வேண்டும்" என்றான் சரண்.

இதே நேரத்தில் தேர்தலுக்காகப் பல்வேறு போலி வாக்குறுதிகளையும் கொடுத்து மூர்த்தியும் திருமலையும் வித்தை காட்டினர்.

காட்டில் வசித்து வந்த மக்களுக்கு ஓட்டுரிமை வழங்க வேண்டும் எனப் பக்கத்து கிராமத்து மக்கள் கோரிக்கை வைத்தனர் தேர்தல் நேரம் என்பதால் அரசுக்கு தட்டி கழிக்க வேறு வழி தெரியவில்லை எனவே அந்தக் கோரிக்கையை நிறைவேற்றியது.

மாரியப்பனும் சரணும் கரிகாலனைத் தேடிக் காட்டுக்குள் மீண்டும் நுழைந்தனர்,, அவர்கள் வருவதை அறிந்த கரிகாலன் "வாருங்கள் தோழர்" என்று ஒரு மரத்தின் கிளையில் இருந்து தரையில் குதித்தான்,

"தோழர் நீங்கள் நலமா?"

"நலம் தான்... ஆனால் என்னைக் காரணம் காட்டி உங்கள் எல்லோரையும் கொடுமை படுத்தியது தான் எனக்கு ஆராத இரணமாக உள்ளது"..

"நீங்கள் போராடியது எங்களுக்காகத் தானே, பிறகு அதில் எங்களுக்குப் பங்கு இல்லாமல் இருப்பது எப்படி?" எனச் சரண் கேட்டான்

"நடந்தது இருக்கட்டும் நாம் இனி என்ன செய்யலாம் எனத் திட்டமிடுவோம் தோழர்"! என்றான் மாரியப்பன்.

"திட்டம் எதுவும் இல்லை தோழர்,... மக்கள் பொதுவெளியில் வந்து போராடியப் போது அவர்களை அடித்துக் கொலைச் செய்தது இன்னும் என் கண்ணுலே நிக்குது அவர்கள் இனி எப்படிப் போராட்டத்திற்கு வருவார்கள்? நான் தனியாக இருந்து அவர்களுக்கு உள்ளே வர அச்சத்தைக் கொடுத்துத் தடுக்கலாம் என முடிவு செய்தேன் அதுவே இதுவரை எனத் திட்டமாக இருந்தது"...

"அப்படியானால் இப்போதும் அதேதான் ஆனால் இப்போது மூன்று பேர் இருக்கிறோம்"...

"மூன்றா? அப்போ நான் இல்லையா என்றால் பவானி"!

மூன்று பேரும் ஆச்சரியமாகத் திரும்பி பார்க்க கரிகாலனுக்கு நன்கு பழகிய முகம் போல் இருந்தது பவானிக்கோ கரிகாலன் ஒரு போராளி என்பதோடு வேறெதுவும் தெரியாது,

பவானி குறித்து மாரியப்பனும் சரணும் கூற அவளின் வீர வரலாற்றைக் கேட்டறிந்த போது கரிகாலனுக்குச் சிலிர்த்துப் போனது "அடடே! என்ன ஒரு வீரம்".... என்று மெச்சினான்.. "இயற்கையாகவே இவளுக்கு ஆயுதங்களைக் கையாளத் தெரிந்துள்ளது நாமும் கற்றுக்கொள்ள வேண்டும்" என்றான் கரிகாலன்...

"இந்தக்காட்டுப்பகுதியே பயிற்சிகூடமாக்கிக்கொள்வோம்" என்றான் மாரியப்பன்..

"சரி தோழர்"... என்றனர் மற்றவர்கள்

ஆயுத போராட்டக் குழுவிற்கு இரகசியமாக ஆட்களைச் சேர்த்தனர், இவர்களின் ஒரே நோக்கமாக இருந்தது, அரசின் காட்டினை அழிக்கும் திட்டத்தை முறியடித்து மக்களின் வாழ்வாதரத்தைக் காப்பது அதற்குக் காட்டினுள் இருந்து, காட்டை அழிக்க வரும் நபர்களை அச்சுறுத்தி வெளியே துறத்துதல் அவ்வளவு தான்..

15

ஆட்சி மாறினாலும் காட்சி மாறவில்லை

தேர்தல் நாளும் வந்தது அதே நேரத்தில் காட்டினுள் பயிற்சியும் சிறப்பாக நடந்தது 20 பேர் வரை போராளி குழுவில் இணைந்திருந்தார்... போராளி குழுக்கள் பெரும்பாலும் தங்கிருக்கும் பகுதி சேரும் சகதியுமானப் பகுதியாகவே இருந்தது அதுதான் அவர்களுக்குத் தப்பிச் செல்லப் பாதுகாப்பாக இருக்கும் என்பதால் அவ்வாறு தேர்ந்தெடுத்தனர்..

தேர்தலில் காட்டு வாசி மக்கள் மீது தாக்குதல் நடத்தியதைப் பயன்படுத்தி மிகப்பெரிய பிரச்சாரம் செய்து திருமலை வெற்றிப் பெற்றான், மூர்த்தித் தோல்வி அடைந்ததும் முன்பு மூர்த்திக்குச் சலாம் போட்டவர்கள் இப்போது திருமலைக்கு, இந்தப் பெயர் மட்டுமே மாறியுள்ளது என்பதைச் சில நாட்களில் மக்கள் புரிந்துகொண்டனர்... திருமலை ஆட்சிக்கு வந்ததும் கட்டில் வசித்து வந்த மக்களை மீண்டும் மீள்குடியேற்றம் செய்து தருவதாக வாக்குறுதி கொடுத்திருந்தான் ஆனால் வெற்றிப் பெற்றதும் அதை மறந்து போனான்..

அலுவலகத்தில் கூட்டம் கூட்டினான் அமைச்சர்களுக்கு இலாக்கா ஒதுக்கிப் பொறுப்புகளைப் பிரித்துக் கொடுத்தான்

ஆனாலும் அவர்களுக்குள்ளே ஒரு சலசலப்பு இந்த இலாக்கா வேண்டாம் அது வேண்டும் இது வேண்டும் என அதற்கு அவர்கள் கூறியக் காரணம் இதுல பெருச எதுவும் சுருட்ட முடியாது... ஒரு வழியாகப் பேசி முடித்து வைத்தான் திருமலை.

ஆட்சிக்கு வந்த நேரத்தில் கரிகாலன் பிரச்சினையாக இல்லை திருமலைக்கு, பிரச்சினையாக இருந்தது தென்னரசன்!, ஊர் ஊராகச் சென்று மக்களின் பிரச்சினைக்கு எல்லாம் மக்களை ஒருங்கிணைத்து அரசை எதிர்த்துக் கேள்வி கேட்க வைக்கிறான் என்பது.. தென்னரசனைக் கொலை செய்வதில் அரசுக்கு பெரிய சிக்கல் இருந்தது, தென்னரசனுக்கு மக்கள் மத்தியில் நல்ல செல்வாக்கு இருந்தது எனவே முதலில் மக்களின் ஆதரவை உடைக்க எண்ணினான் திருமலை....

தான் சொந்தமாக வைத்திருக்கும் கூலிப்படை ஆட்களை அழைத்தான் திருமலை....

ஐயா!

"வாடா... சேனநாயக்கா... எப்படிப் புடிச்சேன் பாத்தியா"!

"ஐயா நீங்கள் தான் வருவீங்கன்னு நல்லாவே தெரியுங்க! நீங்கள் ஓர் இராச தந்திரி"!

"ம்ம் புகழ்வது இருக்கட்டும் எனக்குக் காரியம் செய்டா"!

"என்னங்க ஐயா? சொல்லுங்கள் உடனே செய்கிறேன்".

"மக்கள் அதிகம் புலங்குற இரண்டு இடத்துல வெடி குண்டு வைக்க வேண்டும்",

"சரிங்க ஐயா.. வச்சிடலாம்".....!

"வச்சிட்டு தென்னரசன் எழுதுன மாதிரியே எங்களின் கோரிக்கை நிறைவேற்றப்படலன்ன தினமும் இப்படிப்

பிணங்களை அல்ல வேண்டும்ன்னு துண்டு சீட்டு அச்சிட்டுப் போட்ருங்க"..

"செய்திடலாம்ங. என்னைக்குங செய்யட்டும்".

"நீ நாளைக்கு ஏற்பாடுகளைச் செய். எப்போன்னு நான் சொல்கிறேன் அதுவரைக்கும் காத்திரு" என்று அவனை அனுப்பி வைத்தான் திருமலை....

சுப்பாராவை அழைத்தான் திருமலை...

"ஐயா சொல்லுங்கள்"..

"ஆயில் கம்பெனி காரண் என்னய்யா ஆச்சு மூச்சு பேச்சே காணும்".

"ஐயா... ஆட்சி மாறுனதுல ஒன்னும் புரியாம நிக்கிறானுங்க".

"என்ன புரியல அத புரிய வைக்கத் தானே நீங்கள் எல்லாரும் இருக்கீங்க.. போய்ப் பேசி என்ன கமிசன்னு முடிவு செய்ங்க ஆனா எனக்கு 500 கோடி வரனும்".

ஆயில் கம்பெனி காரணுங்களிடமும் அதிகாரிகள் பேசினார்கள் அவனும் சம்மதிக்க மீண்டும் காட்டுக்குள் நுழைய முடிவு செய்தனர்...

இந்தக் கால இடைவெளியில் போராளி குழுவில் 50 பேர் இணைந்துவிட்டனர். ஆனால் அவர்களிடம் இருப்பது என்னவோ கத்தி, கம்பு, வளரி ஆகிய ஆயுதங்களே, இடை இடையே தென்னரசன் அவர்களுக்கு அரசியல் வகுப்பும் எடுத்து வர அவர்களின் போராடும் குணமும் அரசியல் தெளிவும் அதிகமானது..

ஒரிரு மாதங்கள் எந்தச் சிக்கலையும் உண்டு செய்யாமல் ஆட்சியை நடத்தினான் திருமலை...

கிரிக் கிரிங்.. சேனாயக்கா..... ஐயா உன்னை வந்து சந்திக்கச் சொன்னாங்க..

"இதோ வரேன்"..

நேரில் வந்து சந்தித்த சேனாயக்காவிடம் "நீ இப்போது சென்று குண்டுகளை வெடிக்கச் செய்து நான் சொல்லியபடி செய்" என்றான்...

திருமலை சொல்லியபடியே நாயக்கா செய்தான்... 35 பேர் இறந்து போனார்கள் பலர் படுகாயம் அடைந்தார்கள்.... தென்னரசன் மீது பழியைப் போட்டு மக்களிடம் இருந்து தென்னரசனை பிரிக்கலாம் என்று நினைத்த திருமலைக்குப் பெருத்த ஏமாற்றமே மக்களுக்குச் சற்றும் நம்பிக்கை இல்லை, இதைச் செய்தது தென்னரசன் என்று.

ஆயினும் சில செய்தி நிறுவனங்கள் அரசின் சொல்கேட்டு தென்னரசன் தான் காரணம் எனச் செய்தி வெளியிட்டது.. இந்த விடயம் தென்னரசனுக்குத் தெரிந்த போது மிகவும் வேதனைப்பட்டார்... என் பெயரைக் கெடுக்க வேண்டும் என எப்படி இவர்களால் அப்பாவி மக்களைக் கொலைச் செய்ய முடிகிறது... ‹எனக்காக எத்தனை மக்களைக் கொன்றுவிட்டார்களே› என்று கடும் வருத்தமடைந்தார். இயக்கத்தில் இருப்பவர்களைக் கைது செய்ய முடியவில்லை எனவே அவர்களுக்குத் தெரிந்தவர்கள் எனக் கையில் கிடைத்தவர்களைக் கைது செய்து குற்றத்தை ஒப்புக்கொள்ள வற்புறுத்தினார்கள். அடி தாங்க முடியாமல் ஒப்புக்கொண்டனர் அதில் ஒருவனான செயன் என்பவனைக் காவல்துறை அதிகாரிகள் தனியாக அழைத்துச் சென்று இயக்கத்தில் இணைந்துத் தங்களுக்கு உளவு பார்க்குமாறு கேட்டார்கள் அப்படிச் செய்தால் அரசு பணி வாங்கித் தருவதாகவும் அவனைக் குற்றத்தில் இருந்து

விடுவிப்பதாகவும் ஆசை வார்த்தை கூறினார். அவனும் ஒப்புக்கொண்டான்.

அதே நேரத்தில் காட்டுப் பகுதியில் வேலையைத் தொடங்க ஆட்களை அனுப்பினான் திருமலை இம்முறை அரசுக்கூலிப்படையுடன் தன் சொந்த கூலிப்படையையும் அனுப்பி வைத்திருந்தான்.. முன்பு போலவே எச்சரிக்கை கடிதம் அனுப்பினார்கள், போராளிகள்.

கடிதத்தைக் கிழத்து போட்டான் சேனநாயக்கா.. தானே இயந்திரத்தை எடுத்துக்கொண்டு மரத்தின் அருகே சென்றான்..

மீண்டும் அம்பு வந்தது இம்முறை ஒன்று அல்ல.. சரசரவெனப் பத்து வந்தது.. அதை மதிக்காமல் மரத்தின் மீது இயந்திரத்தை வைக்க ஓர் அம்பு இயந்திரத்தை பிடித்திருக்கும் அவன் கை மீது குத்தியது அப்படியே கீழே போட்டுக் கதறினான்...

"யோவ் தினகரா எவன்னு பார்த்து சுட்டு தள்ளுங்க" எனக் கூலிப்படை தலைவன் சேனநாயக்கா உத்தரவிட்டதும் அரசு அதிகாரிகள் பதறியடித்துக்கொண்டு தனக்குக் கீழ் உள்ளவர்களுக்கு உத்தரவிட்டனர்... அதற்குள் அடுத்தக் கடிதம் அம்பில் தைத்து வந்திறங்கியது, 'இன்னும் ஓர் அடி உள்ளே வந்தால் உயிர் இருக்காது' என்று எழுதப்பட்டிருக்கும் கடிததைப் பார்த்ததும் நடுங்கி பின் வாங்கினார்கள்...

வானம் இருள் சூழ தொடங்கியது கரு மேகத்தினால்..., காட்டில் தான் கண்டறிந்த குழந்தையை ஊர் மக்களிடம் கொடுத்து வளர்க்குமாறு பவானியிடம் கொடுத்தனுப்பினான் கரிகாலன். சிவா மற்றும் அருண் என்ற இரண்டு சிறார்களை வைத்தியர் வீட்டில் பாதுகாப்பாக விட்டுவிட்டு கதிரவன் மறைந்து இரவான நேரத்தில் கரிகாலனை சந்திக்க

வந்திருந்தார் தென்னரசன், தென்னரசனிடம் தங்கள் தாக்குதலின் வெற்றி நிகழ்வை குறித்தும் கூறினார்கள்,

"மகிழ்ச்சி தோழர், நான் இன்னும் கூடுதலாக விழிப்புணர்வு பிரச்சாரம் மேற்கொள்ளப் போகிறேன், அத்தோடு நம் இயக்கத்திற்கு தேவையான ஆயுதங்கள் வாங்குவதற்கு பொருளாதாரத்தை ஈடு செய்யவும், மற்ற தேசிய இன விடுதலை போராளிகளிடம் ஆதரவு கேட்க உள்ளேன், நாம் இத்துடன் நின்றுவிடக் கூடாது நமக்கான பொருளாதாரத்தை நாமே உருவாக்கும் வலிமையுள்ள குழுவாக நாம் மாற வேண்டும், நாம் நம் பகுதிகளில் உள்ள உணவு பொருட்களை உற்பத்தி செய்து நாமே ஏற்றுமதி செய்ய வேண்டும், முதல் திட்டமாக இதை வைத்து நம்முடைய பொருளாதாரத்தை கட்டமைப்போம்" என்றார் தென்னரசன்.

அதுதான் சரி எனப்பட்டது கரிகாலனுக்கும்.

"இந்த வெற்றி நமக்கு தற்காலிகம்தான்.. அவர்கள் மீண்டும் வருவார்கள்". என தென்னரசன் கூறினார்.

"ஆமா தோழர் ஆனால் நிச்சயமாக இந்த ஆயுதங்கள் எங்களுக்குப் பற்றாது இயந்திரத் துப்பாக்கிகள் வேண்டும் அவர்களிடம் இருப்பது போல இராணுவத்திடம் இருப்பது போல என்றால் பவானி"... நாடு முழுமைக்கும் புரட்சியைப் பரப்பவும் அதற்கான உதவிகளைப் பெறவும் தென்னரசனால்தான் முடியும் என்பது பவானிக்கும் நன்றாகவே தெரியும்.....

"ம்ம் நான் ஏற்பாடு செய்கிறேன்" என்றார் தென்னரசன்..

தென்னரசன் உடனே சரி என்றது அவர்களுக்கு வியப்பு இல்லை காரணம் ஏற்கனவே அரசு எப்படித் தாக்கியது என்பதை எல்லோரும் அறிந்திருந்தனர் அவர்களிடத்தில்

இதை வைத்துக்கொண்டு சமாளிக்க முடியாது என்பதை நன்கறிந்திருந்தனர். அத்தோடு ஆயுதங்கள் வாங்குவதற்கான ஏற்பாடுகள் செய்ய வேண்டும் என்பதை தென்னரசன் முன்பே முடிவு செய்திருந்தார்.

குறிப்பிட்டப் பகுதியில், காட்டை அபகரிக்க நுழைபவர்களுக்குத் தடை என்ற வாசகங்களுடன் பதாகைகள் வைக்கப்பட்டு எல்லைகள் பிரித்தனர் போராளி குழுக்கள்...

காவல் துறையை வைத்துச் சமாளித்திடலாம் எனத் தப்பு கணக்கு போட்டான் திருமலை, காவல்துறையைக் காட்டுக்குள் இறக்கிவிட்டது, 200 காவலர்கள் கையில் துவக்கையுடன் நுழைந்தனர்..

எச்சரிக்கை கொடுக்கப்பட்டிருக்கும் எல்லை கோட்டினை தாண்டி வேகமாகக் காவலர்கள் உள்ளே ஊடுருவ சக் சக் சக் சக் என இடைவிடாது சத்தம் கேட்டது வந்த காவலர்களில் நான்கு பேர் பொத் என ஓடி வந்த படியே கீழே விழுந்தனர். காவல்துறையினர் அவர்களுக்குள் கிசுகிசுத்து மேலேயும் கிளையும் தேடினர் அதற்குள் அடுத்தத் தாக்குதலுக்குத் தனது வளரியை தயாராக வைத்திருந்தாள் பவானி... நான்கு பேரையும் தாண்டி உள்ளே வர மூன்று நான்கு வளரிகள் காவலர்கள் கூட்டத்தில் உள்ளே புகுந்து வெளியே வந்தது... மொத்தம் 20 பேர் இறந்திருந்தனர், உடனே காவலர்கள் துவக்கையை எடுத்து கன்னாபின்னவென எல்லாப் பக்கமும் சுட்டனர்... சில நிமிடங்கள் நிறுத்தவே இல்லை சுட்டுக் கொண்டே இருந்தனர்... பின் நிறுத்திய போது காடே மிக அமைதியாக இருந்ததது..

∴கா ∴கா ∴கா எனக் கேலியாகச் சிரித்துக்கொண்டே முன்னேர அடி எடுத்து வைத்தனர் அவ்வளவு தான் 10 வளரி கூட்டத்தின் உள்ளே புகுந்து வெளியே வந்தது...

எங்கிருந்து எப்படித் தாக்குகிறார்கள் என எதுவும் புரியாமல் காவலர்கள் பீதியில் தலைதெறிக்க வந்த வழியாக ஓட்டம் பிடித்தனர்...

அரசப்படைக்கு எதிரான இச்சாதரண மக்களின் வெற்றிப் பக்கத்துக் கிராமங்களில் தீயாகப் பரவியது இந்தக் காட்டுப்பகுதியை சேர்ந்தவர்கள் மட்டுமன்றி பக்கத்துக் கிராமத்தை சேர்ந்த மக்களும் தங்களின் பகுதியில் நடக்கும் அநீதிக்கு எதிராகக் குரல் கொடுக்கத் தொடங்கினர்... கூடுதலாகச் சிலர் போராளிக் குழுக்களில் தங்களை இணைத்துக் கொண்டனர்.

ஒரு பக்கம் தென்னரசனின் புரட்சிகர மக்களின் ஒருங்கிணைப்பு இன்னொரு பக்கம் தன் நிலத்தைக் காக்க உருவான புரட்சி குழு, இவை ஆளும் கட்சிக்கு பெரும் தலைவலியாய் ஆனது.

போராளி குழுக்களைச் சந்தித்த தென்னரசன் ஆயுதம் கிடைக்க ஏற்பாடு செய்துள்ளேன் குறைந்த அளவே கிடைத்துள்ளது விரைவில் கூடுதலாகக் கிடைக்க வழிவகைச்செய்வோம் என்றார்...

போராளிகள் எல்லோரும் வேறு பக்கம் பயிற்சியில் இருந்தனர், பவானி, கரிகாலன், மாரியப்பன், மாலதி, தமிழரசி, சரண் போன்றோர் ஒன்றாகச் சேர்ந்து, அதிகாரத்திற்கு எதிரான புரட்சி வெள்ளும் என எல்லோரும் ஒரு குரலாக ஒலித்தனர்.

"முதலில் தென்னரசனை முடித்துகட்டனும் அப்பறம் இந்தச் சில்ற கூட்டத்தைச் சிதறிடித்துவிடலாம்" எனச் சுப்பாராவ் கூறவே ராமப்பையனும் காமிடுவும் வேகமாக மண்டையை ஆட்டினர்.

"அதோட இவனுங்க செய்ற இந்த வேலையினாலே எல்லா மக்களும் முழிச்சிகிட்டா எல்லாரோட பிழைப்பும்

சந்தி சிரிச்சிடும்.. இன்றைக்கு இந்தக் காட்டிற்காக இவர்களை எதிர்த்துப் பெரிய புரட்சியாக வெடித்துவிட்டால் நாட்டின் எல்லாப் பகுதியிலும் மக்கள் புரட்சியில் இறங்கினால் நம்ம எல்லாரையும் அடிச்சு துரத்திட்டு புதிய ஆட்சிய கொண்டு வருவாங்க கியூபா ரசுயால இதானே நடந்துச்சி" என்று மூர்த்திச் சொல்ல,

திருமலையும், "ம்ம்.... அதான்ய்யா நம்ம இரண்டு பேருல யாரு இருந்தாலும் நமகுள்ள பங்கு போட்டுகலாம் குறுக்க இவனுங்கள விட்டா மொத்தமா மாத்திடுவானுங்க".

"ஆமா! ஒன்னு இவனுங்கள மொத்தமா அழிக்கனும் இல்லன்னா அந்தக் காட்டு பிரச்சினையப் தள்ளி போடனும் அங்க அந்தக் காட்டுவாசி மக்களையே குடியேத்தனும் அப்படிச் செய்தால் புரட்சிப் பெரிய அளவிற்குப் போகாமல் தடுக்கலாம் புரட்சி உண்டாக்கும் இவர்களை ஒவ்வொரு நபராக வேட்டையாடளாம்", என்னுடைய எண்ணமும் இதுதான் என்றான் மூர்த்தி..

"சரி அப்படியானால் பேச்சு வார்த்தைக்குக் கிராமத்தில் இருக்கும் காட்டு வாசி மக்களை அழைப்போம், அவர்களைக் குடியமர்த்துவோம்"...

"அதான் இப்போது சரி... இவனுங்கள, ஒவ்வொரு பயலையும் கொன்ற பிறகு அவர்களைத் துறத்திவிடலாம்"...

ஆட்சியாளர்களில் திட்டம் இப்படியிருக்கப் பெரிய ஆயுதங்களுடன் மீண்டும் தாக்குதல் நடத்துவார்கள் என ஆயுதங்களைச் சேகரித்துக் குவித்துக் கொண்டிருந்தனர் புரட்சிக்குழுவினர்.

சில நாட்கள் கிராமத்திற்குச் சென்று மக்களுடன் பேச்சு வார்த்தை செய்தனர் மக்களும் கோரிக்கைகளை ஏற்றுக்கொண்டு மீள் குடியேறினர்... ஆனால் புரட்சிக் குழு இருக்கும் பகுதியில் இல்லாமல் வேறொரு பகுதியில்

குடியேறினர்.... ஆனாலும் புரட்சி குழுவினர் ஆயுதச் சேகரிப்பினை நிறுத்தவில்லை.... இந்த ஒரு பகுதியை மக்களுக்கு மீட்டு கொடுத்துவிட்டோம் நாட்டில் எங்கெல்லாம் அநீதி நடக்கிறதோ அங்கெல்லாம் புரட்சி உண்டாக்குவோம் எனத் திட்டமிட்டனர்..

மீள்குடியேற்றம் முழுமையாக முடிந்தது, புரட்சி குழுவிற்கு வேலை இல்லை என நினைத்த சில இளைஞர்கள் சாதரணமாக வெளிவந்தனர்.... அக்கிராமத்தில் இருக்கும் ஒவ்வொரு இளைஞனையும் குறி வைத்துத் தூக்குவதற்குத் திருமலை திட்டம் போட்டிருந்தான், அத்தோடு மக்கள் மத்தியில் திருமலைக்கு மேலும் ஆதரவு பெருகியது வாக்குறுதியை நிறைவேற்றுகிறார் என, போராளிகளுக்கு நன்றாகவே தெரியும் இது நாடகம் என்று, ஆனால் அந்த நாடகத்தை நாட்டில் பல இடங்களிலும், மக்கள் நம்பும் படி அரங்கேற்றினான் திருமலை, மக்களிடம் நல்லாட்சி நடப்பதாக விளம்பரம் செய்தும் செய்திகளை வெளியிட்டும் ஏமாற்றினார்.... உண்மையில் மக்களின் பொதுவான பிரச்சினைகள் எதுவும் தீர்ந்தப் பாடில்லை... எனவே கரிகாலனும் தென்னரசனும் தொடங்கிய செயலில் இருந்து விலகவில்லை, தென்னரசன் கல்லூரிகளில் இளைஞர்களைச் சந்தித்து அரசியல் விழிப்புணர்வுக் கொடுத்தார், கரிகாலன் ஆயுதப் பயிற்சியை நிறுத்தவில்லை, காட்டின் மறைவானப் பகுதியில் இருந்தபடிப் பயிற்சியை மேற்கொண்டனர், சமயம் வரும் போது மொத்தமாக எல்லோரையும் கொன்றுக் குவிக்கக் காத்திருந்தான் திருமலை.

16

சுரண்டிக் கொழுத்தவர்களைச் சுலுக்கெடுப்போம்

தற்போது போராளி குழுக்களின் அரசப் பயங்கரவாதத்திற்கு எதிரான போராட்டம் காட்டு பகுதி கிராமங்களில் ஆதரவைப் பெற்றது ஆனால் வெளியே அதிக மக்கள் திருமலை நல்லவன் என நம்பிக் கொண்டிருந்தனர்... இதைத் தான் திருமலையயும் எதிர்பார்த்தான். பெரிதளவில் தாக்குதல் நடத்தாமல் சிறிய அளவிலும் மாறு வேடத்திலுமே போராளி குழுக்கள் மீது தாக்குதல் நடத்தியது அரசு, அவ்வாறு செய்வது அவர்களின் வளர்ச்சியைத் தடுக்கும் என்பது அரசின் எண்ணம். ஆனால் போராளிக் குழுக்களின் வலிமை அதிகரித்துக்கொண்டே இருந்தது, தென்னரசனும் கூடுதல் ஆயதங்களை அவர்களுக்கு வாங்கிக் கொடுத்தார் தொடர்ந்து அரசின் உழல் கொடுமையினால் நாட்டில் கடுமையான பொருளாதாரச் சுமையை மக்கள் சந்தித்தனர், அவை பெரிதளவில் வெடிக்காமல் இருக்கச் சில கவர்ச்சி திட்டங்கள் மூலம் மக்களை அமைதியாக்கிட அவற்றின் உண்மை தன்மையை மக்கள் மத்தியில் போட்டுடைத்தார் தென்னரசன்.

"இந்த ஆட்சியாளர்கள் ஒவ்வொருவரும் மக்களைச் சுரண்டிக் கொழுத்து வாழ்கிறார்கள், மக்களாகிய நாம் வாங்கும் ஒவ்வொரு பொருளுக்கும் வரி செலுத்துகிறோம், தினசரித் தேவைக்குப் பயன்படுத்தும் பொருள் முதல் எப்போவாது பயன்படுத்தும் பொருள் வரை, அத்யாவசிய பொருளோ அநாவசியப் பொருளோ எல்லாத்துக்கும் வரி கட்டுகிறோம் ஆனால் அந்த வரிப் பணத்தை யாருக்காகக் கட்டுகிறோம்.... மீண்டும் அது மக்களுக்குத் தான் பயன்பட வேண்டும் அப்படித்தான் இங்கு நடக்கிறதா? ஒருவன் வருகிறான்! தேர்தலில் வெற்றிப் பெறுகிறான், பின்பு அவனுடைய தொப்பை வளர்கிறதே தவிர மக்களாகிய நமக்கு என்ன வளர்கிறது".. என்று மக்களைத் திரட்டி தென்னரசன் பேசிக்கொண்டிருந்தார், கூட்டத்தில் ஒரு கிழவர், இடையில் குறுக்கிட்டு

"�„யோவ் என்னய்யா வாய்க்கு வந்தபடி எங்கள் ஐயாவ வையிற!.. அவர் எவ்வளவு நல்லவரு, தொலைக்காட்சி செய்திலாம் பார்க்குறியா இல்லையா? எத்தனை பேர வாழ வச்சிட்டு இருக்காரு என்னம்மோ இப்படி வையிற என்னாய்யா நீங்களும் கேட்டுட்டு இருக்கீங்க"

உடனே தென்னரசன், "ஐயா!... நான் சொல்வது உண்மை.. நம் மக்கள் பலரும் விளம்பரங்களை உண்மை என்று நம்புகிறீர்கள்... நான் சொல்வது பொய்! விளம்பரம் தான் உண்மை என்றால் உங்களின் வாழ்வாதாரம் ஏன் இவ்வளவு மோசமாக உள்ளது, உங்கள் நிலம்! அதோ தெரிகிறதே அவைதானே, பச்சை பசேலென்று பசுமை காட்சியளித்த நிலம் இன்று தரிசாகி, ஒரு வேலை உணவிற்கே அல்லல்ப்பட்டு எலிக்கரி உண்பது ஏன்? இதோ நம் வருங்காலத் தலைமுறைகள் இவர்களுக்குப் உண்ண உணவு உள்ளதா? இதோ நம் இளையோர்கள் இவர்களுக்கு வேலை வாய்ப்பு உள்ளதா? விளம்பரங்கள் உண்மை

என்றால் இவைகள் எல்லாம் ஏன் இல்லை? தினமும் அரங்கேறும் கொலை கொள்ளை கற்பழிப்பு வீதியெங்கும் மதுக்கடைகள், நாம் எல்லோரும் வறுமையில் செத்தே போனாலும் நாம் ஓட்டு போட்டு தேர்ந்தெடுத்த நபர்களின் தொப்பை குறைவதில்லையே, இதுதான் நீங்கள் சொன்ன நல்லாட்சியா?".. என்று கூறிய போது கூட்டத்தில் அமைதிக் குடிப் புகுந்தது.. சற்றே அமைதியை விலக்கி ஒரு குரல் "அப்படியானால் எங்களை என்ன செய்யச் சொல்றீங்க?" என்றது...

"விழிப்புணர்வு பெறுங்கள் நாட்டில் என்ன நடக்கிறது என்பதைத் தெரிந்து கொள்ளுங்கள், அரசு என்பது மக்கள் மீது தனது அதிகாரத்தைச் செலுத்திப் பலாத்காரம் செய்வதற்கு இல்லை, மக்களின் தேவையைப் பூர்த்திச் செய்ய உருவாக்கப்பட்ட அமைப்பே, அதில் இருப்பவர்கள் அதிகாரம் செலுத்துபவர்கள் இல்லை அவர்கள் மக்களாகிய நமக்குப் பணி செய்ய அமர்த்தப்பட்ட பணியாட்களே அவர்களுக்கான ஊதியம் கொடுக்கும் முதலாளிகள் நாம்தான் நம்முடைய முறையான தேவைகளைப் பூர்த்திச் செய்வதே அவர்களின் பணி... எனவே நம் விழிப்புணர்வுப் பெற்றுக் கேள்விக் கேட்க வேண்டும்" என்றார்.

இது போலவே பல்வேறு கிராமங்களிலும் தென்னரசன் மக்களை ஒருங்கிணைந்த சக்தியாகக் கேள்வி கேட்க வைத்தார்.

பல கல்லூரி இளைஞர்களும் தென்னரசனால் ஈர்க்கப்பட்டனர், சிவா படிக்கும் கல்லூரியில் உள்ள மாணவர்களுடனும் நல்ல தொடர்பில் இருந்தார், சிவாவிற்கு மக்கள் திரள் போராட்டங்கள் மீது பெரிதளவில் நம்பிக்கை இல்லாமல் போனது நாளடைவில், கல்வியறிவுப் பெற வேண்டும் அதன் மூலம் அதிகாரத்தைப் பிடித்து அந்த அதிகாரத்தின் மூலம் அடக்குமுறையும் அநீதியையும

ஒழிக்க முடியும் என நம்பினான், தென்னரசனை சிவா நேரில் சந்தித்தது இல்லை ஒருமுறை ஒரு காவல் நிலையத்தில் இருவரும் இருந்தார்கள், இருப்பினும் அவர்தான் தென்னரசன் எனச் சிவா அறியவில்லை, அந்தக் காவல் நிலையத்திற்குச் சிவா சென்றதுக் கல்லூரி வாயிலாகக் காவல்துறை பயிற்சி பெற, தென்னரசன் வந்தது ஒரு போராட்டத்தில் கைதாகி! கல்லூரியில் படிக்கும் போது காவல்துறையிலும் இராணுவத்திலும் பயிற்சி பெற விண்ணப்பித்துக் காவல் துறைக்கு மட்டுமே அனுமதி கிடைத்தது, அங்கும் அவனுக்குத் தெரிந்தது அதிகாரம் எந்த அளவிற்கு மக்கள் மீது திணிக்கப் படுகிறது என்பதே, அவற்றைக் காணும் போது, தன் மனதில் அவன் கூறிக்கொண்டான் ‹நான் நிச்சயமாக இப்படி இருக்க மாட்டேன் தவறானவர்களுக்கே எமனாக இருப்பேன்›.

இவ்வாறு தென்னரசன் கிராமம் கிராமமாகத் தொடர்ந்து சென்று விழிப்புணர்வுக் கொடுத்து வந்தாலும் சில இளைஞர்களே விழிப்புணர்வு அடைந்து உண்மையை உணர்ந்தனர், பல பெரியவர்களும் மீண்டும் மீண்டும் விளம்பரங்களை நம்பியே ஏமாந்தனர், இருப்பினும் இத்தகைய சிறிய மாற்றம் தீப்பொறியாகும் எனத் திருமலை உணராமல் இல்லை. கரிகாலனோ மிக இரகசியமாகத் தங்களது ஆயுதப் போராளிக் குழுவை ஒருங்கிணைத்து வந்தான், தென்னரசனின் விழிப்புணர்வுப் பிரச்சாரம் கரிகாலனின் ஆயுதக் குழு, இவை இளைஞர்களை ஒரு மையப் புள்ளியில் இணைக்கத் தொடங்கியது, நாட்டின் காட்டுப் பகுதிகளைப் போராளிக் குழுக்கள் ஓரளவிற்குத் தங்கள் கட்டுப்பாட்டில் வைத்திருந்தனர், போராளிகளுக்கும் காவல் துறையினருக்கும் இடையே நடைபெரும் துப்பாக்கி சூட்டினால் சிறிதளவில் வெடி குண்டு சத்தம் கேட்டுக்கொண்டே இருக்கும்... இப்படியாக நாட்கள் நகர்ந்தது சிறுக சிறுக மக்கள் விழிப்பு பெற்று ஆட்சிக்கு எதிரான மனநிலையில் இருந்தனர் இஃது ஒரு பக்கம் இருக்க

இன்னொரு பக்கம் வயது மூத்தவர்கள் பெரும்பாலும் திருமலையை நம்பினார், அந்தச் சூழலில் மீண்டும் தேர்தல் வந்தது, மீண்டும் திருமலை வெற்றிப் பெற்றான். நாட்டின் பல்வேறு இடங்களில் வறுமை தாண்டவம் ஆடத்தொடங்கியது, இதனால் விழிப்படைந்த இளைஞர்கள் அரச அதிகாரத்தின் மீது அதிருப்தியும் கோபமும் கொண்டனர். ‹திருமலை இல்லை என்றால் மூர்த்தி, மூர்த்தி வேண்டாம் என்றால் திருமலை இந்த நிலை ஒழியப் புதிய அரசாங்கம் உருவாக வேண்டும்› என்ற எண்ணம் இளைஞர்கள் மனதில் முளைக்கத் தொடங்கியது. சிலர் தன்னிச்சையாக ஆயதம் எடுத்தனர், மக்களை நம்ப வைத்து ஏமாற்றும் அரச அதிகாரிகளைக் கொலைச் செய்யும் நோக்கில், ஒழுங்கமைவு இல்லாத தன்னிச்சையாகச் செயல்பட்ட இளைஞர்களால் அதில் வெற்றி பெற முடியவில்லை, பல இளைஞர்களும் கைது செய்யப்பட்டுச் சிறையில் அடைக்கப்பட்டனர், அவர்கள் சிறையில் இருந்து வெளியே வந்ததும், அத்தகைய இளைஞர்களைத் தென்னரசன் சந்தித்து அவர்களுக்கு இரண்டு முக்கிய விடயங்களைப் பகிர்ந்தார், ஒன்று "நாம் தவறான அரசியல் அதிகாரிகளைக் கொலை செய்வதன் மூலம் எந்தப் பயனையும் அடைய முடியாது அது, தற்காலிக தீர்வே, அவ்விடத்தை நிரப்ப மீண்டும் ஒருவர் அங்கு வருவார், இதுதான் நாம் எதிர்பார்க்கிறோமா? இல்லை, நிரந்தரத் தீர்வா?"..

"தோழர் ஏன் அது தற்காலிகம் என்கிறீர்கள்? அவனைக் கொலைச் செய்தால் அடுத்து வருபவன் பயத்துடன் பணியைச் சரியாகத் தானே செய்வான்.. அப்போது மக்களுக்கான தேவைகள் முறையாகப் பூர்த்திச் செய்யப்படும் தானே?" என ஒருவன் கேட்க!

தென்னரசன் மறுமொழியாக! "தோழரே! உண்மை தான் பயம் வரும் என்பது உண்மைதான் ஆனால் அஃது

ஒட்டுமொத்த நாட்டிலும் எம் மாதிரியான விளைவுகளை ஏற்படுத்தும்? ஓர் இடத்தில் குறிப்பிட்ட ஒரு நபரைக் கொன்றால் அடுத்த வருபவன் அச்சப்படுவான் அப்போ மற்ற எல்லா இடங்களிலும் எத்தனைக் கொலைகளைச் செய்ய முடியும், அப்படிச் செய்தால் சில நாட்கள் பயம் இருக்கும் அது தொடராது, மக்களுக்காகத் தானே செய்தோம் ஆனால் மக்கள் நம்மை வெறுப்பார்கள் நம்மைக் கொலைகாரர்களாகப் பார்ப்பார்கள், அத்தோடு அஃது ஓர் ஒழுங்கமைவைப் பெறாது நம்மை எளிதில் வேட்டையாடுவார்கள் விரைவில் நாம் எல்லோரையும் கொன்று முடித்திருப்பார்கள்.... நாம் இறந்த பிறகு இந்த நிலை என்ன ஆகும்? அடிப்படை உண்மையை நாம் புரிந்து கொள்ள வேண்டும் தோழர்! இங்கு ஒட்டுமொத்த அரச இயந்திரமும் கரைப் பிடித்து, துரு ஏறிப் பாழடைந்துவிட்டது, அதை மொத்தமாக அகற்றிவிட்டு புதிய இயந்திரத்தை உருவாக்க வேண்டும். அதற்கு நம் மக்கள் பெருமளவில் விழிப்புணர்வுப் பெற வேண்டும். மக்கள் அனைவரையும் ஒருங்கிணைக்க வேண்டும், மக்களிடையே விழிப்புணர்வை ஏற்படுத்த வேண்டும், நம்மில் எத்தனை பேருக்கு தெரியும் தங்களின் இருப்பிடத்தை அபகரிக்க வந்த அரச அதிகாரக் கொள்ளையர்களை ஆயுதப் போராட்டம் மூலம் விரட்டி அடித்துத் தற்போது வளர்ந்து வரும் போராளி இயக்கம் பற்றி, அவர்களின் தற்போது இலக்கு நிலம் எங்கள் உரிமை என்பதே ஆனால் நான் உறுதியாகச் சொல்கிறேன் அவர்கள் வீரியம் பெறுவார்கள் அப்போது அவர்களின் இலக்குப் பாழடைந்த இயந்திரத்தை ஒட்டுமொத்தமாக நீக்கிப் புதிய இயந்திரத்தை உருவாக்குவதாக இருக்கும்.. தற்போது காட்டுப் பகுதி மக்களே அவர்களோடு இணைந்துப் போராட்ட களத்தில் இறங்கி உள்ளனர், உங்களைப் போன்ற சமூக அக்கறை உள்ள இளைஞர்கள் நாட்டின் அநீதியை அழித்து நீதியை நிலைபெறச் செய்ய விரும்பும் இளைஞர்கள் போராளி இயக்கத்தோடு கைக் கோர்த்தால்

போராட்டமானது அடுத்தக் கட்டத்தை அடையும்.. இதுவரை அவர்கள் போராடி வருவது அரசப் பயங்கரவாதிகளின் நில ஆக்ரமிப்புகளை எதிர்த்து நிர்க்கதியற்று இருக்கும் காட்டுப்பகுதி மக்களைப் பாதுகாப்பதே அவர்களின் நோக்கம், எண்ணிக்கை அதிகரிக்கும் போது பார்வையும் விரியும், ஏற்கனவே அதில் இருக்கும் கரிகாலன் பல்வேறு பொதுப் பிரச்சினைகளுக்கான போராட்டத்தில் ஈடுபட்ட ஒருவனே, எண்ணிக்கை அதிகமாகும் போது எல்லையும் அதிகமாகும், அந்த எல்லைக்குள் உள்ள மக்களின் பிரச்சினைக்குத் தீர்வு காண வேண்டிய சூழல் வரும் அஃது அவர்களைத் தானாகவே அரசைக் கைப்பற்றி மக்களைக் காப்பாற்றுவது நோக்கி நகர்த்தும்".

,அதோ வழி இருக்கிறது... ஒரு பக்கம் போராளிகள் இன்னொரு பக்கம் திருடர்கள் உங்கள் பாதையை முடிவு செய்யுங்கள், இடது பக்கத்தில் இருக்கும். போராளிகளின் எல்லை வலது பக்கத்தையும் தங்கள் பகுதியாக்கினால் எல்லை விரிவடையும் அதற்குப் போராளிகள் கூடுதலாகத் தேவை".

இப்படிப் போன்ற கருத்துக்களைச் சமூகத்தின் மீது அக்கறை கொண்டு ஆயுதம் தூக்கிய இளைஞர்களிடையே விதைத்தார் தென்னரசன். இந்த விதைகள் முளைக்கும் நேரமும் திருமலை விழிக்கும் நேரமும் ஒன்றாக இருந்தது..

அதிகாரிகளின் ஆலோசனை கூட்டத்தைத் திருமலை கூட்டினான், சுப்பாராவ், காமிடு, ராமப்பையன், ஆகியோர் அடங்கிய ஆலோசனை கூட்டம்..

"என்னய்யா இது? மூர்த்திக்கு கரிகாலன் கொடைச்சலா இருந்தான் நமக்குத் தென்னரசன் கொடைச்சலா இருக்கான் என்ன செய்வது?"

"ஐயா! உளவுபடை ஆட்கள் மூலம் இருவரையும் கொலை செய்திடலாம்" என காமிடு சொல்ல,

"இல்லை காமிடு! நமக்கு மிகப்பெரிய அச்சுறுத்தல் தென்னரசன் தான், அவன் தான் கலகக்காரன் அவன் அவர்களுக்கு ஆசிரியர் அவனை முதலில் முடிக்க வேண்டும் அவனை முடித்துவிட்டால் மற்றவைகளை எளிதில் பிடிங்கிடாலாம்"! என்றான் ராமப்பையன்,

"எனக்கும் அப்படிச் செய்வதுதான் சரி என்று தோன்றுகிறது".... என்றான் திருமலை,

"ம்ம்! அதற்கு முதலில் அவனுக்கு மக்கள் மத்தியில் இருக்கும் நம்பிக்கையை உடைக்க வேண்டும்"! என்றான் சுப்பாராவ்,

"ஏற்கனவே அப்படிச் செய்வதற்குத் தான் வெடிகுண்டு வைத்து 35 மக்களைக் கொலைச் செய்தோம் ஆனால் அதுவும் எடுபடவில்லை! மக்கள் நம்பவில்லை"! என்றான் காமிடு.

"ம்ம்! இம்முறை அவர்கள் செய்யும் திட்டங்கள் ஏதேனும் ஒன்றில் சூழ்ச்சிகளைச் செய்து தென்னரசனை முடித்துகட்டலாம்" எனத் திருமலை கூறினான்.

"தோழர்! ஆட்கள் அதிகரிக்கிறார்கள் மக்கள் மத்தியில் நமக்கு ஆதரவு பெருகி வருகிறது, பயிற்சி செய்வதற்கும் ஆயுதம் சேகரிக்கவும் நமக்கு அதிகப் பணம் தேவைப்படுகிறது, தற்போது நம்மிடம் இருக்கும் பணம் ஓர் ஆண்டுக்கு வரும் காரணம் நம்மாட்களே பயிற்சி முடித்து மற்ற நேரங்களில் உழவு தொழிலில் ஈடுபடுகிறார்கள் ஆடு மாடு வளர்ப்பதிலும் மற்ற விவசாயத் தொழிலிலும் ஈடுபடுத்துகிறோம், உணவிற்கு நாமே எற்பாடு செய்கிறோம் இருப்பினும் கூடுதல் தொகை ஆயுதத்திற்குத் தேவையாக

உள்ளது, இங்கு உற்பத்தி செய்யப்படும் பொருட்களை வெளியில் விற்பனைச் செய்து ஈட்டும் பொருளாதாரம் போதுமானதாக இல்லை".. எனப் பவானி தென்னரசனிடம் கூறினாள்.

"நம்முடைய இனத்தைச் சேர்ந்த மக்களும் நம் இனம் விடுதலை அடைய வேண்டும் என விரும்பும் நம் மக்களுமான மற்ற நாடுகளில் உள்ளவர்கள் பலரும் நமக்கு நிதி தருவதற்கு சம்மதம் சொல்லியுள்ளார்கள், மேலும் ஆயுதங்களின் உதிரி பாகங்களையும் மூலப்பொருட்களையும் வாங்கி நாமே ஆயுதங்களை உற்பத்தி செய்வதன் மூலம் நம்முடைய செலவானது குறையும், அதற்கும் வழிவகை செய்துள்ளேன்" என்றார் தென்னரசன்,

"சிறப்பு தோழர், நாம் தற்சார்பை நோக்கி நகர்வது தான் சரியாக இருக்கும், பணம் திரட்டுவதற்கு எத்தனை நாட்கள் ஆகும் தோழர்" என்றாள் பவானி,

"சில மாதங்களில் பணம் திரட்டிவிடுவோம், ஆயுதங்களுக்கான மூலப்பொருட்கள் வாங்குவதற்கு அதிலிருந்து சில நாட்கள் ஆகும், அவற்றை கை மாத்துவற்கும் திட்டம் வகுத்துள்ளோம் காலம் வரும்போது இடத்தை தேர்வுச் செய்து வேலையை முடிப்போம்" என்றார் தென்னரசன்,

"சரி தோழர், அப்படியானால் ஆயுதங்களை நாம் உற்பத்தி செய்யவும் அவற்றை கையாளவும் பயிற்சி எடுக்க வேண்டும், நான்கு மாதங்களுக்குள் முழுமையாக பயிற்சி பெற வேண்டும்" என்றாள் பவானி.

"ஆம் தோழர், அதற்காகதான் தோழர் தங்கதுரை வந்துள்ளார், இங்கேயே இருந்து பயிற்சி கொடுப்பார்" என்றார் தென்னரசன்.

"ம்ம் சரி தோழர், ஆயுதங்கள் வாங்கும் போது சற்றே சாக்கிரதையா இருங்கள் உங்களை கொல்வதில் அரசு அதீத தீவிரம் காட்டுகிறது",

"தெரியும் தோழர், மக்களுக்காக போராட வந்த பிறகு அரசு அரவணைக்கவா போகுது, உயிர் மக்களுக்கானது".

"உண்மைதான் தோழர் ஆகினும் நீங்கள் முக்கியம்" என்றாள் பவானி

ஓர் அமைதி நிலவியது.......... அமைதியை உடைத்து, தென்னரசன் கூறினார்

"தோழர் கரிகாலன்! நம் நண்பர் கவியரசனுக்குச் சிறிது விபத்து நேர்ந்துள்ளது அவர் மருத்துவமனையில் அனுமதிக்கப்பட்டுள்ளார்.. நேற்று இரவு இந்த விபத்து நடந்தது.. நான் மருத்துவமனையில் கவியரசனை சந்தித்தேன்! காலில் சற்றே பலத்தக் காயம்" என்றனர்..

கரிகாலன் அமைதியாக இருந்தான் நிச்சயமாகக் கரிகாலன் வெளியே சென்றால் உயிருக்கு ஆபத்து எனவே தென்னரசன் கரிகாலனை வெளியே சென்று பார்க்க அனுமதிக்கவில்லை...

"தோழர்! அவன் உயிருக்கு?"

"சிக்கல் இல்லை தோழர் காலில் தான் பலத்தக் காயம்.. விரைவில் நலம் பெறுவார்"!

"சரி தோழர்"..

"சரி நான் கிளம்புகிறேன்" என்றார் தென்னரசன்...

"பவானி மீண்டும் தென்னரசனை அண்ணா என்றாள்"!

"சொல்லுங்கள் தோழர்?"

"ம்ம்... சாக்கிரதையாக இருங்கள்"!

"சரி தங்கையை".......

தென்னரசன் கிளாய்ப்பியதும், பவானி, கரிகாலனை நோக்கி, "தோழர்! நண்பரை பற்றிச் சிந்திப்பில் உள்ளீரா?"

"ம்ம் பவானி... நாங்கள் பல மக்கள் போராட்டங்களில் சேர்ந்து பயனித்துள்ளோம் இன்று அவனைப் பார்க்க கூடப் போக முடியாத சூழல்"..

"கரிகாலரே வெளியே சென்று அவரைப் பார்க்க போனால் உங்கள் உயிருக்கு ஆபத்து ஏற்படும்... பிறகு! பின்னாடியே நானும் வர வேண்டியதுதான்".

"இல்லை! இல்லை! நான் போகவில்லை.. ம்ம்!.... காலம் வரும் அவனைச் சந்திக்க"!

"சரி தோழர்!.... கதிரவன் மறையப்போகிறான் பயிற்சிக்குத் தயாரவோம்"....

நிலவொளியின் வெளிச்சம் இழைகளில் பட்டு மீதி இருக்கும் வெளிச்சங்கள் தரையில் பட, காட்டின் வெளியே நிலவொளியில் நிலம் பகல் போல் இருக்கக் காட்டின் உள்ளே நிலவோ வர முடியாது தவிக்கக், காட்டினுள் வெளிச்சம் கொடுத்தபடி வெட்டப்பட்டுக் கீழே கிடக்கும் மரத்தின் கிளையில் பவானி அமர்ந்திருந்தாள், அவள் அழகின் வெளிச்சம் ஒரு பக்கம் அவள் கையில் இருக்கும் களரியின் வெளிச்சம் மறுபக்கம் இரண்டும் ஒரு சேர மின்ன அவளைப் பார்த்த கரிகாலனுக்குத் தன் தாயின் முகம் நினைவிற்கு வந்தது... எங்கோ பார்த்த முகம்! பழகிய குணம்!.. என்று தோன்றியது.. அது பற்றி அவன் கேட்கும் மனநிலையில் கரிகாலன் இல்லை அதைக் கவனிக்கப் பவானிக்கும் தகுந்த நேரம் இல்லை, அவள் பயிற்சியைத் தொடரக் களரியைக் கையில் எடுத்தால்.

17

சிவா

தன் கல்லூரி படிப்பை முடித்து நாட்டின் குடியியல் பணிக்கு விண்ணப்பித்திருந்தான் சிவா. தேர்வுக்குப் பின் பயிற்சி என எல்லாம் நல்லபடியாக முடிந்து தனது சொந்த கிராமத்திற்கு வந்தான். நல்ல உயரம், உயரத்திற்கு ஏற்ப வாட்டசாட்டமான உடல் அமைப்பு, முருக்கேரிய கைகள், விடப்பான மார்பகம், பேருந்தில் இருந்து இறங்கி வயல் வழியே நடந்து வர வேண்டும் வீட்டிற்கு, சிவா சாதாரணமாக நடப்பதே ஓடுவது போல் இருந்தது, விரு விரு என நடந்து ஆற்றின் குறுக்கே உள்ளப் பாலத்தை இரண்டு அடியில் தாண்டினான், சற்றே தொலைவில் வீட்டிற்குப் போகும் வழியிலே அருணை சந்தித்து விட்டான் சிவா. அருணை தூரத்தில் கண்டதும் சிவா அவனை நோக்கி வேகமாக ஆச்சரியத்துடன் சென்றான்...அருண் எனக் கரகரத்த குரலில் சத்தமாக அழைத்ததில் மரக்கிளைகளில் இருந்த பறவைகள் பீதியில் பறந்து மரத்தில் இருந்து வெளியே வந்து பார்த்து மீண்டும் மரக்கிளைகளில் பதுங்கின, பறவைகளுக்குக் கேட்ட குரல் அருணுக்குக் கேட்காமல் இல்லை உடனே திரும்பினான், திடிரெனச் சிவா இன்னும் கூடுதல் வேகத்துடன் சென்றான், ஆனால் அருண் இருக்கும் திசையை நோக்கிச் செல்லாமல் இரண்டு தடியர்கள் இருக்கும் வேறெருத்

திசையில் சென்றான்.. அவர்கள் அருகில் சிவா சென்றதும் அந்தத் தடியர்கள் சிவாவை பார்த்தனர், உடனே பதட்டமாகி தூக்கி கட்டியிருந்த வேட்டியை இறக்கிவிட்டு அப்படியே அமைதியாக நின்றனர், அருண் சரியாகச் சிவாவைப் புரிந்து கொண்டான்.. சற்றே தூரத்தில் ஒரு நாயினைக் கட்டி வைத்து இரண்டு தடியர்கள் அடித்துக்கொண்டிருந்தனர் அவர்களை நோக்கி தான் சிவா ஓடினான்..

"என்னய்யா செய்றிங்க?"

"சார்! அது, இந்த நாய்"....

"அந்த நாய்க்கு என்ன.. எதுக்குக் கட்டி வச்சிருக்கீங்க". சொல்லிக்கொண்டே அவர்கள் கையில் இருந்த தடியை வாங்கினான் சிவா..

"சொல்லுங்கய்யா நாய் என்ன செய்தது? எதுக்கு அடிக்கிறீங்க? ம்ம்".... என அதட்டினான்..

தடியர்கள் சற்று தயங்கிப் பயத்துடன்... "சார் இராத்திரி ஆன கத்தித் தொல்ல பன்னுது ஊழை விடுது"....எனச் சொல்லி முடிக்கும் போது படார் எனக் கையில் வைத்திருந்த தடியால் அடித்தான், கட்டியிருந்த நாய் பயத்தில் கத்தியது..... சில வினாடிக்குப் பிறகுதான் நாய்ச் சுதாரித்தது அடி விழுவது தடியர்களுக்குதான் என.... அடி விழுவதில் அவர்கள் கத்துவதைக் கேட்டு, நாயானது அவர்களை வெறிக்கப் பார்த்தது....

"கத்தாதே, எனக்குப் பிடிக்கவில்லை! கத்தாதே, எனக்குப் பிடிக்கவில்லை"! எனச் சொல்லி தடியர்களை நன்றாகச் சிவா வெளுத்து விட்டான்... அவர்கள் வலி தாங்க முடியாமல் கத்தவும் முடியாமல் வாயை பொத்திக்கொண்டு முனங்கினர்...

"போ! போ!.... முதல்ல அந்த நாய அவிழ்த்து விடு"...

அவிழ்த்து விட்டதும் சிவா பின்னால் நாய்ப் பதுங்கியது...

"இனிமேல் இப்படிச் செய்றதப் பார்த்தேன் தொலைச்சு புடுவேன்" என்று கூறி நாயின் அருகில் சென்று தடவி கொடுத்தான் சிவா.... தடியர்கள் விட்டதும் போதும் என ஓடினார்கள்... அதே நேரத்தில் அருண் சிவாவின் அருகில் வந்தான்...

"சிவா, நல்ல வேலைச் செய்த இனிமேல் எந்த நாயும் நாயை அடிக்காது".

"ஏன் இத்தனை மோசமா இருக்காங்க.... இயற்கை கொடுத்த வாழ்வை தானே அவை வாழ முடியும்... நிம்மதியாகக் காட்டு விலங்காக இருந்திருக்க வேண்டும்..... அவைகளைத் தன்னுடைய வேட்டைக்குப் பயன்படுத்திப் பின் தன் உடனே அடிமையாக மாற்றி மனித இனத்தை நம்பி மனிதனோடு வந்த நாயினை அம்போவென விட்டு விட்டார்கள், தற்போது அவற்றை வாழவும் விடுவதில்லை இவர்கள், சரி விரைவாகச் சென்று இந்த நாய்க்கு மருந்து போட வேண்டும் வா" என்றான் சிவா.....

"ம்ம் வா போகலாம்... அது சரி... பயிற்சி எல்லாம் சிறப்பாக முடிந்ததா?... எந்தப் பகுதியில் பணி நியமனம்?"

"எல்லாம் சிறப்பாக முடிந்தது நம்ம பகுதியில்தான் பணி நியமனம் செய்துள்ளனர்,....... ஆமா.. அஃது இருக்கட்டும் நீ எங்கே சென்று வருகிறாய்?... என்ன திடிரென வெளியே வந்துள்ளாய்? வர மாட்டாயே இப்படியெல்லாம்"!....

"நான்... பக்கத்துக் கிராமத்தில் இருக்கும் காட்டுப் பகுதி மக்களுக்கு மருத்துவ உதவி செய்து விட்டு வருகிறேன்", அருணைப் பொதுவாக மனிதர்கள் அதிகம் இருக்கும் பொதுவெளியில் காண முடியாது, அவனுக்குச் சிறுவயதில் நடந்த நிகழ்வினால் மனிதர்கள் மீது பயம் உருவானதே காரணம்... ஆட்கள் இல்லாத இடமாக இருந்தால் சற்றே

அங்குச் சென்று அமர்ந்து வருவான் தற்போது தான் இயக்கத்தினரை பிடித்ததனால் அவர்களுடன் பழகவும் செய்தான், எனவே அவர்களுக்கு மருத்துவம் பார்க்க எப்போதாவது வெளியே வருவான்….

"அடேய் அவர்களை வீட்டிற்கு வர சொல்லி உதவ வேண்டிய தானே!… நீ ஏன் அலைகிறாய்?"

"சிவா,.. நான் சென்றது மருத்துவ உதவிக்காக, முடிந்தால் அவர்களே வருவார்கள் தானே…. முடியாதோருக்குத்தானே நேரில் செல்கிறேன்…..அத்தோடு அவர்களுடன் பழகுவது எனக்கு நிம்மதியாகவும் உணர்கிறேன்".

"அதெல்லாம் சரி தான் உனக்கு மனிதர்கள் என்றாலே எரிச்சல் அடைவாயே"…

உதட்டோறத்தில் மெதுவாக ஒரு சிரிப்பை காட்டி… "அவர்கள் போன்ற மனிதர்கள் ஆபத்தானவர்கள் அல்ல, விரைவில் நீயே தெரிந்துகொள்வாய்… மேலும், நம் ஆசிரியரும் அங்கு வருவார் அவர் மூலமாகவே அறிமுகம் ஆனார்கள்"….

"ஓ ஆசிரியர் மூலமாகவா… அப்போ சரிதான், இருந்தாலும் அடிக்கடி அலையாதே…. நான் வந்துட்டேன்ல சரி செய்கிறேன்… வைத்தியர் எப்படி இருக்கிறார்?".

"நலமாக இருக்கிறார் தற்போது அவருக்கு நான் மட்டும் மாணவன் அல்ல கூடுதலாகச் சிலரும் உள்ளனர்"….

"மகிழ்ச்சி மகிழ்ச்சி…. சித்த மருத்துவம் மக்களிடம் அழியாமல் ஆசான் மூலம் பரவுவது நல்லதுதான்… யார் வருகிறார்கள்"…

"கட்டுப் பகுதியில் உள்ள மக்களில் சிலர்…. நன்றாகத் தெரியுள்ளனர்… எனவே நான் சில காலம் தான் அலைய வேண்டி இருக்கும்"…

"ம்ம் பெரும் மகிழ்ச்சி"...

பேசிக்கொண்டே வீட்டை அடைந்தனர் இருவரும்.

"வைத்தியரே" எனச் சிவா அழைத்தான்.... சிவாவை பார்த்துப் பிரம்மித்து நின்றார்.... "ம்ம் வா சிவா!.... இப்படி உன்னைப் பார்ப்பதில் ஆனந்த கண்ணீர் வருகிறது", வந்த வேகத்தில் வைத்தியரின் காலில் விழுந்து வணங்கினான் சிவா, "உண்மை அறிந்து நேர்மையுடன் அறம் தவாறது வாழ்வாயாக" என்றார்.

"வைத்தியரே உங்கள் வளர்ப்பு அறம் தவறுவேனா"!

"ம்ம் சரி குழிச்சிட்டு... வா சாப்டலாம்".

மூவரும் உணவு முடித்துப் பேசிக்கொண்டே இருக்க இருட்டியது வானம்...இரவு உணவையும் முடித்துவிட்டுப் படுக்கையை விரித்தார் வைத்தியர்.

"வைத்தியரே நான் முன்பே சொன்னது போல்.... எனக்கு யாரும் இருப்பதாக எங்கும் காட்டிக்கொள்ளவில்லை, இனியும் அப்படித்தான் இருக்கப் போகிறேன் நான் சேர்ந்துள்ளப் பணியினால் உங்களுக்கோ அருணுக்கோ பாதிப்பு வந்திடக்கூடாது.... எனவே தனியே தங்கிப் பணிக்குச் செல்கிறேன் யாருக்கும் தெரியாமல் அவ்வப்போது வந்து பார்கிறேன் தொடர்பில் இருக்கிறேன்"....

"சரி சிவா".... என்றார் வைத்தியர்..

காலை விடிந்ததும் தன் சீருடையை அணிந்து வைத்தியரிடம் ஆசிவாங்கிவிட்டு அருணிடம் சொல்லிவிட்டுக் கிளம்பினான் தலைமை காவல் நிலையத்திற்கு, காவல் நிலையத்தில் பணி குறித்த விடயங்கள் சிவாவிற்குப் பகிரப்பட்டது.. சிவா தற்போது இணையும் இடத்தில் முன்பு இருந்த, உதவி காவல் கண்காணிப்பாளரான ஒரு வருடம் முன்பு பதவி உயர்வு பெற்ற தினகரன் ஓய்வுப் பெற்றார்,

இதுநாள் வரை மூர்த்தியும் திருமலையும் காலால் ஈட்ட வேலையைத் தலையால் செய்து வந்தான் தினகரன், எனவே அவனின் அட்டூழியங்கள் அதிகமாக இருந்தது, தற்போது ஓய்வு பெற்றுவிட்டான், காவல் துறைக்கான பயிற்சியின் போது அரசுக்கும் சட்டத்திற்கும் கட்டுபட்டு நடப்பது முதல், அரசு சொல்லும் வேலையை முழுமையாகத் துரிதமாகச் செய்து முடிக்கக் கூடிய நபராகச் சிவா இருந்தான், எனவே சிவாவை இந்தப் பகுதியில் பணிக்கு அமர்ந்த வேண்டும் என்பது அரசின் திட்டமே. அரசுக்கு அச்சுறுத்தலாக இருக்கும் போராளி குழுவை ஒழிக்கச் சிவா சரியாக இருப்பான் என அவனை இந்தப் பகுதியில் அமர்த்தினார்கள், அவர்கள் எதற்காகப் போராடுகிறார்கள் என்பது பற்றியெல்லாம் ஆராயச் சிவாவிற்கு நேரமில்லை என்பதை விட நேரம் கொடுக்கவில்லை என்றே சொல்லலாம், அவர்கள் அரசுக்கு அச்சுறுத்தலாக உள்ளனர் குண்டு வெடிப்பு செய்கிறார்கள் அவர்கள் ஆயுதம் எடுத்துள்ளார் எனவே அரசு அவர்களை அடக்க ஆணையிட்டுள்ளது அதைச் செய்து முடிக்க வேண்டும் என்ற அளவிலே அறிந்திருந்தான் சிவா. எல்லாக் குற்ற தகவல்களும் ஏற்கனவே சோடிக்கப்பட்ட விடயங்களே அதுவே குற்றப் பத்திரிகையாகப் பதிவுச் செய்தும் வைத்திருந்தார் தினகரன்... அரசுக்கு ஆதரவாக முழுமையாகச் சோடிக்கப்பட்ட விடயங்களே எனவே அதை அப்படியே பின்தொடரும் படி ஆணையிட்டது அரசு....

சிவாவிற்கு அரசு முத்திரை பதித்தக் கடிதம் கொடுக்கப்பட்டது, அதன் சாரம், 'உங்கள் கட்டுபாட்டிற்குட்பட்ட பகுதியில் தீவிரவாதிகள் அதிகம் உள்ளனர் அவர்கள் அதிகக் குண்டு வெடிப்புகள், ஆட்களைக் கடத்தி பணம் பரிப்பது, குறிப்பிட்ட பகுதியை கட்டுப்பாட்டில் வைத்துக்கொண்டு அப்பகுதியில் உள்ள மக்களை அடிமையாகப் பயன்படுத்துவது, யானைகளையும் காட்டு விலங்குகளையும் கொலை செய்வது, அத்தோடு அரசை கவிழ்க்கும் முயற்சி போன்ற

மக்கள் விரோத செயல்களைச் செய்து வருகிறார்கள் அவர்களை முடித்துகட்டி அவர்களின் கட்டுப்பாட்டில் உள்ள பகுதியை மீட்க வேண்டும் என்பது', அரசாணையை உண்மை என்றே சிவா நம்பினான்..

இதற்கு முன் சேகரிக்கப்பட்ட அனைத்து தகவல்களும் சிவாவிடம் ஒப்படைக்கப்பட்டது, எல்லாவற்றையும் படித்து அதை வைத்து பட்டியலை தயார் செய்தான், முதல் நபர் தென்னரசன், இரண்டாம் நபர் கரிகாலன், மூன்று மாரியப்பன் எனப் பட்டியல் நீண்டது.

அம்மக்கள் ஆயுதம் எடுத்தது தங்களின் போதை பொருள் கடத்தலுக்கே என்பது போன்ற குற்றப்பத்திரிகையைத் தயார் செய்து நன்றாகச் சோடித்துதான் சிவாவிடம் கொடுத்து அரசு, அதைத் தான் நம்பினான், உண்மை காரணம் தேடுவதற்கு அவனுக்கு நேரம் கொடுக்கவில்லை அரசு...

எல்லாவற்றையும் சேகரித்துப் பட்டியலிடப்பட்ட. ஒவ்வொருவருக்கும் தனியாகக் குழி பறிக்கச் சிந்தித்தான் ஆனால் எதும் எடுபடவில்லை, 'காட்டின் உள்ளே இறங்கினால் எல்லோருக்கும் இறங்கல் செய்திதான் கூற வேண்டி வரும் வெளியே இருக்கும் தென்னரசனை முதலில் முடிப்போம்' எனச் சிந்தித்தான் சிவா.. ஆனால் தென்னரசனை நெருங்குவது அவ்வளவு எளிதாக இல்லை எங்குச் சென்றாலும் மக்களின் பேராதரவு தென்னரசனுக்கு, அதுதான் சிவாவிற்குக் குழப்பத்தை உண்டாக்கிய தொடக்கப்புள்ளி....

"ஐயா,..... என் புள்ளைய காணும் எனக் காவல் நிலையத்தில் ஒரு வயதானவர் வந்து கதறினார்", அங்கிருந்த உதவி ஆய்வாளர், "யோவ் காட்டுப் பகுதியில் இருந்து தான வர?"

"ம்ம் ஆமாங்க ஐயா"!....

"உங்களுக்குத் தான் இயக்கத்தானுங்க இருக்கானுங்களே! இங்கே எதுக்குடா வரிங்க? அவனுங்களையே கண்டு புடிச்சு தர சொல்ல வேண்டிய தானே"!

வயதானவர் எதுவும் பேசாமல் அமைதியாக இருந்தார்,

"ம்ம் இப்ப தேவைப்படுறோமா நாங்க! அப்படி ஒரமா போயி நில்லு, ஐயா வருவாரு வந்ததும் சொல்லு" என்று கிளம்பினார் உதவி ஆய்வாளர், இன்னொரு மூலையில் அமர்ந்திருந்த காவலர் கணபதி நடப்பதை பார்த்து மனதில் நினைத்தார் 'இவனுங்கதான் கடத்திருப்பானுங்க அதான் இவனுங்கள்ட்ட வந்து கேட்கிறார்'... ஆனால் வெளியே சொல்லிக்க முடியாதே... அரசு பணியாளர் அல்லவா!

காலையில் வந்தார் கால் கடுக்க நின்று கொண்டே இருந்தார் மதியம் ஆனது மாலை ஆனது இரவும் ஆகத் தொடங்கியது வெறும் வயிற்றில் தண்ணீர் கூட அருந்தா நிலையில் மயங்கிய படி நின்றார் முதியவர், ஆய்வாளரும் உதவி ஆய்வாளரும் வந்தார்கள், முதியவர் அருகே ஓடி சென்று "ஐயா! ஐயா! என் புள்ள!.... என் புள்ள!".... என்றார், அதற்கு மேல் அவருக்குப் பேச்சு வரவில்லை..

"என்னய்யா உன் புள்ளைக்கு... ஓடி போய்ட்டாலா? செத்து போய்ட்டாலா?"

"ஐயா! ஐயா! புள்ளய காணும்ங்க"!

"மாடு மோய்ச்சிட்டு வர போனவ! காலையில் போனவ வீடு திரும்பல"!

"காட்டுலதான் அத்தன பயலுக இருக்கானுங்களே நாட்டையும் அடிச்சி திண்ணுட்டு உன் பிள்ளையையும்" என்று கூறி ஆய்வாளர் கத்தி சிரிக்க மயக்கத்தில் நின்றிருந்த முதியவருக்கு மயக்கம் தெளிந்து கோவம் தலைக்கேரியது, மனதுக்குள் நினைத்தார், 'ஊர் மக்கள் எவ்வளவோ

சொன்னார்கள் இயக்கத்தில் சொல்லிடுங்க, காவல் நிலையம் போனா நியாயம் கிடைக்காது என்று, கேட்காமல் வந்தேன்! ஆனால் இவர்கள்..... ஐயோ! என் பிள்ளை என்ன ஆனாலோ எனக் கதறினார்'..

ஐயா! என்றார் முதியவர்..

"யோவ் ஏட்டு! இந்தாளுட்ட எழுதி வாங்கிட்டு அனுப்புயா"!

"சரிங்க ஐயா" என்றார் ஏட்டு...

விவரத்தை முதியவர் சொல்ல எழுதிக்கொண்டார்... பின் அங்கிருந்து அவர் கிளம்பினார்!

ஆய்வாளரிடம் உதவி ஆய்வாளரான சுந்தரம் கூறினார் "என்ன சார் பத்த வச்சிட்டோம் வேலை ஆகிடுமா?"

"ஆகிடும் ஆகிடும்... இரண்டு நாளுக்கு பிறகு அவளைக் கொன்னு காட்டுக்குள்ளயே தூக்கிப் போட்டுட்டுப் போராளி பயலுக மேல பழிய போட்டு மக்கள அவனுங்களுக்கு எதிரா திருப்பிவிடுவோம், பதவியும் கிடைக்கும், பணமும் கிடைக்கும்... நமக்குள்ள இருக்கனும் உண்மையிலே போராளி பயலுக செய்த மாதிரி செய்ய வேண்டும்"... என்று பேசிக்கொண்டனர்..

முதல் தகவல் அறிக்கை பதிவு செய்து தகவலை மேல இடத்திற்கு அனுப்பினார்கள், அவர்களின் மேலதிகாரியான டிஎஸ்பி க்கும் எஸ்பி சிவாவிற்கும் சென்றது... விவரம் அறிந்த சிவா கடுமையான கோவம் கொண்டான்.

ஆய்வாளர்கள் தங்கள் சுய நலத்திற்காகப் பழியை மொத்தமாக இயக்கத்தின் மீது போட்டு கதை எழுதினர், அதன்படியே விசாரணையும் நடந்தது, இரண்டு நாட்களில் அந்தப் பெண்ணின் உடலை காட்டுப் பகுதியில் கண்டுபிடித்தனர், கிராமத்தில் காவல் துறை வந்திறக்கப்பட்டது சரணை குற்றவாளி எனத் தூக்கிச் சென்றனர்... மற்ற எந்தப்

போராளியும் கிராமத்தில் இல்லாததால் அவன் ஒருவனை மட்டுமே வம்படியாக இழுத்துச் சென்றனர்...

அங்கிருந்த மக்களுக்கு அதில் துளியும் நம்பிக்கை இல்லை, காரணம் சரணுக்குப் பயிற்சி கொடுத்துப் போராளியாக்கியது பவானி..

சரணிடம் விசாரணை துவங்கினர்... சரணின் ஆடைகளை முதலில் கலைத்தனர், ஒட்டு துணி இல்லாமல் நிற்க வைத்து நான்கு மூலைகளிலும் கட்டப்பட்டிருந்த கயிற்றைத் தனித்தனியே கையிலும் காலிலும் கட்டி இழுத்தனர்... வலியில் கத்தினான் சரண்,

காவலர்கள் தங்கள் கையில் கரும்பினை எடுத்துச் சரணை அடித்தனர்...

அடித்துக்கொண்டே "ஒழுங்காகக் கரிகாலன் இருக்கும் இடத்தைச் சொல்லிவிடு இல்லை என்றால் அடித்தே கொன்று விடுவோம்" எனச் சொல்லிவிட்டு, "நீதான் அந்தப் பெண்ணைக் கற்பழித்துக் கொலை செய்தாய் ஆம் என்று சொல்லுடா" என்றனர்... சரண் ஒப்புக்கொள்ளவில்லை, அவனின் பிறப்புறுப்பில் நரம்பினை கட்டி இழுக்க வலியில் கதறி மயங்கினான். அப்படியே அவனைத் தலைங்கீழாகக் கட்டித் தொங்க விட்டுத் தண்ணீர் தெளித்தனர், மயக்கத்தில் இருந்து சற்றே கண்ணைத் திறந்தவனிடம், "இப்ப நீ ஒப்புக்கெள்ளாமல் இருந்தால் உனக்கு ஒரு தங்கை இருக்காளே" எனச் சுந்தரம் சிரித்தான்... "யோவ் அக்காவும் இருக்குய்யா" என்றான் ஆய்வாளர்....

"அவங்க கதையும் இப்படித்தான்... உன்னை எப்படிச் செய்தோம் அப்படித்தான் அதுங்களுக்கும்.. ஆனால் என்ன.... எங்களுக்குப் பசி தீரும் வரை விடவே மாட்டோம் அப்பறம் கொன்னு போட்டு உங்க மேலே பழிய போட்ருவோம்" என்றான் சுந்தரம்.

சரணுக்கு இரத்தம் வழிந்தது அதிலே கண்ணீரும் கலந்து தரையில் சொட்டியது அவனால் வாயைக் கூடத் திறக்க முடியவில்லை.. மயங்கி விட்டான்.

"சார் எப்படியும் ஒத்து வருவான்".

"ஒத்து வரானோ இல்லையோ அந்தப் பெண்ணையும் தூக்குவது தூக்குவது தான்" என்றான் ஆய்வாளர்..

"அத்தோடு இந்த பய ஒத்துக்கிட்ட அரசாங்கம் நிறையச் சன்மானம் நமக்குத் தரும்"...

"அடிச்சுக் கொன்றுவிடக் கூடாது இவன வச்சு நிறையச் சாதிக்க வேண்டி இருக்கு"... என்று இருவரும் பேசிக் கொண்டிருக்கச் சடார் என அவர்கள் முகத்தில் துணியைப் போத்தி முகத்தில் தாறுமாறாகக் குத்து விட்டான் மாரியப்பன், சில வினாடிகளில் காவல் நிலையம் போராளிகளின் கட்டுபாட்டிற்கு வந்தது, சரணை காப்பாற்றிச் சென்றனர்... காவல் நிலையத்தில் இருந்த ஆயுதங்களையும் எடுத்துச் சென்றனர்..

ஏற்கனவே காட்டில் வைத்தியர் காத்திருந்தார், சரணை அழைத்து வந்ததும் சிகிச்சையைத் தொடங்கினார் வைத்தியர்...

சிவாவைப் பொருத்தவரை சரண் குற்றவாளி... இயக்கத்தினர் காவல் நிலையத்தில் புகுந்து குற்றவாளியை தப்பிக்க வைத்து விட்டு ஆயுதங்களை எடுத்துச்சென்றுள்ளனர்.. அதுவும் ஒரு பெண்ணைக் கற்பழித்துக் கொலை செய்தவனை எனச் சிவாவின் கோவம் தலைக்கேரியது...

தாக்குதலுக்குள்ளான காவல் ஆய்வாளர் சந்தானமும் சுதந்தரமும் பேசிக்கொண்டனர் "நம்ம போட்ட நாடகத்தை நம்பிட்டாங்க ஆனால் என்ன ஒன்னு சரண் பயல விட்டுட்டோம் ஆனால் உயர் அதிகாரி நம்பிட்டாரு மீண்டும்

ஒரு பெண்ணைக் கடத்தி இதே போல ஏவனையாதுத் தூக்கிட்டு வந்து இயகக்தான்னு சொல்லி வழக்கு போட்ருவோம்" என்று...

காட்டுக்குள் இறங்கி மொத்தமாக முடிக்க முடிவு செய்தான் சிவா எனவே அதற்கு உத்தரவு கேட்டு தன் மேலதிகாரி ராமப்பையனிடம் முறையிட்டான் அவனும் திருமலையிடம் விவரம் கூறினான்...

"என்னய்யச் செய்றீங்க உங்கள முதலில் யார தூக்க சொன்ன என்ன செஞ்சிட்டு இருக்கீங்க.. தென்னரசனை முடித்துக்கட்டச் சொல்லு முதலில், அப்பறம் இவனுங்களப் பாத்துக்களாம்".என்றான் திருமலை..

ராமப்பையனிடமிருந்து சிவாவிற்குச் செய்தி வந்தது...

"தென்னரசன் தான் அவர்களுக்குத் தலைமை... அவன் சொல்வதைதான் இவர்கள் செய்கிறார்... உங்கள் பகுதியில் கற்பழித்துக் கொலைச் செய்யப்பட்ட பெண் வெளிநாட்டுக்குக் கடத்துவதாக இருந்து பின் முடியவில்லை எனவே இப்படிச் செய்துள்ளார்கள் என்று". போலியான செய்திகளையே தகவலாகக் கூறினர், அதையே குற்றப்பத்திரிகையாகவும் தயார் செய்யும் படிக் கூறினர்...

கரிகாலன் மீதான கோவம் தென்னரசன் மீது மாறியது சிவாவிற்கு,

சிவாவின் அலுவலகத்தில், அவனுக்குக் கீழ் இயங்கும் அனைத்து காவல் ஆய்வாளர்களும் அமர்ந்திருந்தனர்,அவர்களுக்கு முன்னாடி நின்று சிவா கூறினான்.... "தென்னரசனை உடனடியாக முடித்துக்கட்ட வேண்டும், இதுநாள்வரைக்கும் மக்களை ஏமாற்றி நம்ப வைத்துள்ளனர், நமக்கு வேலைச் செய்ய அவர்களுடன் உள்ள சிலரை விலைக்கு வாங்க வேண்டும்".

காட்டு பகுதியின் காவல் ஆய்வாளராக உள்ள சந்தானம் பதில் கூறினான், "ஐயா! ஏற்கனவே சில நபர்களை உள்ள வைத்துள்ளோம்"...

"அவர்களை வைத்துத் தென்னரசனை சுற்றி வளைத்து முடிக்க வேண்டிய தானே முன்பே"...

"அஃது அவ்வளவு எளிதாக இல்லை ஐயா... வெறுமனே தென்னரசனை கொலை செய்தால் மக்கள் எல்லோரும் போராட்டத்தில் இறங்கி விடுவார்கள் அதைக் கட்டுபடுத்த முடியாது அந்த அளவிற்கு மக்கள் அவனை நம்புகிறார்கள்... இப்போது கூட அந்தப் பெண்ணைக் கொலை செய்தான் என்று ஒருவனைக் கைது செய்து வந்தால் நம்மைத் தாக்கிவிட்டு அவனையும் கடத்தி சென்றுவிட்டார்கள். அதற்கும் மக்கள் ஆதரவுத் தருகிறார்கள்"...

"நிச்சயமாக அவர்கள் சிக்குவார்கள் அன்று மக்களின் கையால் கொல்லப்படுவது போல் திட்டம் தீட்டுவோம்... அதன் பிறகு மக்கள் மத்தியில் தென்னரசன் பற்றிய விடயங்களைச் சொல்லுவோம்... எனவேதான் மக்களே கொன்றுள்ளனர் என்று விளம்பரம் செய்வோம்... அப்படிச் செய்தால் மக்கள் போராட்டத்தைத் தடுத்திடலாம், தென்னரசனை முடித்த பின்னர்க் காட்டுக்குள் இறங்கி கரிகாலனையும் மாரியப்பனையும் தீர்த்துகட்டிவிட்டு இவர்களின் அட்டூழியத்திற்கு முற்றுப் புள்ளி வைப்போம்... நம் உளவாளிகளை மிக விழிப்பாக இருக்கச் சொல்லுங்கள், இன்னும் உளவாளிகளின் எண்ணிக்கையை அதிகப்படுத்துங்கள், அவர்கள் எந்த முன்னெடுப்பு எடுத்தாலும் உடனே நமக்குத் தெரிய வேண்டும், அடுத்த நகர்வு அவர்கள் செய்தால் அஃது அவர்களுக்குச் சவக்குழியாக நாம் மாற்றுவோம்"..... என்றான் சிவா.

18

சூழ்ந்த இருள்

"**தோ**ழர்! நாம் வெறுமனே காட்டுப் பகுதியில் மட்டும் கட்டுப்பாட்டில் வைத்திருந்தால் நாம் இலக்கை எப்போது அடைவது?" என்றான் மாரியப்பன்..

"தோழர், அதைப் பற்றி தான் நானும் சிந்தித்தேன்", என்றான் கரிகாலன்.

"நாம் ஏன் காவல் நிலையங்களைக் கைப்பற்றக்கூடாது?"

"நல்ல யோசனை தோழர்... திட்டமிடுவோம்".

"நம்முடைய எல்லையை அதிகரிக்க வேண்டும்... நம் மக்களுக்கு நாம் தான் பாதுகாப்பு எனவே சிலவற்றை விரைவாகச் செய்துமுடிக்க வேண்டும்" என்றான் மாரியப்பன்.

"சரிதான், மேலும் நம் போராளிகள் ஆயுத தயாரிப்புகளிலும் கைதேர்ந்துள்ளனர், என தோழர் தங்கதுரை கூறியிருந்தார்" என தென்னரசன் கூறினார்.

"ஆம் தோழர், நினைத்ததை விட விரைவாகவும் சிறப்பாகவும் கற்று உள்ளனர்" என்றான் கரிகாலன்.

"காலம் சரியாக உள்ளது தோழர், ஆயுதங்களின் மூலப்பொருட்கள் வாங்குவதற்கு நாளும் இடமும் குறிக்க வேண்டும். காலம் தாழ்த்தாமல் இவ்விடயங்களை செய்து முடிக்க வேண்டும்" என்றார் தென்னரசன்.

"ஆம் தோழர் நம்முடைய விடுதலையை பெரும் நாள் வந்துவிட்டது, நமக்கான தேசத்தை கட்டமைக்க வேண்டிய நாள் வந்துவிட்டது, அடிமைப்பட்டு கிடக்கும் இந்த இனத்தின் அடிமை சங்கிலியை உடைக்கும் நாள் வந்துவிட்டது, நமக்கான ஆயுதங்களை நாமே தயார் செய்ய வேண்டிய நாள் வந்துவிட்டது, நாம் தேசத்தை தற்சார்பு பொருளாதாரம் கொண்ட தேசமாக மாற்றும் நாள் வந்துவிட்டது, உலகெங்கும் நிகழ்த்தப்படும் அநீதிகளுக்கு அச்சத்தை கொடுக்கும் நாள் வந்துவிட்டது, வன்முறையை கண்டு அஞ்சி அடிமை வாழ்க்கை வாழ்ந்த மக்களுக்கு விடிவு கொடுக்கும் நாள் வந்துவிட்டது" என்று கூறினான் கரிகாலன்,

"அந்த நாளுக்கான முன்னேர்பாடுகளை விரைந்து முடிப்போம்" என்றார் தென்னரசன்.

தென்னரசன் போராளி குழுக்களிடமிருந்து விடைபெற்றுக்கொண்டு ஆயுத உதிரி பாகங்கள் மற்றும் மூலப்பொருட்கள் வாங்குவதற்கான திட்டங்களை வகுக்க சில நபர்களுடன் ஆலோசனை நடத்தினார், திட்டங்கள் முன்மொழியப்பட்டது ஆலோசனையில் இருந்த ஒவ்வொருவரும் இவ்விடயத்தில் இருக்கக்கூடிய சிக்கல்களை ஆராய்ந்து திட்டம் செய்தனர், உடன் இருந்த செயன் என்பவன், தன்னுடைய திட்டத்தை முன் வைத்தான்,

"தோழர்! என்ன இது, முட்டாள் தனமான முடிவாகிவிடும் அங்கிருந்து பத்தடியில் காவல் நிலையம் உள்ளது நம்மைக் கூண்டோடு பிடித்து விடுவார்கள்" என்றார் மற்றொரு தோழர்..

"தோழரே நம் கையில் தான் ஆயுதம் இருக்குமே கைது செய்ய வந்தால் அவர்களைக் கொன்று விடுவோம்" என்றான் செயன்..

"அதற்குத் துளியும் இடம் இல்லை.. கண்டிப்பாக மக்களும் கூட்டமாக இருப்பார்கள் நம்முடைய துவக்கையின் ஒரு குண்டுக் கூட மக்கள் மீது படக்கூடாது எனவே கையில் ஆயுதம் இருப்பது ஒரு பாதுகாப்பிற்கே மக்களைத் தாக்குவதற்கு அல்ல".. என்றார் தென்னரசன்...

"அத்தோடு தென்னரசன் தான் வந்துள்ளார் என்றால் மக்கள் எந்தத் தொந்தரவும் செய்யமாட்டார்கள்" என்றான் மாரியப்பன்..

"அந்த இடத்தில் வேண்டாம் சந்தை நடக்கும் இடத்தின் அருகில் ஆயுதங்களை கைமாற்றலாம் அங்கிருந்துக் காவல் நிலையம் தூரத்தில் உள்ளது அத்தோடு அங்கிருந்து காட்டுக்கு செல்லும் பாதையும் அருகில் இருக்கும் ஒரு வேலை காவல்துறையினர் வந்தால் தப்பிச் செல்வது எளிதாக இருக்கும்" என்றார் தென்னரசன்.

இடம் முடிவானது ஆனால் என்றைக்குச் செயல்படுத்தப்போகிறோம் என்ற நாளை குறிப்பிட்டு சொல்லவில்லை தென்னரசன்.

கூட்டத்தைக் கலைத்து எல்லோரும் கிளம்பினார்கள்.. மாரியப்பனை சந்தித்து விஷயத்தை கூறினான் மாரியப்பன்.

கூட்டம் முடிந்ததும் செயன் நேராகச் சென்ற இடம் காவல் நிலையம்.. ஆய்வாளர் சந்தானத்தைச் சந்தித்து "ஐயா செய்தி உள்ளது டிஎஸ்பி ஐயாவை பார்க்கனும்" என்றான்..

"என்னடா! தலை போகுற விடயமா? டிஎஸ்பி தான் பார்ப்பியா?"

"ஐயா! அவரிடம் நேரேக் கூறிவிடுகிறேன்"....

"ஐயாவிற்குத் தகவல் சொல்லிட்டேன் வருவாரு".... என்று கையில் ஒரு துண்டு சீட்டை கொடுத்தான் சந்தானம்.. அதை வாங்கிக்கொண்டு பூங்காவிற்குச் சென்றான்.. அங்குச் சீருடை இல்லாமல் இருக்கும் டிஎஸ்பி யை சந்தித்து ஆயுதங்களை கைம்மாற்றப் போவது குறித்தான விடயத்தைக் கூறினான்.. "என்றைக்கு நடத்த உள்ளனர் எனத் தெரியவில்லை கட்டாயம் என்னைக் கழுட்டி விட்டுவிடுவார்கள்".

"முக்கியமான ஆட்கள் யாரும் வருவார்களா?"

"ஆமாங்க ஐயா! தென்னரசன் வருவார்"....

"என்னய்யா சொல்ற... தென்னரசன் வருவார?"

"ஆமாங்க"..

"சரி நீ கிளம்பு" என்றார்..

"ஐயா! அந்த அரசு பணி"..?

"அட! எவ்வளவு பெரிய விடயம் சொல்லிருக்க.. காரியம் முடிந்ததும் உனக்கான வேலை நடக்கும்.. எஸ்பிட்டப் பேசுறேன்... உனக்கு மட்டும் இல்ல எங்களுக்கும் பல சன்மானம் கிடைக்கும் உன்னைக் கவனிக்காம விடுவோமோ...நீ கிளம்பு"....

அரசு பணி கிடைக்கும் மகிழ்வில் அங்கிருந்து கிளம்பினான் செயன்..

சில நாட்கள் சென்றது, காட்டினுள் பயிற்சி சிறப்பாக நடந்துகொண்டிருந்தது.. பவானி பயிற்சி கொடுத்தால்... மற்ற போராளிகள் பயிற்சி பெற்றுக் கொண்டிருந்தனர்.. நாட்கள் செல்ல செல்லப் பயிற்சி மேலும் கடுமையாகக் கொடுக்கப்பட்டது, உடலளவிலும் மனதளவிலும் மிகவும் திறம்பட எல்லோருமே மிகச் சிறப்பாகத் தேறியிருந்தனர், நவீன ஆயுதங்களைக் கையாலவும் தெரிந்திருந்தனர்.. பயிற்சி

முடித்து ஒன்றாக அமர்ந்து உணவு உண்பது வழக்கம்... உணவு முடித்து இயல்பாகவே பேசிக் கொள்வார்கள்... அதிகமான பேச்சுகள் புரட்சி திட்டம் குறித்தே இருக்கும், காலை நேரத்தில் வைத்தியர் கிராமத்திற்கு வந்து மருத்துவம் சொல்லித் தருவார்... அருண் என்றைக்காவது வருவது உண்டு..

"நாட்டில் அநீதி தலைவிரித்தாடுகிறது மக்கள் எல்லோரும் வறுமையில் உள்ளனர் ஆனால் இந்த ஆட்சியாளர்கள் சொகுசு வாழ்க்கை வாழ்கிறார்கள்... மக்கள் வறுமையில் இருக்கிறார்கள் இவர்களுக்கு ஏது இந்த வாழ்வு மக்களுக்குச் சேர வேண்டிய பொருளாதாரத்தைத் திருடி தன் பையில் சுருட்டிப் போட்டுக்கொள்வதால்தானே.... விரைவில் இவர்களை அகற்ற வேண்டும்"... என்றான் மாரியப்பன்..

"தோழர் அவர்களை அகற்றுவது எளிதல்ல நம்முடைய பலத்தை அதிகப்படுத்த வேண்டும் தற்போது நாம் நம்முடைய தேவைக்கான சில பொருட்களை உற்பத்தி செய்து பயன்படுத்துகிறோம்... இதை இன்னும் பெரிதாக்க வேண்டும்".. எனக் கரிகாலன் பேசிக்கொண்டிருக்கும் போது தென்னரசன் வந்தார்.

"வாருங்கள் ஆசிரியரே"! என்றான் கோவிந்தன்...

"என்ன சூடான விவாதம் போல் உள்ளது",

"தோழரே எல்லாம் நம் இலக்கு பற்றித் தான்... எல்லையை விரிவுபடுத்தி அனைத்து மக்களுக்கும் சரியான அரசை அமைக்க வேண்டும்"...

"நீங்கள் சொல்லிக் கொண்டிருக்கும் போதுதான் வந்தேன் முழுமையாகச் சொல்லி முடியுங்கள்"..

"நாம் இன்னும் பொருளாதார ரீதியாக வளர வேண்டும்.. இலக்கு தெளிவாக உள்ளது செயல்படுத்தும் திட்டம்?"

"கரிகாலரே தற்போது நம் கட்டுப்பாட்டில் உள்ள பகுதிகளுக்கு வரியை நாமே பெருவோம் அரசுக்கு மக்களை வரி செலுத்த வேண்டாம் என்போம்...எல்லைகளில் ஆயுதம் தாங்கிய படையை நிறுத்துவோம்.. மக்களிடம் பெரும் வரி மூலம் மக்களுக்குத் தேவையான விடயங்களைச் செய்வோம்.. ஆனால் இந்த விடயம் சாத்தியப்பட நாம் நம்முடைய ஆயுத பலத்தை அதிகபடுத்த வேண்டும்".

"தற்போது நம் படையில் உள்ளவர்கள் எண்ணிக்கை என்ன?"

"ஆண்கள் 300 பெண்கள் 100 பேர்",

"அவர்களை 25 பேர் கொண்ட தனி அணியாகப் பிரிப்போம் தற்போது. அடுத்தப்படியாக அருகில் இருக்கும் காவல் நிலையங்கள் கைபற்றுவோம்".

"முதலில் ஆயத மூலப்பொருட்கள் வாங்கும் திட்டத்தை முடிப்போம் அதை முடித்துப் பின் அடுத்தத் திட்டத்தைச் செயல்படுத்துவோம்"....

"ஆயுத மூலப்பொருட்கள் வாங்கும் நாளை இன்றே முடிவு செய்வோம்" என்றான் மாரியப்பன்

வார சந்தை நடக்கும் நாளை குறிப்பிட்டுக் கூறினார் தென்னரசன், செயனின் செயல்பாடுகள் மீது இருந்த சந்தேகத்தின் காரணமாக அவனை இம்முறை கூட்டத்தில் சேர்த்துக் கொள்ளவில்லை.

செயனை அதன் பின் இயக்கத்தவர்கள் யாரும் தொடர்புகொள்ளவில்லை.. செயனும் அது குறித்து டிஎஸ்பியிடம் கூறியிருந்தான்.. எப்படியும் என்னை அழைக்க மாட்டார்கள் ஆனால் விரைவாகச் செய்து முடிப்பது தான் திட்டம் எந்நேரமும் தயாராக இருங்கள் என்று எச்சரிக்கை கொடுத்திருந்தான்..

போராளிகள் குறிப்பிட்டிருந்த இடங்களை சுற்றி காவல்துறையினர் எந்நேரமும் உளவு பணியிலே இருந்தனர்..

இந்தச் சம்பவம் குறித்துத் திருமலைக்குத் தகவல் முன்பே கூறப்பட்டது.. திருமலைக் கூறியத் திட்டம் "நீங்கள் தென்னரசனைக் கொன்று முடித்திருக்க வேண்டும்... அத்தோடு அவர்கள் சுட்டுக் கொன்றது போலச் சில மக்களைக் கொன்றுவிட்டு அவர்கள் மேல் பழியைப் போட வேண்டும்... மக்களைச் சுட்டுக்கொன்றதால் மக்களே போராளிகளைக் கொன்று முடித்தனர் என வரலாறு இருக்க வேண்டும்" என்றான்.

தென்னரசனைக் கொல்வது வரை சிவாவிற்குச் சிக்கல் இல்லை ஆனால் ‹பொதுமக்களை ஏன் சம்மந்தம் இல்லாமல் கொல்ல வேண்டும்› என்று தனக்குள்ளே கேள்விகளை எழுப்பத் தொடங்கினான்.. தனக்குள்ளே மட்டும் எழுப்பவில்லை திருமலையிடமும் கேட்டுவிட்டான்.

அதற்குச் சுப்பாராவ்! "யோவ் புதுசா? ஐயா சொல்றத முடிட்டு செய்* என்றான்..

பின் ராமப்பையன் கூறினான், "சிவா! அங்குத் தாக்குதல் நடத்தும் போது மக்கள் கொல்லப்பட்டால் அது போராளி குழுக்கள் தான் காரணம் எனச் செய்தி வெளியிடச் சொல்கிறார் ஐயா... நீ குழப்பிக்காதே" என்றான்..

மிரட்டினாலும் சமாதானம் கூறினாலும் சிவாவின் மனதில் ஒரு குழப்பம்... 'நாம் சரியாகப் பயணிக்கிறோமா,........ சரி நாம் மக்கள் மீது எவ்வித தாக்குதலையும் நடத்த கூடாது அரசாங்க கட்டளைபடி குற்றவாளிகளைப் பிடிப்பதற்கான பணியை மட்டும் செய்வோம்' என எண்ணினான்,

போராளிகளைப் பிடிப்பதற்கான திட்டத்தைத் தீட்டினான் சிவா.

உளவுத்துறை மூலம் கிடைக்கபெற்ற தகவலின் அடிப்படையில் குறிப்பிட்ட இடத்தைச் சுற்றி அக்கு வேறு ஆணிவேராகச் சல்லடைப் போட்டு வைத்திருந்தது காவல் துறை... இந்த இடத்தில் இருந்து தப்பிக்க உள்ள வழிகள், அதற்கான சாத்தியக்கூறுகள் என்ன? அங்கிருந்து வெளியேறினால் எந்தெந்த வழிகளில் பிரிந்து எப்படியெல்லாம் செல்லலாம், நாம் எப்படி எங்கிருந்து தாக்குதல் செய்வது, அவர்களின் தாக்குதலை எப்படி தடுப்பது, காட்டு வழியாக தப்பித்தால் அவர்களை உள்ளே செல்ல விடாமல் தடுப்பதற்கான வழிகள் எல்லா திசைகளிலும் எல்லா வகையிலும் சுற்றி வளைத்து பிடிக்க திட்டமிட்டிருந்தான் சிவா, ஒவ்வொரு நாளும் கற்குவியழ்களை, சந்தேகிக்கும் இடங்களைச் சுற்றி ஆங்காங்கே குவித்து வையுங்கள், வார சந்தையின் போது மக்களின் கூட்டம் அதிகமாக இருக்கும், அவர்கள் ஆயுதங்களை வாங்கும் போது கூட்ட நெரிசலில் தப்பிக்க வாய்ப்பு அதிகம், எனவே கூட்டத்தில் பொதுமக்கள் போல நம்மாட்கள் அதிகமாக இருக்க வேண்டும், இருப்பினும் அவர்கள் ஆயுதங்களை வாங்குவதற்கு முன்பே அவர்களை நாம் கொன்று முடித்திருக்க வேண்டும், கூட்டத்தில் நுழைவதற்கோ காட்டினுள் நுழையவோ வாய்ப்பு கொடுத்திடவே கூடாது என திட்டம் வகுத்தனர்.

சந்தைத் தொடங்கிய நாள், மக்களின் கூட்டம் அழை மோதியது..

சந்தையில் நல்ல கூட்டம் நாளை இருக்கும், நாளை போனால் காவலர்களால் நம்மைப் பின் தொடர முடியாது எனவே இன்று செய்யலாம் என இயக்கத்தினர் தயார் ஆனார்கள்.. தென்னரசன் திட்டமிட்டபடியே, தன் சக தோழர்களுடன் ஆயுதங்களை வாங்குவதற்குச் சென்றார், பணம் வெளிநாடுகளில் ஏற்கனவே கை மாற்றப்பட்டது, ஆயுதங்களை பெருவது தான் மிட்சம்,

சந்தையின் கூட்டம் மற்றும் அங்கே இருப்பவர்களின் நடத்தைகள் வழகக்கத்திற்கு மாறாக மிக அதிகமாக இருப்பதையும் சிலர் தொடர்பில்லாதவர்கள் போல் இருப்பதையும் தென்னரசன் கவனித்தார், உடனே சக தோழர்களிடம்,

"தோழர் ஏதோ தவறாக உள்ளது, வலை விரிக்கப்பட்டுள்ளது அமைதியாக ஒவ்வொருவர வெளியேறுங்கள்" என்றார்,

அதற்குள் உடன் வந்திருந்த சுடலை தன் துவக்கையை எடுத்து மேல் நோக்கி சுட்டுவிட்டு "எங்களை வெளியே போக விடவில்லை எல்லோரையும் கொன்று விடுவோம்" என்றார்,

"தோழர் என்ன இது! தென்னரசன் சொன்னது என்ன? நீங்கள் என்ன செய்கிறீர்கள் என சக தோழர் கேட்க" அதற்குள் மாறுவேடத்தில் இருக்கும் காவல்துறையினர் நெருங்கி சுற்றி வளைத்தனர். குவித்து வைத்திருந்த கற்களை எடுத்து தென்னரசன் மற்றும் சக தோழர்களை நோக்கி எறிந்தனர் காவல்துறையினர், சுடலை நொடி பொழுதில் காவலர்களை நோக்கி விரைந்தான், அவனை ஆய்வாளர் சந்தானம் கை குழுக்கி கச்சிதமா காட்டி கொடுத்துவிட்டாய் என்றான்.

தென்னரசனிடம் துவக்கைகள் இருந்தது ஆனால் பொதுமக்கள் யார் காவலர்கள் யார் என அறிய முடியவில்லை, தவறாக மக்களை தாக்கி விடக்கூடாது என நினைத்த தென்னரசன் தன் கையில் வைத்திருந்த இயந்திர துப்பாகியைப் பயன்படுத்தவில்லை... தன்னுடன் வந்த மற்ற தோழர்கள் துப்பாக்கியை எடுத்த போது.... "வேண்டாம் தோழர் மக்களுக்காகத் தான் நாம் புரட்சி செய்கிறோம் நம் உயிரே போனாலும் மக்களைத் தாக்கக் கூடாது" என்று கூற எடுத்த துப்பாக்கியை கீழே போட்டுவிட்டு "நாங்கள்

தான்... இது தென்னரசன், ஏன் தாக்குகிறீர்கள் எங்களைத் தெரியவில்லையா" என்றார்கள்... ஆனால் தாக்குவது காவல்துறையினர் அவர்கள் மிகக் கோராமாகத் தாக்கத் தொடங்கினர்... கையினால் தலையை மூடிக் கொண்டார் ஆயினும் கருங்கற்கலின் வேகமும் காவலர்களின் தொடர் தாக்குதலினாலும் கையின் சதைகள் பியத்துக்கொண்டது மீண்டும் அதே இடத்தில் கற்கள் பட, கையைக் கீழே இறக்கி உதறினார், அந்த நேரத்தில் காவலர்கள் எறிந்தக் கருங்கல்லில் ஒன்று தோழர் தென்னரசனின் கண்ணில் கடுமையாகத் தாக்கியது, முகத்தில் இரத்தம் வடிந்தது, கற்களின் தாக்குதலை கட்டுப்படுத்த முடியவில்லை கடுமையான கற்களின் தாக்குதலால் தென்னரசன் மயக்கமடைந்தார், பிறகு இன்னும் அருகில் வந்த காவல்துறையினர் அடித்தே கொன்றனர்.. மண்ணுக்காகவும் மண்ணின் மக்களுக்காகவும் அடுத்தத் தலைமுறையின் வாழ்வுக்காவும் போராடிய தோழர் தென்னரசனின் இரத்தம் அம்மண்ணைச் சிவப்பாக்கியது, போராளிகளுடன் இருந்த சுடலை தற்போது மாறுவேடத்தில் இருக்கும் காவல்துறையினர் அருகில் நின்றிருந்தான், சிவாவின் திட்டப்படி காவல்துறையினரின் கையாளன சுடலை துவக்கையைப் பயன்படுத்திச் சமிங்ஞைக் கொடுத்த பின்தான் காவல்துறையினர் சுதாரிப்பானார்கள்.....

மறுநாள் செய்திகளிலும், செய்தித் தாள்களிலும், தென்னரசனைப் பொது மக்கள் அடித்துக் கொன்றதாகவும் அவர் வைத்த வெடிகுண்டுகளில், பொது மக்கள் பலர் இறந்துள்ளனர் எனவும் பொய் செய்திகளை வெளியிட்டது... தென்னரசன் கொல்லபட்ட விடயம் அறிந்துப் புரட்சிக் குழுவினர் பெரும் அதிர்ச்சி அடைந்தனர்... தங்களுக்காக உதவி செய்ய சென்ற தோழரை இப்படி அநியாயமாகக் கொன்றுவிட்டார்களே எனத் தவித்தான் கரிகாலன்.. ஒருபக்கம் இருள் சூழ்ந்து வழித் தெரியாமல் தவிக்கத் தொடங்கினர் போராளிக் குழுவினர் இன்னொரு பக்கம்

திருமலை மகிழ்வில் துள்ளி குதித்துக்கொண்டிருந்தான்.. பல ஆண்டுகளாக முயற்சிசெய்து முடிக்க முடியாத விடயத்திற்குச் சிவாவினால் தீர்வு கிடைத்தது என்று திருமலை சிவாவைக் கொண்டாடினான்.. மற்ற அதிகாரிகளுக்கு நிலங்கள் பணம் என வாரி வழங்கினான் சிவாவிற்கும் கொடுக்கப்பட்டது அவன் என்னுடைய பணியைதான் செய்தேன் என மறுத்துவிட்டான்.. சிவாவைப் போலவே சில காவலர்கள் முகத்தில் பெரிய மகிழ்ச்சி எதுவும் தெரியவில்லை.. சிவாவிற்குத் தெரியாது ஆனால் சிலருக்குத் தெரியும் 'அதிகாரிகள் சட்டத்திற்குப் பயப்படுகிறார்களோ இல்லையோ தென்னரசனுக்குப் பயப்படுவார்கள் என சில நியாயங்கள் மக்களுக்குக் கிடைத்தது இனி அதுவும் இருக்காது என்ற வருத்தம்..,

அலுவலகத்தில் மாலை மரியாதையுடன் அனுப்பப்பட்டுத் தனக்கென்று அரசுக் கொடுத்த வீட்டிற்குச் சிவா வருவதற்கு இரவு ஆனது சிவாவிற்கு அசதியாக இருந்ததால் சற்று நேரம் உறங்களாம் எனப் படுத்தான் இரவு படுத்தவன் நிம்மதியாக உறங்க முடியவில்லை, சிவாவின் எண்ணம் முழுவதும் இன்று நடந்த தாக்குதலைப் பற்றியே இருந்தது, உண்மையான பொதுமக்கள் ஒருவர் கூடக் காவலர்களுடன் இணைந்துக் குற்றவாளிகளைத் தாக்கவில்லை, என்னதான் மக்கள் அவர்கள் மீது நம்பிக்கை வைத்திருந்தாலும் அத்தனை தாக்குதல் நாம் செய்தும் ஆயுதங்களை கையில் வைத்துக்கொண்டு மக்கள் மீது தாக்குதல் நடத்தி விடக்கூடாது என எந்த ஒரு பதில் தாக்குதலும் செய்யவில்லையே, அவர்கள் பற்றி நமக்குக் கொடுக்கப்பட்ட செய்திகள் உண்மைதானா?, நாம் கூடுதலாக விசாரித்திருக்க வேண்டுமோ.... இப்படியாக எண்ணம் ஓட அதிகாலையில் லேசாகக் கண்ணசந்தான், உறக்கம் வந்த உடனே ஒரு கெட்டக் கனவு கண்டு எழுந்துவிட்டான்.. ஒரு வித பயம் பதட்டம் மனதில், முகம் வியர்த்துக்

கண்கள் பயத்தில் உருண்டது,, உதட்டுக்குள்ளே அருணின் பெயரை உளறிக்கொண்டு சாரத்தின் வழியாகப் பதுங்கி பதுங்கி தடுப்பு சுவற்றை தாண்டி வெளியே சென்றான், சற்றே முகத்தில் தாடியும் மீசையும் அதிகம் இருந்தது தலையில் தொப்பி ஒன்றும் அணிந்திருந்தான், விறு விறுவெனச் சென்று இருசக்கர வாகனத்தில் ஏரி சென்றான், செல்லும் போதும் மனதுக்குள் பேசிக்கொண்டே சென்றான், 'தென்னரசனை கொல்வதற்கு நாம் செய்த திட்டங்களும் நடந்த நிகழ்வுகளும் கனவில் வந்தது அது நினைவினால் என்றாலும் அதில் தென்னரசனுக்குப் பதிலாக அருண் உருவம் அல்லாவாத் தெரிந்தது, ஒரு வேலை இயக்கத்து ஆட்கள் அருண் என்னுடைய நண்பன் என்பதை அறிந்துக் கடத்திச் சென்றிருப்பார்களோ' என்று, அதே பயம், பதட்டத்துடன் வைத்தியரும் அருணும் இருக்கும் இடத்தை நோக்கித் தேடத் துவங்கினான், அங்கு இங்கு எனச் சுத்தி, ஒரு வேளை மலை கோவிலுக்குச் சென்றிருப்பார்களோ என யூகித்து அங்குத் தேடுவோம் எனப் பக்கத்துக் கிராமத்திற்கு முதலில் சென்றான் ஆனால் கிரமத்தை தாண்டி செல்லும் வழியில் இருவரும் வந்து கொண்டிருப்பதைக் கண்டு மகிழ்ந்தான் விரைவாக அருகில் ஓடிச் சென்று "எங்கே போனிங்க வீட்டுல் சென்று பார்த்தால் உங்களைக் காணவில்லை இதுல கெட்ட கனவு வேற, காணும்ன்னு பதறிட்டேன்" எனச் சிவா சொன்ன போது இருவரும் மௌனத்தைப் பதிலாகக் கொடுத்தனர், வீட்டிற்கு வர வரைக்கும் எதுவும் பேசவில்லை அமைதியாகவே இருவரும் இருந்தனர்.

"நீ தான் ஆசிரியரைக் கொலைச் செய்ததா?"

"ஆசிரியரா! நானா? என்ன சொல்ற... இல்லையே ஆசிரியருக்கு என்ன ஆயிற்று?"

'ஓ உனக்கு ஆசிரியர் யார் என்று தொரியதல்லாவா... தோழர் தென்னரசனைப் பற்றிக் கேட்கிறேன்".

இடி விழுந்தது போல் இருந்தது சிவாவிற்கு! பற்கள் நடுங்கின, விழிகள் பெரிதானது, கைகளும் கால்களும் வலு இழந்தது, பொத் எனக் கிழே விழுந்து "ஆஆஆஆஆஆஆஆஆஆ எனக் கத்தி கூறினான், என்ன சொல்கிறாய் தென்னரசன் தான் ஆசிரியரா முன்பே ஏன் சொல்லவில்லை?" "ஐயோ"............! என அழுதான்.....

"ம்ம் சொல்லியிருந்தால் எங்களையும் உள்ளே வைத்து அடித்துச் சித்ரவதைச் செய்திருப்பாயோ? அவருக்கு நீ எமனாக வருவாய் என நாங்கள் எதிர்பார்க்கவில்லை"..

"வைத்தியரே இவன் என்ன சொல்கிறான் பாருங்கள்? நான் எப்படி"....

'ஐயோ ஆசிரியரையாக் கொன்றேன்... இந்தப் பாவத்தை எங்குச் சென்று தீர்ப்பேன்!... தென்னரசன்! தென்னரசன்! என்றும், மக்களை அச்சுறுத்தும் தீவிரவாதி என்றும் தானே நான் எண்ணியிருந்தேன் உண்மை உணராத முட்டாளாக இருந்து ஆசிரியர் மரணத்திற்குக் காரணமாகிவிட்டேனே' என மனதில் கூறி "ஓ"............. எனக் கதறி அழ செய்தான். அருணுக்குப் புரிந்தது சிவாவின் முரட்டுத்தனமான வேகத்தையும் வீரத்தையும் பயன்படுத்தி ஆசிரியரைக் கொன்றுள்ளனர் என்று..

ஆனால் உடனே சிவாவை சமாதானப் படுத்தவில்லை ஏனென்றால் ஆசிரியரான தென்னரசனின் மரணத்தில் அருணுக்குமே சமாதானம் தேவைப்பட்டது வைத்தியர் முடிந்தவரைத் தேற்றினார் இருவரையும்.

சிவா கல்லூரி படிக்கும் காலத்திலிருந்தே தென்னரசனை ஆசிரியர் என்று கூறி அவரைப் பற்றி அடிக்கடி அருண் சொல்லிக் கேட்டுள்ளான் ஊருக்கு வரும் போதெல்லாம் ஆசிரியர் பற்றிக் கேட்டு நேரில் பார்க்க ஆவளாய் இருப்பான் ஆனால் பார்த்தது இல்லை. ஓர் ஆசிரியர் இருக்கிறார்

அவர் இங்குள்ள எல்லா மக்களுக்கும் நல்லதுக் கெட்டது எடுத்து சொல்லி சரியா வழி நடத்துவார், எங்கு மக்களுக்குப் பிரச்சினை என்றாலும் ஒரு நீதி தேவதை போல் தீர்வு கொடுப்பார் பல மாணவர்களுக்கும் அரசியல் வகுப்பு எடுப்பதால் எல்லோரும் ஆசிரியர் என்றே கூறுவோம் அவர் பெயரை சொல்வதில்லை.. ஆசிரியர் என்று தான் சொல்லுவோம், இது போலச் சிவா, எப்போது ஊருக்கு வந்தாலும் கேட்கும் ஒரு பெயர் ஆசிரியர் என்பதுதான்... அடிபட்டு கிடந்த அருணை சிவா எடுத்து வரும் போது, வரும் வழியிலே மயங்கி விழ அவர்களைத் தூக்கி வந்து வைத்தியர் வீட்டில் வைத்தியம் பார்க்கும் படி விட்டுச் சென்றது ஆசிரியர் தான் எனச் சில நாளுக்கு முன்பு வைத்தியர் சொல்லிதான் சிவாவும் அருணும் தெரிந்துக்கொண்டனர், நெருங்கியவர்களுக்கு மட்டுமே தென்னரசன் என்று தெரியும் பெரும்பாலும் மற்றவர்கள் ஆசிரியர் என்றே அழைப்பார்கள்... ஆம் அவர் ஆசான்...

தென்னரசனின் மரணம் சிவாவிற்கு உள் மனதில் பாதிப்பை ஏற்படுத்தியது..

தென்னரசன் இறப்பிற்கு முந்தைய நாள் சரண் குணமாகியிருந்தான் அவன் மூலம் காவல் அதிகாரி சந்தானமும் சுந்தரமும் கூறியவற்றைத் தென்னரசன், கரிகாலன், பவானி, மாரியப்பன் ஆகியோர் அறிந்து கொண்டனர், ஆயுதம் வாங்குவதற்கு அவர்கள் கிளம்பிய நாளில், பெண்ணைக் கொலை செய்த சந்தானத்தையும் சுந்தரத்தையும் கடத்துவதற்குக் கோவிந்தனும் கரிகாலனும் திட்டம் தீட்ட தொடங்கினர் தென்னரசன் கொல்லப்பட்டதால் அக்கடத்தல் ஒத்தி வைக்கப்பட்டது,

தென்னரசனின் உடலை மக்களிடம் அரசு கொடுக்கவில்லை ஆயினும் அவருக்கு நடுக்கல் நட்டு ஆசான் சாமி என வைத்து நினைவஞ்சலி செலுத்தினர்.

போராளிகள் தனியே நடத்தினர்.. பொது மக்கள் பெரும் கூட்டமாகப் பல்வேறு இடங்களில் புகழஞ்சலி செய்தனர்.. போராளிகள் நடத்திய கூட்டத்திற்கு அருணும் வைத்தியரும் வந்திருந்தார்கள், கவியரசனுக்கு விபத்துக் காரணமாகக் கால் முறிவு ஏற்பட்டதால் புகழஞ்சலி கூட்டத்தில் கலந்துகொள்ள முடியவில்லை, தென்னரசனின் இறப்பு செய்தி அறிந்து நொந்து போனான் தன்னால் மக்களோடு புகழஞ்சலி செய்ய முடியாவிட்டாலும் தன் அறையிலே அவருக்காகப் புகழஞ்சலிச் செலுத்திக் கண்ணீர்விட்டான்.. 'கரிகாலனை நேரில் பார்க்க வேண்டும் போராட்டத்தில் பங்குப் பெற வேண்டும் இங்கு நடக்கும் அநீதிகளை இன்னும் எத்தனை நாட்கள் வேடிக்கை பார்த்துக் புலம்பப் போகிறோம், மக்களுக்கு நல்லது நினைப்பவர்களைக் கொன்று விட்டுத் தீயோர்களைக் காத்திடும் இவர்களின் ஆட்சி அழிய வேண்டும்... நம் போன்ற இளைஞர்கள் செய்யும் தியாகம் தான் அடுத்தத் தலைமுறைக்கான வாழ்வை கொடுக்கும், நடக்கும் அளவிற்கு உடல் சரியானதும் கரிகாலனுக்கு உதவியாக நாமும் முடிந்த காலங்களில் போராட்டத்திற்குச் செல்ல வேண்டும் ஆயுதம் தூக்கி போராடாவிட்டாலும் மக்கள் திரல் போராட்டங்களைச் செய்ய வேண்டும்' என மனதில் சிந்தித்தான் இத்தகைய எண்ணம் தென்னரசனின் உயிர் தியாகத்திற்குப் பிறகு பல இளைஞர்கள் இடையே வர தொடங்கியது.

வீரவணக்கம்! வீரவணக்கம்!

ஆசானுக்கு வீரவணக்கம்!

தமிழர் வாழ்வை பொன்னாக்கத்!

தன்னுயிரை கொடுத்த ஆசானுக்கு வீரவணக்கம்!

விவரம் அறியா மக்களுக்கு!

வெளிச்சம் தந்த ஆசானுக்கு வீரவணக்கம்!

மக்கள் முகத்தில் மகிழ்வை காண!

வாழ்வை துறந்த ஆசானுக்கு வீரவணக்கம்!

"தோழர் தென்னரசனின் விருப்பம் எல்லாம் உண்மையில் இம்மக்கள் விடுதலைப் பெற வேண்டும், தற்சார்புப் பெற்றுப் பசி பஞ்சம் பட்டினி ஊழல் லஞ்சம் போதை இல்லா வாழ்வை வாழ வேண்டும் என்பதே, அதற்கு அரசியல் புரட்சி அரங்கேற வேண்டும் தற்காலத்தில் ஆயுதம் அதற்கு தீர்வை கொடுப்பதற்கான சாத்தியங்கள் உள்ளது எனவே அவ்வழியை நாம் எடுத்துள்ளோம்... தொடக்கத்தில் நம் நிலத்தை மீட்கவே போராடத் தொடங்கினோம் ஆனால் நம்மை அடித்து ஒடுக்கினார்கள், பிறகு ஆயுதம் எடுத்தோம் நம் நிலத்தை மீட்டோம்... நம் நிலம் மீண்டால் போதுமா! பல மக்களுக்களின் துன்பம் நீங்க, போராட்டத்தை விருவுப் படுத்தினோம். நாடெங்கும் அநீதி தலைவிரித்தாடுகிறது, நாட்டில் எங்கும் ஊழல் பெருக்கெடுத்து ஓடுகிறது, மக்களின் வரிப் பணத்தைத் திருடிக் கொலுத்து வாழ்கிறார்கள், பணக்காரன் மேல போயிட்டே இருக்கான் ஏழை கீழ போயிட்டே இருக்கான் ஏழைகளின் எண்ணிக்கை உயருதுப் பணக்காரணின் சொத்து இரு மடங்காகுது, ஏழை இன்னும் ஏழை ஆகுறாங்க அவனுக்கு வர வேண்டிய பொருளாதாரம் தான் பணக்காரணிடம் இன்னொரு மடங்காகச் சேருகிறது, சாதி, மத, மது போதைகளை மக்களிடையே வளர்த்து அதில் குளிர் காய்கிறார்கள் அவற்றை வேரருத்து மக்களுக்கு விழிப்புணர்வுக் கொடுத்துப் புரட்சியில் புதிய தேசமாக்குவோம்"... எனப் புகழ் வணக்கம் செய்தனர். அத்தகைய புகழ் வணக்க நிகழ்வுக்கு அருணும் வைத்தியரும் சென்றிருந்தனர்.. அங்கேயே சந்தானம், சுந்தரம் ஆகியோரை தீர்த்துகட்டும் முடிவை மீண்டும் உறுதிச் செய்தனர்,

சந்தானமும் சுந்தரமும் ஓர் உதாரணம் தான் அவர்களைப் போலப் பல அதிகாரிகள் தங்களுக்கு உயர் பதவி கிடைக்கும்

பணம் கிடைக்கும் எனத் தாங்களே குற்றங்களைச் செய்து அதைக் காட்டுப் பகுதி மக்கள் மீது சுமத்தி அவர்களைப் போராளிக் குழுவினர் என்று முத்திரைக் குத்தித் தண்டனைக் கொடுத்து அரசிடம் பரிசுப் பெறுவார்கள், ஆனால் போராளிகள் திருப்பி அடிக்கப் போவது இதுவே முதல் முறை, இதற்கு முன்பு தற்காப்பு தாக்குதல் இனி போராளிகளின் தாக்குதல்...

19

மரணத்தில் உண்டாகும் தெளிவு

இரண்டு அதிகாரிகளையும் சுற்றி வளைத்து முடிப்பதற்குத் திட்டம் தயாரானது இருவரில் ஒருவர் மாட்டினாலும் தூக்குவதாக முடிவு... எதிர்பார்த்த இடத்திற்கு இருவரும் வரவில்லை... போராளிகளுக்குச் சற்றே ஏமாற்றம்.. மறுநாள் வந்துதான் ஆவார்கள் என்று தேற்றிக்கொண்டனர்..

காவல் நிலையம் இருக்கும் பகுதிக்குச் சற்றே தூரத்தில் உள்ள மலை கோவிலுக்கு அதிகம் மக்கள் புழக்கம் இல்லை ஆனால் அருண் அங்கு அடிக்கடி செல்வது வழக்கம், தன் ஆசிரியர் கொல்லப்பட்ட வருத்தத்தில் கோவிலுக்குச் சென்றான் அருண்.. நான்கு புறங்களும் கற்கள் சூழ, பல குகைகள் கண்ணில் தென்பட, தென்படா பல குகைகள் ஒழிந்து கிடக்க, சில இடங்களில் புதர்கள் மண்டிக் கிடந்தன, மலையின் உச்சியில் முருகன் இருந்தார், உள்ளே வரும் வழிகள் பல இருக்கும் கோவிலில் ஒரு வழியே வந்து உச்சியில் நின்று இறைவனை வணங்கி கொண்டிருந்தான் அருண்... அதே நேரத்தில் தான் போராளிக் குழுவினர் சுந்தரத்தையும் சந்தானத்தையும் முடித்துக்கட்டக் காவல் நிலையத்திற்குச் சற்றே அருகில் உள்ள அவர்களின் குடியிருப்புகளுக்கு எதிரில் காத்திருந்தனர்..

ஆனால் அவர்கள் வீட்டிற்குச் செல்லவில்லை மலைக்கோவில் நோக்கிச் சென்று கொண்டிருந்தனர், வெகு நேரமாக அங்கிருந்த அருணுக்கு திடீரென ஒரு முனங்கள் சத்தம் அச்சத்தைக் கொடுத்து, எங்கிருந்துச் சத்தம் வருகிறது எனத் தேடினான்.. தேடித்தேடி ஒரு குகையில் ஒரு பெண் கை கால்கள் கட்டப்பட்டு வாயில் துணி வைத்து அடைக்கப்பட்டு அரை மயக்கத்தில் முனங்குவதைக் கண்டான்... அப்பெண்ணைக் கண்டதும் விரைந்து அருகில் சென்று உதவச் சென்றான் அவள் அருகிலேயே இன்னொரு இளம் வயதுடையன் கட்டப்பட்டு மயங்கி கிடந்தான்.. அவர்களை உடனே விடுவிக்க முயன்றான் அருண்... அந்த நேரத்தில் யாரோ வருவது போன்ற சத்தம் கேட்டது யாரும் வருவதற்குள் இருவரையும் வெளியே அழைத்துச் செல்ல வேண்டும் என வேக வேகமாக விடுவித்தான், நெருங்கி வந்துவிட்டனர்... அருகில் வந்த உடன் தான் சந்தானமும் சுதந்தரமும் அவ்விடயத்தை அறிந்தனர், தப்பிக்க வைக்கிறான் என்பதை அறிந்த காவலர்கள்...

"இவனுங்கள தப்பிக்க விடக்கூடாது... முதல்ல அந்தப் பயலுகள பிடி" என்றான் சந்தானம்,

அருணை தவிர மற்றவர்களால் ஓடும் அளவிற்கு உடம்பில் தெம்பு இல்லை.. இருந்தும் முயன்றனர்.. அருணின் அருகில் நெருங்கி சென்றான் சந்தானம்... தன் கையில் வைத்திருந்த சுப்பியால் வேகமாகத் நாக்க... அறைத் தடுக்க முயற்சி செய்தான் அருண் ஆனால் அடி வேகமாகக் கையிலும் விழுந்தது, கீழே கிடந்த கருங்கல்லை எடுத்துத் தலையில் ஓங்கி அடிக்க இரண்டு சுழல் சுழன்று பொத் என்று கீழே விழுந்தான் அருண், மற்ற இருவரையும் சுந்தரம் துரத்தி சென்றான்... ஆனால் அவர்களுக்குக் குகையின் பாதைப் புரியாததால் தடுமாறினர், பின் தொடர்ந்துத் துரத்தி

வந்தான் சுந்தரம்... பயத்தில் ஓடிக்கொண்டிருந்தவர்களுக்கு முன்னால், திடிரெனச் சந்தானம் வந்து நின்றான். சந்தானத்தின் மீது அந்தப் பெண் மோதினால் அதில் இருவரும் சற்று தடுமாறச் சுதாரித்துக்கொண்டு உடனே ஓடினாள் அப்போது அந்த இளைஞன் வேறு பக்கத்திலும் அந்தப் பெண் வேறு பக்கத்திலும் பிரிந்தனர்.. தற்செயலாக இளைஞன் சென்ற பாதைப் பாதுகாப்பான பாதையானது ஆனால் அந்தப் பெண்ணின் நிலை மோசமாகப் போனது.. இளைஞன் மட்டுமே தப்பித்தான், அந்தப் பெண்ணை இழுத்து வந்து அருணின் அருகிலே போட்டனர்... அருண் எழும்பவே இல்லை.... பெண்ணைத் தடியினால் தலையில் தாக்கினர் சந்தானமும் சுந்தரமும்... நெற்றி கிழிந்து இரத்தம் வந்தது.. அருண் அரை உயிரில் அங்கு நடக்கும் கொடுமைகளைப் பார்த்துக்கொண்டே இருந்தான்...

"என்னய்யா நம்ம திட்டப் படி இவளக் கொன்றுப் போட்டு அந்தப் பயலுகள இழுத்து உள்ள விட்டு இயக்கத்து பயலுகன்னு சொல்லி உள்ளப் புடிச்சு போட்டுச் சன்மானம் வாங்கிடலாம்னு பாத்த இந்தப் பய எங்க இருந்து வந்தான்னுத் தெரில எல்லாத்தையும் கெடுத்துவிட்டான்" என்றான் சந்தானம்

"எல்லாத்தையும் கெடுக்கதான் நம்ம விடலயே... அதோ பாருங்கள் அவள் இருக்கிறாளே அவளை நமக்கு விருந்தாக்கி இவன் மேல் பழியைப் போட்டு இவனைப் புடிச்சு உள்ளப் போட்ருவோம்... என்ன இப்ப" என்றான் சுந்தரம்...

".்கா .்கா .்கா எனச் சிரித்துவிட்டு அவள தூக்கிட்டு போயி அந்தக் குகையில வைப்போம் வா"... என்று சந்தானம் கூறப் பெண்ணைத் தூக்கிச் சென்றனர்.. அவளின் கதறல் அருணுக்குக் கேட்காமல் இல்லை, உயிருக்கு போராடிக் கொண்டே அவளைக் காப்பாற்ற துடித்தான் ஆனால்

எழும்பக்கூட முடியவில்லை இருந்தும் முயன்று எழுந்து தொப் எனக் கீழே விழ உள்ளிருந்து சுந்தரம் ஓடி வந்து அருணின் மூச்சுக் காற்றை உறுதிச் செய்ய மூக்கிலும் கழுத்திலும் விரல் வைத்துப் பார்த்தான்,

"சார் செத்துட்டான்"....

எந்தப் பதிலும் சந்தானம் சொல்லவில்லை.. சற்று நேரம் கழித்து வெளியே வந்தான்.. "செத்தாட்டான்னா இங்கயே விட்டுப் போயிடலாம் இரவு நரி திண்ணு போட்டு போகும் அவளும் உள்ள செத்துப் போய்ட்டா"...

"அவளுமா?"

"என்னய்யா ரொம்ப வருத்தாமா?"

"ச்சா ச்சா எப்படியும் கொல்வது தானே திட்டம்...! இருந்தாலும் ஒருமுறை"..

தலையை சொரிந்தான்,

"நானே செத்தப் பிறகுதான்யாப் புணர்ந்தேன் போய்ட்டு வா"...

"முடிச்சிட்டு வாய்யா அடுத்தக் கதை எழுதுவோம்" என்று சிரித்தான்...

இதான் விசயம், "நாம எதர்ச்சையா வந்தோம் இங்குச் சத்தம் கேட்டுது இந்த இயக்கத்துக் காரன் இந்தப் பெண்ணைக் கற்பழித்துக் கொலைச் செய்ய முயன்றான் தடுக்க முயற்சிச் செய்தோம் அவளைக் காப்பாற்ற முடியல தற்காப்புக்கு தாக்குனதுல இவன் இறந்துட்டான்.. இதுதான் சரியா".....

"ம்ம் சரிதானுங்க"..என்றான் சுந்தரம்.

அருண் வெளியே எங்கும் பொதுவாகச் செல்வது கிடையாது சிவாவும் பணியின் காரணமாகக்

காவல்நிலையத்தின் அருகில்தான் அதிகம் இருப்பான் இப்படி ஒரு நண்பன் உள்ளான் என்பதே யாருக்கும் தெரியாமல் இருந்தது...

இப்படி ஒரு கொலை இயக்கத்தால் நடத்தப்பட்டுள்ளது எனத் திரைக்கதை வசனம் எழுதி வழக்கு சோடித்து முடிவு எழுதி சிவாவின் பார்வைக்கும் அனுப்பப்பட்டது, கொலையாளி என்று குறிப்பிடப்பட்ட நபரின் புகைப்படத்தைப் பார்த்து சிவாவிற்கு உலகமே நின்றது போல இருந்தது, விரைந்து சென்றான் சம்பவ இடத்திற்கு... அருணின் உடலையும் பெண்ணின் உடலையும் அரசே அடக்கம் செய்தது... வைத்தியரோ சிவாவோ அது குறித்து வெளியில் காட்டிக் கொள்ளவில்லை.. ஆனால் போராளிக் குழுவினரால் அமைதியாக இருக்க முடியவில்லை, விட்டால் இவர்களின் அட்டூழியம் அதிகரித்துக் கொண்டே உள்ளது, விரைவில் அவர்கள் இருவரும் செய்த தவறுக்குத் தண்டனைக் கொடுக்க வேண்டும் என்றனர்..

சிவாவின் கவனத்திற்குச் சென்றதால் இருவரின் உடலையும் பகுப்பாய்வு செய்ய முடிவு செய்யப்பட்டது... ஆய்வின் முடிவில் பெண்ணின் உடலில் உள்ள பல காயங்கள் பெண் இறப்பதற்கு மூன்று நாட்களுக்கு முன்பாக உண்டாவதாக உள்ளது, கற்பழிப்பு செய்யும் முன்பே பெண் இறந்துள்ளார் இறந்த உடலையே புணர்ந்துள்ளனர், அருண் இவளுக்கு முன்பே இறந்துள்ளான் என்பதும் தெளிவாக இருந்தது... சந்தானத்திற்கும் சுந்தரத்திற்கும் பயத்தில் நடுக்கம் வந்தது, சிவா அதைக் கவனிக்காமல் இல்லை... தன்னுடையக் துக்கத்தை வெளியே காட்டாமல் அதைக் கோவமாக மாற்றினான் சிவா... இரவு பகல் தூக்கமின்றி அருணின் கொலைக்குக் காரணமானவர்களை ஆதாரத்துடன் பிடிக்க அழைந்தான் குற்றவாளிகள் யார் எனச் சந்தேகம

உள்ளது ஆனால் அவர்களுக்கெதிரான ஆதாரம் அவனிடம் இல்லை... அந்த ஆதாரத்தைக் குற்றவாளிகளான சுந்தரமும் சந்தானமுமே, சிவாவின் கையில் கொடுக்க வேண்டிய சூழல் உண்டானது,

இவர்களைக் காட்டிக்கொடுக்கக்கூடிய ஒரே ஆதாரமாக அன்று இருந்தது அங்குக் கட்டி வைக்கப்பட்டிருந்த இளைஞன் தான் அவனைப் பிடித்துக் கொன்றுவிட இருவரும் சிந்தித்தனர் அவனைத் தேடுவதே வேலையாக இருந்தனர்... இவர்களின் செயல்பாடுகள் மீது சந்தேகம் கொண்டு இவர்களையும் சிவா கண்காணித்துக்கொண்டே இருந்தான்.. அப்படித்தான் அந்த இளைஞனை அவர்கள் பிடித்த போது அவர்களிடம் இருந்து சிவா அவனை மீட்டு வாக்குமூலம் வாங்கினான்.. தன்னுடைய எஸ்பி என்ற உயர் அதிகாரத்தைப் பயன்படுத்தி அவர்களுக்குச் சட்டத்தின் மூலம் தண்டனை வாங்கிகொடுத்திடலாம் என்று பெருமூச்சு விட்டான்... அஃது ஒரு பிரம்மை என்பதைச் சிவா தெரிந்துகொள்ள வெகுநாள் ஆகவில்லை... வாக்குமூலம் வாங்கப்பட்ட நபருக்கு சில காவல்துறையினர் மூலம் பாதுகாப்பும் கொடுத்திருந்தான், ஆனால் மேல் அதிகாரத்தில் உள்ளவர்களுக்கோ சுந்தரத்திற்கும் சந்தானத்திற்கும் தண்டனைக் கொடுப்பதில் விருப்பம் இல்லை, ஏனென்றால் அத்தகைய இயக்கத்தினருடைய கொலைகளை அவர்கள் விரும்பினார்கள் எனவே காவலர்களின் பாதுகாப்பில் இருந்த இளைஞன் மின்சாரம் செல்லும் மின் கம்பியைக் கடித்துக்கொண்டு தற்கொலைச் செய்துகொண்டதாக திரைக்கதை எழுதியது அரசு. சிவா ஏதும் செய்யமுடியாத கையறு நிலையில் இருந்தான்.

சில நாட்களில் சிவா முடிவு செய்தான் அவர்களுக்குச் சட்டத்தினால் தண்டனை வாங்கித் தரமுடியாது போனாலும் நாமே அவர்களுக்கு மரணத் தண்டனை கொடுப்போம் என..

ஆனால் இரண்டு நாட்களுக்குப் பின் சுந்தரம், சந்தானம் ஆகிய இருவரையும் காணவில்லை, காட்டு பகுதிக்குள் செல்லப் பயந்த காவலர்கள் மற்ற இடங்களில் எல்லாம் சல்லடை போட்டனர் எங்கும் கிடைக்கவில்லை ஒரு நாள் முழுவதும் தேடித்தேடி கலைத்தனர்... மறுநாள் அருண் இறந்துகிடந்த இடத்தில் இருவரும் செத்துக்கிடந்தனர்... அவர்கள் செய்த குற்றத்திற்காக அவர்களுக்கு இயக்கத்தின் சார்பில் மரணத் தண்டனைக் கொடுக்கப்பட்டது.

'இந்த அதிகாரத்தின் மூலம் சாமானிய மக்களுக்கு அநீதி நடக்காமல் தடுத்து நீதியை நிலைபெறச் செய்ய வேண்டும் எனச் சிவா நினைத்திருந்து அதிகாரத்தின் உள்ளே நுழைந்த சில காலத்திலே அந்த எண்ணம் தவிடுபொடியாகியது.. இந்த இராணுவம் காவல்துறை இவையெல்லாம் அநீதிகளைக் காத்திடுதே தவிர அரை வயிறு கட்சிக்கு அல்லல் பட்டு திருடுபவர்களையே தண்டிக்க முடிகிறது! இருப்பதெல்லாம் முழுங்கி வயிறு வீங்கி மேலும் முழுங்க நினைக்கும் பெரும் பணபலம் படைத்தவர்களை நெருங்கக்கூட முடியவில்லை, இங்கிருக்கும் ஒட்டுமொத்த அரச அமைப்பும் சீல்படிந்துள்ளது எனவே தென்னரசன் கரிகாலன் உருவாகியுள்ளார்கள், இப்படியே இருந்தால் உருவாகத்தான் செய்வார்கள் அப்படி உருவானல் மட்டுமே சரி செய்ய முடியும் இதுதான் இயற்கை, மனிதர்களால் சமநிலையை இழந்த இயற்கை தன்னை மீள்கட்டமைப்புச் செய்ய இயற்கை பேரிடர் ஏற்படுத்துகிறது அப்படித்தான் இவர்களை இயற்கை உருவாக்குகிறது.... அரச அமைப்பின் ஒர் அதிகார அங்கமாய் நாம் இருக்கிறோம், ஆனால் என்ன செய்ய நண்பனைக் கொன்றவர்களுக்குக் கூடத் தண்டனைப் பெற்றுக்கொடுக்க முடியவில்லை... அதையும் இயக்கத்தினர்தான் செய்தார்கள்', சிவா மட்டும் அல்ல இன்னும் சில அலுவலர்களுக்குமே இயக்கத்தின் மீது நம்பிக்கை இருந்தது, ஆனாலும் அவர்களால் தங்கள்

அரசை எதிர்க்க முடியவில்லை சிவாவை போல் புலம்ப மட்டுமே முடிந்தது. இனியும் நாம் புலம்பிக்கொண்டோ முட்டாள் தனமாக அரசின் மீது முழு நம்பிக்கை வைத்துக் கண்மூடித்தனமாக அவர்கள் சொல் கேட்டு ஆடவும் கூடாது, எதுவாயினும் நாமே தீர விசாரித்து முடிவு செய்ய வேண்டும், அரசியல்வாதிகளின் அவசரத்திற்கு அவர்கள் கொடுத்த அறிக்கையை நம்பி செயல்படக்கூடாது.....

20

கானக தீயில் இணையும் கவியரசன்

அரசு பணிக்கு விண்ணப்பித்திருந்த கவியரசன் அதற்குரிய முறையான தகுதியைப் பெற்றிருந்தான், ஆயினும் அவனுக்கு அந்தப் பணிக் கிடைக்கவில்லை, ஆனால் தகுதியற்றப் பலருக்கும் பணி வழங்கப்பட்டது, இதைக் கண்டித்து வழக்குத் தொடர்ந்தான் கவியரசன், நான் முதல் மதிப்பெண் எடுத்துள்ளேன் என்னை நீக்கிவிட்டு எப்படி மதிப்பெண் குறைவானவர்களுக்குப் பணி வழங்கப்பட்டது என்று, வழக்கு நீதிமன்றத்தில் ஏற்றுக்கொள்ளப்பட்டது, விசாரணையில் லஞ்சம் வாங்கிக்கொண்டு பணி வழங்கப்பட்டுள்ளது எனவே அவற்றை நிறுத்தி வைக்க உத்திரவிடப்பட்டது,

"ஏம்ப்பா ஏய்! இன்னைக்குச் செய்தி பாத்தியா?"

"இல்லையே! ஏனுங்க என்ன ஆச்சு என்ன செய்தி?"

"எல்லாம் உன்ற வேலை சம்பந்தமான செய்திதான்"।

பழனிக்கு சுருக் என்று இருந்து, பழனி ஒரு விவசாயி, பணம் கொடுத்து அரசு பணி வாங்கும் ஆர்வத்தில் தன்னிடம் இருந்த டிராக்டரை விற்று அந்தப் பணத்தை ஏசென்ட் இடம் கொடுத்தார், மாற்றுத்திறனாளியான அவர்

டிராக்கடர் மூலம் நல்ல வருமானம் பெற்று தான் வந்தார், அரசு வேலை கிடைக்கும் என்று தனக்கு வருமானம் ஈட்டி தந்த வாகனத்தை விற்றுப் பணம் கொடுத்தார் இந்த விடயம் அறிந்த ஊர் காரர் ஒருவர் பழனியிடம் தற்போது நடந்த விடயத்தைக் கூறினார்.... பணி தொடர்பான விடயம் என்றதுமே சுருக் என்றது பழனிக்கு.

"என்ற வேலையா!.... என்ன சொல்லிருக்காங்க?"

"பணி நியமனத்தில் நிறைய ஊழல் நடந்திருக்காம் விசாரிக்கிற வரைக்கும் யாருக்குப் பணிக் கொடுக்க மாட்டாங்களாம்... பணம் கொடுத்தது யார இருந்தாலும் பணி கிடையாதாம், மதிப்பெண் வரிசை அடிப்படையில் மட்டுமே கொடுப்பாங்களாம்".

பழனிக்கு இடி விழுந்தது போல் இருந்தது ஏசென்டிடம் நேரே சென்று பணத்தைத் திருப்பிக் கேட்க அவனோ பணத்தைக் கொடுக்க வேண்டிய இடத்திற்குக் கொடுத்தாச்சு எனக் கையை விரித்தார்,

என்னை ஏமாற்றி விட்டார் எனக் காவல்நிலையத்தில் புகார் கொடுத்தான் பழனி..

விடயம் பெரிதாகக்கூடாது எனப் பணம் கொடுத்தவர்களுக்கு மீண்டும் பணத்தைக் கொடுக்க அமைச்சர் ஏற்பாடு செய்தார் அதே நேரத்தில் முதலில் புகார் கொடுத்த கவியரசனை தீர்த்துகட்டவும்.

கவியரசனை தீர்த்துகட்டுவதை விட அந்த வழக்கினை ஒன்றுமில்லாமல் செய்வதற்கு வழி கிடைத்தால் நன்றாக இருக்கும் எனக் காவல் அதிகாரிகளிடம் பேசினான்

அப்போது ராமப்பையன் கூறினான் "இந்தக் கவியரசனை பல ஆண்டுகளுக்கு முன்பு கரிகாலன் பயல் கூடப் போராட்டத்தில் பார்த்திருக்கிறோம் அவன் மீது பழைய

வழக்குகள் ஏதும் இருந்தால் இவன் திட்டமிட்டுப் போராளி குழுக்களால் அனுப்பப்பட்டவன் என்று வழக்கை ரத்துச் செய்ய வைக்கலாம்"...

"அருமை அருமை.. உடனே அவற்றை விசாரியுங்கள்...... என்றதும் பழைய கோப்புகளைத் தோண்டினர், ரத்துச் செய்யப்பட்ட வழக்குகளே இருந்தன, அவற்றை மீண்டும் புதுபித்து இயக்கத்து ஆட்களில் ஒருவன் தான் கவியரசன் என ஆதாரங்களைத் திரட்டி கவியரசன் மீது வழக்கு பதிந்தனர்",

இந்தக் காலத்தில் தான் சுந்தரத்தையும் சந்தானத்தையும் கடத்தி, போராளிகள் மரணத் தண்டனைக் கொடுத்திருந்தனர், எனவே இயக்கத்து ஆள் என்றதும் அரசுக்கு கவியரசன் மீது கோவம் அதிகம் ஆனது அவன் தொடங்கிய வழக்கு விசாரணை இன்றி முடக்கப்பட்டது ஆனால் சிவாவிற்கும் சில காவலர்களுக்கும் சில அரசு அதிகாரிகளுக்கு ஒரு கரிசனம் இருந்தது கவியரசன் இயக்கத்து ஆள் என்றதும். எனவே சிவா, கவியரசன் கொடுத்த வழக்கினை விசாரிக்கத் துரிதப்படுத்தினான் அந்த வழக்கில் பழனிக் கொடுத்த வழக்கையும் இணைத்து ஆதாரங்களைத் திரட்டினான் சில ஏஜென்டுகளைக் கைது செய்து விசாரித்து அவர்களிடம் வாக்குமூலம் வாங்கினான் அவர்களை நீதிமன்றத்தில் நிறுத்தி 14 நாட்கள் ரிமாண்டில் எடுத்து, பல விசாரணை நடத்தி, அமைச்சருக்கும் தலைமை அமைச்சருக்கும் உள்ள தொடர்பை உறுதி செய்தான், இவ்விடயம் அரசாங்கத்தை நடத்தும் அவர்களுக்கு எப்படித் தெரியாமல் இருக்கும்... விசாரணைச் செய்ததில் உண்மை என்ன என்பது சிவாவிற்கும் உடன் இருந்த காவலர்களுக்கும் மட்டுமே தெரிந்தது குற்றவாளிகளுக்குத் தண்டனை கொடுக்கும் அளவிற்கு அரசாங்கம் அவ்விடயத்தைச் செல்லவிடவில்லை... ரிமாண்ட் முடிந்து மறுநாள் நீதிமன்றத்தில் குற்றத்தை ஒப்புக்கொண்டு

நடந்தவற்றை விவரிக்க இருந்த ஏசென்டுகள், சாட்சிகள், வழக்கு தொடுத்த பழனி என எல்லோரும் மர்மமான முறையில் இறந்துகிடந்தனர். சிவாவிற்கோ தலையே வெடித்துவிடும் போல் இருந்தது, அவன் கவியரசனை தன் இடத்தில் வைத்திருந்தான், எனவே அவனுக்கு எதுவும் ஆகவில்லை..வெகு நாட்கள் அங்கேயே வைத்து காப்பாற்ற முடியாது என்பது சிவாவிற்கு நன்றாகவே தெரிந்தது, தன்னுடைய நண்பன் அருணைப் பார்ப்பது போலத் தான் கவியரசனை சிவா பார்த்தான்... எனவே அவனுக்கு அதிகப் பாதுகாப்பு கொடுக்க விரும்பி அப்படிச் செய்தான், அமைச்சர் செய்த குற்றத்தை நிருபிக்க எந்த வழியும் இல்லாமல் சோர்ந்து போனான் சிவா.

"இதுவரை நான்,, நினைத்தது ஒன்று நடப்பது ஒன்றாக இருக்கிறது, அரசின் அதிகாரத்தில் ஓர் அங்கமாக இருக்கிறேன் என்றாலும் கூட இங்கு நடக்கும் பெரும் அநீதிகளைத் தட்டிக் கேட்க முடியவில்லை, அப்படியே விசாரணை என்று போனாலும் ஒரு கட்டத்தில் முடக்கப்படுகிறோம், இந்த அரச அதிகாரமானது முழு அநீதிகளால் கட்டமைக்கப்பட்ட ஒன்றாக உள்ளது இதில் அங்கமாய் இருக்கும் ஒவ்வொருவரையும் அது தன்னுள் கரைத்து விடுகிறது இல்லையேல் அழித்துவிடுகிறது, காவல்துறையின் உயர் பதவியில் இருந்து கொண்டு என்னால் கூட என் நண்பனின் சாவுக்குக் காரணமானவர்களுக்குத் தண்டனை வாங்கிக் கொடுக்க முடியாது தவித்தேன், அரசை நம்பி ஏமாந்தேன் அவனுக்கான நீதியைப் பெறுவதற்கு இயக்கத்தினரே வர வேண்டிய நிலையாகிவிட்டது தற்போது கூட உங்களைக் காப்பாற்ற என்னால் முடியுமா என்று தெரியவில்லை இயக்கத்தினரிடம் உங்களை ஒப்படைத்து விடலாமா என்றுதான் சிந்திக்கிறேன்" என்று இரவு நேரத்தில் கையில் அரை டம்ளர் குழம்பி வைத்துக்கொண்டு கவியரசனிடம் புலம்பிக்கொண்டிருந்தான் சிவா.... "தீர்க்கமான முடிவு எடுக்க

முடியவில்லை புலம்புவதே வேலையாக இருக்கிறது".... எனக் கண்ணீர் சிந்தினான்....

அதற்குக் கவியரசன்...."இயக்கமா"........ என்று இழுத்தான்!

"ம்ம் ஆம்... உண்மை என்னவென்று தெரியாமல் தொடக்கக் காலத்தில் நானும் அவர்களை எதிர்த்தேன், முக்கியமாகத் தென்னரசனின் மரணத்திற்கு நானும் ஒரு காரணம் என்ற பெருந்தவறு என் மனதை தினமும் வருத்திச் சித்தரவதைச் செய்கிறது, காலம் ஒரு நல்ல மருந்து பித்துப் பிடித்த எனக்குக் காலம் தெளிவை கொடுத்துள்ளது ஆனால் காலம் கடந்து வருந்தி என்ன பயன் தென்னரசனின் இடத்தை யாராலும் ஈடு செய்ய முடியாது",

கவியரசன், முகப் பாவனை வைத்தே உள் மனதை அறிந்துவிடுவான், சிவாவின் வருத்தம் உண்மை என்பதை உணர்ந்தான் ஆனாலும் அவனின் அரசு பணி சற்றுச் சந்தேகத்தைக் கொடுத்தது அவனுக்கு...

"அப்படியானால் அவர்களோடு நீங்கள் சேர்ந்து போராட வேண்டியது தானே" என்றான்..

"எனக்கும் அப்படித்தான் எண்ணம் ஆனால் நான் இங்கு இருந்து அவர்களுக்காகச் சில வேலைகளைச் செய்ய வேண்டும் அதிகாரத்தில் சிலர் இருப்பது நல்லதுதானே",

"உங்களுக்கு அவர்களைத் தெரியுமா?.. பார்த்திருக்கிறீர்களா?"

"இல்லை! தோழர் தென்னரசனை மட்டுமே கல்லூரி காலங்களில் பார்த்திருக்கிறேன் அப்போதும் அவரைப் பற்றி எனக்குத் தவறாகவே கற்பிக்கப்பட்டது.... அடுத்ததாக உள்ள கரிகாலன், மாரியப்பன் போன்றோர்களைப் பார்த்தது இல்லை.. நான் அறிந்த வரையில் அவர்களுக்குப் பயிற்சி கொடுப்பது பவானி என்ற பெண்தான், அவளின் போர்

திறனும் வீரமும் வரையறை இல்லை போலும், நேரில் பார்த்தது இல்லை உளவு தகவல் மூலம் அறிந்தேன்.... அப்பெண்ணை நினைக்கும் போதே சிலிர்க்கிறது"..

"ம்ம்ம்"...

"உங்களுக்குக் கரிகாலன் முன்பு பழக்கம் தானே... தற்போது நீங்கள் அவர்களோடு இல்லையா?"

"ஐயா! நான் கல்லூரி படிக்கும் போது சில போராட்டங்களில் அவனோடு இணைந்து பயணித்தேன் அன்று இருந்த வாழ்க்கை, இன்று எடுத்து வந்து நான் தொடர்பில் இருப்பதாகக் கதைக் கட்டுகிறார்கள்"..

"ம்ம் அஃது எனக்குத் தெரியும்... ஆனால் ஓர் ஆர்வம்... அதான்... சரி நீங்கள் வெளியே சென்றால் நிச்சயமாக உங்களைக் கொன்றுவிடுவார்கள் சில காலம் இங்கேயே என்னுடன் இருங்கள் நிலமை தனிந்த பின் வெளியில் எங்காவது சென்றிடலாம்".

"ம்ம் சரிங்க.. மிகவும் நன்றி"...

இரவு உறங்க சென்றனர் இருவரும்..

தென்னரசனின் மரணத்திற்குப் பிறகு போராளிகள் தங்களுடைய உளவு கட்டமைப்பை ஒன்றன் பின் ஒன்று என மிகச் சிறந்த வளைபின்னலாக உருவாக்கி வைத்திருந்தனர், அதன் முழுப் பொறுப்பைக் கோவிந்தன் செயல்படுத்தினான்,

கவியரசனைக் கொலைச் செய்ய நடக்கும் சதிகளைத் தங்களுடைய உளவு ஆட்கள் மூலம் தெரிந்த பின் கரிகாலனுக்குத் தூக்கம் இல்லை.. இரவோடு இரவாகச் சிவா வீட்டை நோட்டமிட்டனர் போராளிக்குழவினர், கவியரசன் இருப்பதை அறிந்து அவன் அருகில் சேகுவேரா முகப்படம் பதிந்த பழைய புத்தகம் ஒன்றினை வைத்துவிட்டு சென்றனர், காலை விடிந்த போது அப்புத்தகத்தைப் பார்த்ததுமே

அவனுக்குத் தெளிவாகப் புரிந்தது கரிகாலன் அழைப்பு கொடுத்துள்ளான் என்று எனவே அன்றைய இரவு கவியரசன் உறங்கவில்லை இயக்கத்தினர் வருகைக்குக் காத்திருந்தான், அவன் எதிர் பார்த்தது போலவே இயக்கத்தினர் வந்தனர்... "வந்திருப்பது" என்று இழுத்தான் கவியரசன்... "எப்படி இருக்கிறீர்கள் தோழர்" இருட்டில் இருந்து வெளியே வந்தான் மாரியப்பன்...

"ம்ம் நலம், நீங்கள்.... நலமா! அங்கு எல்லோரும் நலமா?"

"ம்ம் நலம்.. சரி கிளம்புவோமா?"

"உடனே கிளம்புவோம்" என்றான் கவியரசன்..

மறுநாள் முதல் கவியரசனுக்கும் கொரில்லாப் போராட்டப் பயிற்சி கொடுக்கப்பட்டது..

காலை விடிந்ததும் கவியரசனைக் காணாது சிவா திடுக்கிட்டான்... கரிகாலன் கொடுத்த புத்தகத்தைச் சிவாவிற்கு அருகில் வைத்து அதில் நன்றி தோழர்.. எனக்கான வழியை இயற்கைத் தேர்ந்தெடுத்துவிட்டது.. ‹உங்களைப் போல்தான் அரசின் மீது சற்றே நம்பிக்கை இருந்தது அஃது என்றோ உடைந்துவிட்டது, இனியும் அவர்களை நம்பி ஏமாற்றுகிறார்கள் என்று புலம்புவதில் பயன் இல்லை, இங்கு முழுமையாக நாடு அநீதிகளால் கட்டமைக்கப்பட்டுவிட்டது, இனி புரட்சி வராமல் இருக்காது, ஏற்கனவே கானகத்தில் ஒரு தீ உருவாகி அந்தத் தீயில் தன்னை இணைத்த கரிகாலனும் மற்ற கிராம இளைஞர்களும் ஆநிதீயை அழித்துப் புரட்சியைப் பெரிதாக்கியுள்ளனர், அந்தத் தீ யில் நானும் இணைந்து பயணிக்கப் போகிறேன்... நீங்களும் விரைவில் கலந்திடுவீர்›... என்று கவியரசன் எழுதியிருந்தவற்றைப் படித்துப் புத்தகத்தின் மற்ற பக்கங்களையும் சிவா புரட்டினான்..

21

விடுதலை வேட்கை

பவானி வேகமாக ஓடிக்கொண்டிருந்தாள், ஊர் மக்களோடு சில போராளிகளும் ஆச்சரியமாகப் பார்த்தனர், "ஐயோ பவானிக்கு ஆபத்து" என்று சிலர் கத்தினர் அருகில் சென்று அவளைச் காப்பாற்றவும் சற்றே அச்சத்துடன் இருந்தனர், மரங்களையும் செடிகளையும் கொடிகளையும் பல வண்டுகளையும் பூச்சிகளையும் நசுக்கி உடைத்து எரிந்து ஒரு யானை பவானியை வேகமாகத் துறத்தி வந்தது திரும்பத் தாக்குதல் நடத்தாமல் தப்பிக்க முயன்று ஓடினாள் பவானி, யானையின் மீது எவ்வித தாக்குதலும் செய்யாமல் விவசாய நிலத்தின் பக்கமும் திருப்பிடாமல் அதன் வழி சரியாகக் காண்பித்து அனுப்பிடவே அப்படி ஓடினாள், மரத்தின் கிளையில் இருந்து பொத் என யானையின் மீது விழுந்தான் கரிகாலன்.... அதன் காதுகளில் இரண்டு கால்களின் கட்டைவிரல் வைத்து அழுத்தி யானையின் காதில் ஏதோ சொல்ல யானை அமைதியானது பிறகு மீண்டும் ஏதோ சொல்ல விரு விருவென யானை வேறு பாதையில் நடந்து சென்றது... அதை அவ்வழியே திருப்பி விட்டு யானையின் மீதிருந்து கீழே குதித்த படி வந்தான்.. தூரத்தில் நின்ற மாரியப்பன், கவியரசன்,கோவிந்தன், கயல் நால்வரும், பவானி அருகே வந்தனர், "என்னம்மா நாட்டின்

அதிபயங்கர ஆயுதம் வைத்திருக்கும் அரசே உங்களின் போர் கலைக் கண்டு அஞ்சுகிறது நீங்கள் யானையைப் பார்த்து ஓடுகிறீர்கள்" என்றான் கவியரசன்,

அதற்கு மாரியப்பன் தோழரே "நீங்கள் புதிதாகப் பார்கிறீர்கள், தாயிக்கு அதைக் கண்டெல்லாம் பயம் கிடையாது யானையின் வழி தடத்தை மாற்றி விடவே அப்படி ஓடினார்" என்றான்..

"ஒஓஓ.... அரசாங்கமே அஞ்சுகிறது என்றால் சும்மாவா.. ம்ம் இப்போதான் புரிகிறது"..

"தோழர்களே.. யானை எப்படி மீண்டும் ஊருக்குள் வந்தது, அவற்றின் வழி தடங்களைத் தடுத்து அரசாங்கத்தால் போடப்பட்ட வேலிகளைத் தான் அழித்துவிட்டோமே".. என்றாள் பவானி.

"ம்ம் தாயே ஒரு வேலியை அழித்துவிட்டோம் இன்னும் பல காட்டுப் பகுதிகள் அரசின் கட்டுப்பாட்டில் தானே உள்ளது... காடுகள் மட்டுமல்ல குளம் ஏரி வாய்க்கால் ஆறு எனத் தண்ணீர் கிடைக்கும் பகுதிகளில் எல்லாவற்றையும் வேலி போட்டுக் காவலுக்குத் துவக்கை தூக்கிய ஆட்களை நிறுத்தியுள்ளனர்"..

"போராளிகளுக்குத் தண்ணீர் கிடைக்கக் கூடாது என்றா?" எனக் கவியரசன் கேட்க.

"இல்லை தண்ணீர் இயற்கையாகக் கிடைக்கக்கூடிய ஒன்று அவற்றை வியாபாரம் ஆக்கி அதில் பணம் பார்க்க நினைக்கும் முதலாளிகளின் செயல், தண்ணீரை நம்மிடம் இருந்து மட்டும் அல்ல எல்லா மக்களிடமும் இருந்து பிரித்திட சதி நடக்கிறது, எனவேதான் தண்ணீர் தேடி நம் பகுதிக்கு யானை வந்துள்ளது"..

"எனக்குப் புரியவில்லை சற்று விவரமாகச் சொல்லுங்கள்" என்றான் கவியரசன்..

"தண்ணீரை தனியார் வியாபாரியிடம் குத்தகைக்கு விட்டுள்ளது அரசு, அவன் நினைக்கும் விலைக்கு நிர்ணயிக்கும் அளவிற்குத் தான் பயன்படுத்த வேண்டுமாம், எனவே அதை மக்களோ மற்ற உயிரினங்களோ எடுத்துக்கொள்ளக் கூடாது எனப் பாதுகாப்பு வேலிகளை அரசே அமைத்து கொடுத்துள்ளது".. கரிகாலன் சொல்லவும் கவியரசன் சிந்தனையில் மூழ்கினான்.

கரிகாலன் பேசி முடிக்கும் போது... பவானி கூறினாள், "என்ன தோழர்... நாம் இவற்றை எல்லாம் வேடிக்கை பார்க்கவே இருக்கிறோம் இந்த விடயம் எப்போது தொடங்கப்பட்டது ஏன் முன்பே கூறவில்லை அதற்கான தீர்வுகளை எப்போது மக்களுக்கு நாம் கொடுப்போம்" என்றாள்,

"மன்னிக்கவும் தாயே சில நாட்களாகத் தான் இந்த வேலைகளைத் தொடங்கியுள்ளது அரசு, கரிகாலரிடம் இன்று தான் கூறினோம்.. அது குறித்துப் பேசதான் தங்களைத் தேடியும் வந்தோம்" என்றான் கோவிந்தன், கோவிந்தன் ஒரு மிகச் சிறந்த உளவாளியாக இருந்தான் எனவே அவன்தான் இத்தகைய தகவல்களையும் அரசாங்கம் செய்யும் சதி வேலைகளையும் மக்களுக்கு எதிராக அரசு செய்யும் திட்டங்களையும் கண்டறிந்து வருவார்.. உளவுப் பிரிவாக அவருக்குக் கீழ் பல நபர்கள் இருந்தனர்.

"ம்ம் அப்படியானால் தாக்குதலுக்கான நாளை குறித்து விடுவோம்" என்றாள் பவானி..

"நாளை காலை 6 மணிக்கு தாக்குதலை தொடங்குவோம் அருகில் சுற்று வட்டாரத்தில் இருக்கும் பத்து காவல் நிலையங்களே முதல் இலக்கு முடித்த பின் இங்கே ஒருங்கிணைவோம்" என்றான் கரிகாலன்..

மறுநாள் கரிகாலன், மாரியப்பன், கோவிந்தன், பவானி, மாலதி, தமிழரசன், கயல், செவ்வியன், தமிழரசி, செழியன், காலன், இனியாள், தங்கராசு, வானதி, ரகு, சூசைப்பன், பாலைய்யா, மணியன், ஆகியோர் தலைமையில் தாக்குதலை தொடங்கினர், கோவிந்தன் தலைமையிலான அணி முழுவதும் உளவு வேலைகளில் ஈடுபட்டது காவல் துறையின் திட்டங்களை உள்ளே புகுந்து எடுத்து வந்து போராளிகளுக்குத் தெரிவித்தனர் அத்தோடு மாரியப்பனுக்குச் சுற்று வட்டார பகுதி அக்குவேறு ஆணி வேறாகத் தெரிந்திருந்தது, பவானியின் ஆக்ரோசமான தாக்குதல் எனப் போராளிகளிடம் மிக விரைவில் காவல் நிலையம் கட்டுப்பாட்டிற்கு வந்தது, வந்த உடனே அங்கிருந்து வேலிகளை உடைத்து எரித்தனர்... மக்கள் எல்லோரும் அந்த வெற்றியை தங்களுடைய வெற்றியாகக் கொண்டாடினர்.. சில முதலாளிகள் லாபம் பார்க்க இயற்கைக் கொடுத்த தண்ணீரை அவனிடம் கொடுக்க அரசுக்கு என்ன உரிமை இருக்கு என மக்கள் சரணடைந்த காவலர்களிடம் கேட்டனர், சரணடைந்த காவலர்களுக்கு அரசியல் வகுப்பு கோவிந்தனாலும் மாரியப்பனாலும் எடுக்கப்பட்டது உளவு பணி மட்டுமே சிறந்தவனாகக் கோவிந்தன் இல்லை, கோவிந்தனின் மதி நுட்பம் எதிராளியையும் தங்களுக்கு ஆதரவான நிலைப்பாட்டை எடுக்கச் செய்யும், எனவே காவல்துறையில் இருந்தவர்களுக்கு அரசியல் வகுப்பு எடுக்கும்படி கரிகாலன் கூறினான், சில நாட்களில் அவர்களை விடுதலை செய்வார்கள் சிலர் போராளிகளோடே போராட்ட களத்திற்கு வர விருப்பம் தெரிவிப்பார்கள்,

இத்தகைய காவல் நிலையங்கள் மீதான தாக்குதலினாலும் போராளிகளின் வெற்றியினாலும் அரசு கடும் கோபத்தில் இருந்தது, சிவாவின் கட்டுப்பாட்டில் இருக்கும் பகுதி என்பதால் அவன் தலையை உருட்டினர், திடிரெனத் தாக்குதல் நடத்தப்பட்டது நம்முடைய உளவு

துறையிடம் இருந்து தாக்குதல் குறித்தான எந்தத் தகவலும் இல்லை என்றான் அரசிடம், ஆனால் மனதில் போராளிகளின் வெற்றியை எண்ணி மனம் மகிழ்ந்தான். இந்த விடயம் மீண்டும் திருமலைக்குத் தலைவலியாக அமைந்தது.. ‹காட்டுக்குள் எண்ணெய் எடுக்கதான் விட மாட்றானுங்கன்னு பாத்த இப்ப தண்ணீரை விற்கவும் தடையாய் வரானுங்களே, தென்னரசனை முடித்துவிட்டோம் எல்லாம் அடங்கிடும்ன்னு நினைத்தோம் இது முடியாது போலவே›... எனச் சிந்தித்தான்.

இது குறித்துச் சுப்பாராவிடம் பேசினான், அதற்கு அவன்... "ஐயா.. இந்தத் தண்ணீர் விற்பனை திட்டம் குறித்து மக்களுக்கு விழிப்புணர்வு ஏற்பட்டுவிட்டது இந்த விடயத்தால் உங்களுக்குப் பயங்கரப் பின்னடைவு மக்கள் மத்தியில்"..

"ம்ம் இந்தத் தேர்தல் வர நேரத்துலயா இப்படி நடக்கனும்? இன்னும் பத்து நாள்ல தேர்தல் இங்க இவனுங்க புரட்சி வேற அதிகம் ஆகுது", எனப் புலம்பினான் திருமலை...

தங்களுடைய எல்லையைச் சற்றே விரிவாக்கினர் போராளிகள்.. தாக்குதலில் தலைமை தாங்கிய நபர்களை அழைத்து அவர்களிடம், "நம்முடைய இன்றைய தாக்குதல் இறுதி இல்லை.. இன்னும் நாடு முழுவதும் பல்வேறு மக்கள் இந்த அரசால் பெரும் அவதிக்குள்ளாகிறார்கள் அவர்களை மீட்டு நாட்டின் புதிய அரசை அமைக்க வேண்டும் எனவே நம் குழுவிற்கு புதுமுறைகள்ள வகுத்து ஒழுங்கமைவான இயக்கமாக மாற்ற வேண்டும்" என்றான் கரிகாலன்,

"முதலில் நம்முடைய குழுவிற்குப் பெயர் வைக்க வேண்டும் மக்களிடம் அந்தப் பெயர் மூலம் எளிதில் சென்றடையலாம் நமக்கென்று பத்திரிகை, ரேடியோ ஆகியவை தொடங்க வேண்டும் நம்முடைய தாக்குதலையும்

செயல்பாடுகளையும் மக்களுக்குத் தெரியபடுத்த வேண்டும் அது குறித்துப் பேசவே அழைத்தேன்" என்றான் கரிகாலன்..

"ஏற்கனவே உளவுத்துறை மிகச் சிறப்பாகக் கோவிந்தன் தலைமையில் செயல்படுகிறது" என்றான் மாரியப்பன்..

"சரிதான் தோழர் அவற்றையும் விரிவு படுத்த வேண்டும்" என்றாள் பவானி.. எல்லோரும் தீவிரமாக மக்களின் விடுதலைக் குறித்துச் சிந்தித்தனர்..

போராளிக் குழுவிற்குத் ‹விடுதலைப் படை› எனப் பெயரிட்டனர், ‹நமக்கென முத்திரையும் அந்த முத்திரையுடன் கொடியும் வேண்டும்"' என்றான் மாரியப்பன்..

"நம்முன்னோர்களின் ஆயுதமான வளரியே முத்திரையாகவும் கொடியின் சின்னமாகவும் வைக்களாமே" என்றாள் கயல்...

"அப்படியானால் கொடியின் நிறம்",

"புரட்சிக்குச் சிவப்பு தானே" என்றாள் பவானி,

இப்படியாகத் விடுதலைப் படைக்கு முத்திரையும் கொடிக்கு வடிவமும் கொடுத்தனர் போராளிகள்.

ரேடியோவிற்கான பொருப்பினை மணியன் எடுத்துக்கொண்டான், வரி வசூல், ஆயுதம் வாங்குவது தொடர்பான விடயங்களைத் தமிழரசன் பார்த்துக் கொண்டார், விடுதலைப் படையின் தலைமையாகப் பவானி இருந்தாள், செயலாளராக மாரியப்பனும் இருந்தனர், ஆயுதப்படை, அரசியல் பிரிவு, என ஒட்டுமொத்த அணிகளுக்கும் தலைமையாகக் கரிகாலன் இருந்தான்..

இஃது ஒரு பக்கம் இருக்க, இன்னொரு பக்கம்! சிவா தனக்குக் கீழ் இருக்கும் காவல்துறையினரிடம் புரட்சிகரச் சிந்தனைகளைத் தொடர்ந்து விதைத்துக்கொண்டிருந்தான்,

அத்தகைய காவலர்களிடம் மக்களின் வறுமையையும் எடுத்துச் சொல்லி, "இத்தனை கொடுமைக்கு உட்படுத்தப்பட்ட மக்களின் மீது இந்த அரசியல்வாதிகள் நம்மை ஆயுதமாக்கி அவர்கள் மீது தாக்குதல் நடத்த வைக்கிறார்கள், மக்களைத் துன்புறுத்த செய்யும் செயல்கள் எப்படி நியாயமானதாக இருக்கும் இவர்கள் யாருக்காகப் பணிச் செய்கிறார்கள்? போலியான முகத்திரையைப் போட்டுக்கொண்டு நம்மை ஏமாற்றுகிறார்கள், மக்கள் ஒரு பக்கம் விழிப்படைந்தால் நம்மை வைத்து அதை அடித்து ஒடுக்குகிறார்கள், நாம் என்ன ஏவல் நாய்களா? கூலிப்படையினரா? நாம் மக்களுக்குதானே சேவை செய்ய வேண்டும், நடுவில் இந்த ஊழல் பெருச்சாளிகள் நம்மைக் கூலிப்படையாகப் பயன்படுத்துவதை ஏன் இன்னும் தடுக்காமல் இருக்கிறோம், அதற்கு முழுக் காரணம் ஒட்டுமொத்த அரச அமைப்பும் சீழ் படிந்துள்ளது, துருப் பிடித்தவற்றைத் தூக்கி எறிய வேண்டிய காலம் வந்துவிட்டது, இதைச் சரி செய்யவில்லை என்றால் இந்தத் துரு பிடித்த இயந்திரத்தில் சிக்கி சீழ் பிடித்துச் சாகப்போவது நம் சந்ததியினர் தான், எனவே அவற்றைச் சரி செய்ய வேண்டியது நம்முடைய கடமை" எனத் தொடர்ந்து காவலர்களிடம் புரட்சிகரச் சிந்தனையைப் பேசி வளர்த்தான்...

அதே நேரம் தேர்தலுக்கான பிரச்சாரமும் அனல் பறந்தது, தென்னரசனின் கொலை, பெரும் பன்னாட்டு முதலாளிகளின் அட்டகாசம், மேலும் தொடர்ந்து பத்து ஆண்டுகளாக அவர்கள் செய்த ஊழல், ஆகியவை காரணமாக மக்கள் மீண்டும் கீரிக்கு பயந்து பாம்பின் வாயில் விழுந்தனர் மீண்டும் மூர்த்திக்கு அரச அதிகாரத்தைக் கொடுத்தனர், நாட்டின் மொத்த மக்கள் தொகையில் 20 சதவீத மக்கள் மட்டுமே தேர்தலில் பங்குகொண்டார்கள், விடுதலைப் படையின் கட்டுப்பாட்டு பகுதியில் உள்ள மக்கள் இந்த வாக்கெடுப்பில் முழுவதுமாக பங்கு பெறவில்லை, அரசாங்கம் மாறியதை விடுதலைப்

படை பொருட்படுத்தவில்லை தங்களுடைய வலிமையை அதிகப் படுத்தவும் மக்களுக்கு விடுதலை கொடுக்கவுமே முயன்றனர்.

விடுதலைப் படையை அழிக்கச் சூழ்ச்சிகரத் திட்டங்களை முன்னெடுத்தான் மூர்த்தி, மூர்த்தியாக இருந்தாலும் திருமலையாக இருந்தாலும் விடுதலைப் படையை அழித்துவிட்டு நாட்டு மக்களைச் சுரண்டிக் கொழுத்து வாழவே சிந்தித்தனர் மக்களின் வாழ்வாதாரம் பற்றி எந்தச் சிந்தனையும் அவர்களுக்கு இல்லை.. விடுதலைப் படையின் ஒவ்வொரு முக்கிய நபர்களாகத் தனித்தனியே வேட்டையாட வேண்டும் அத்தோடு அவர்களில் நம்முடைய ஆட்களை இணைத்து அவர்களிடையே குழப்படியை உண்டு செய்ய வேண்டும் மூன்றாவதாக அவர்களில் சிலரை தனிப் பிரிவாகத் தனிப் படையாக உருவாக்கி விட வேண்டும்... என்பது போன்ற சூழ்ச்சிகளைச் சிந்தித்துச் செயல்படுத்த அதிகாரிகளை நியமித்தான் ஆனால் ஏற்கனவே அவர்களிடத்தில் உளவு படையாக ஊடுருவிய விடுதலைப்டையினர் இவ்விடயங்களைக் கரிகாலனிடம் புட்டு வைத்தனர்.

"அவர் தனியே சிந்தனையிலே இருக்கட்டும் நாம் நம்முடைய தாக்குதலை அடுத்தக் கட்டத்திற்குக் கொண்டு செல்வோம்" என்று பவானி, கரிகாலனிடம் கூறினாள்.

மூர்த்தியின் அத்தகைய சூழ்ச்சியைத் திறம்படச் செய்ய முடியவில்லை காரணம் விடுதலைப் படையின் உளவு..

தன்னுடைய சபையை மூர்த்திக் கூட்டினான், "இவனுங்க உசாராகிட்டானுங்க.... துணை இராணுவப் படையை இறக்கி மொத்தமா அழிச்சிடலாமா?"

"ஆமா... இதுக்கு மேல விட்ட அவனுங்க வளர்ந்துடுவானுங்க... காட்டுகுள்ள அவனுங்க இருக்கும்

பகுதியில் துணை இராணுவத்தை இறக்கி விட்டு எல்லாப் பயலையும் கொன்று விடலாம்"... என்றான் புதிதாக தலைமைச் செயலாளராக பதவியேற்ற ரடலாயக்கர்

"ம்ம் சரி அதுக்கான வேலை தொடங்கச் சொல்லுங்க" என்று மூர்த்தி கூறினான்..

துணை இராணுவப்படை ஆயத்தம் ஆனாது முன்பே தயார் நிலையில் இருந்தது விடுதலைப்படை..

மூர்த்திக் கேட்டான் "விடுதலைப்படையில் அதிகபட்சம் எத்தனை பேர் இருப்பார்கள்" ?

"அதிகப் பட்சமாக 100 பேர் இருப்பார்கள் ஐயா", என்றான் ரடலாயக்கர்.

"100 பேர்தான்.... இவனுங்களுக்குத் துணை இராணுவம் வேறயா?" என்று சொல்லி சிரித்தான் காமிடு.

"அப்படியானால் குறைந்தது 1000 என்ற எண்ணிக்கையில் தரைப்படை ஆட்களை உள்ளே அனுப்ப வேண்டும், ஒருத்தனும் உயிரோட இருக்கக் கூடாது"..

"தோழர்! எத்தனை பேரை அனுப்ப உள்ளார்கள்"...

"கரிகாலரே! நமக்குக் கிடைத்த தகவல் படி துணை இராணுவத்தைச் சேர்ந்த 1250 பேரை இறக்க உள்ளனர்"..

"இவ்வளவு குறைவாக மதிப்பீடு செய்துவிட்டீர்களா?" என்றான் மாரியப்பன்..

"அவர்களுக்கு நம்முடைய எண்ணிக்கைத் தெரியாது தோழர்"... என்றான் கோவிந்தன்...

என்னதான் நவீன துப்பாக்கிகள் புரட்சி குழுவிடம் இருந்தாலும் பவானி கையில் இருந்தது வன்றியும் வாலும்...

துணை இராணுவத்தில் 1250 பேர் இருந்தனர் புரட்சி குழுவில் போருக்காக 100 பேரை மட்டுமே இறக்கினான் கரிகாலன். மற்றவர்களுக்கு வழக்கம் போல வெவ்வேறு பணிகள் கொடுக்கப்பட்டது.. 100 பேரும் அசாத்தியமாகப் போர் செய்யக் கூடியவர்கள்... அதை விட அதி சிறந்த தேறிய வீரர்கள் பல நூறு பேர் தற்போது வழக்கமான பணிகளிலே உள்ளனர்...

காட்டின் கட்டமைப்பு முழுவதும் புரட்சிக் குழுவிற்கு அத்துப்படி ஆனால் இராணுவத்திற்கு அப்படி இல்லை... எனவே உள்ளே இறங்கிய இராணுவம் தொடக்கத்திலே திணறியது... காட்டிற்கு அருகில் பணி செய்த இராணுவத்தினர் மட்டுமே ஒர் அளவிற்கு வழியினைச் சரியாக அறிந்துச் சென்றனர், அவர்களும் காட்டின் உள்ளே செல்ல செல்ல வழி மாறி விழிப் பிதுங்கினர்... 1250 பேரும் காட்டினுள் 50 பேர் கொண்ட தனித் தனிக் குழுவாகப் பிரிந்தனர், 1250 பேரில் ஒருவர்கூட மீண்டும் காட்டை விட்டு வெளியேறவில்லை வந்திறங்கிய மொத்தத் துணை இராணுவமும் விடுதலைப் படையினரால் சிதறடிக்கப்பட்டனர்.. பெரும் இழப்புகளையும், கொண்டு சென்று ஆயுதங்களையும் இழந்து தோல்வி அடைந்த அரசுக்கு ஒன்றும் புரியவில்லை என்ன இது சாதாரணப் பொடியன்களை வெற்றி பெற முடியவில்லையே என...

இந்த விடயம் நாடு முழுவதும் பெரும் கேள்வி குறியை எழுப்பியது, மக்களுக்குப் புதிய நம்பிக்கை பிறந்தது, விடுதலைப்படையும் தங்களுடைய எல்லையை அதிகப்படுத்திக் கொண்டே இருந்தனர்.

புரட்சி குழுவில் பல்வேறு கிராமங்களில் இருந்தும் இளைஞர் தங்களை இணைத்துக் கொண்டார்கள்,.... புரட்சிக்குழுச் சிறிது சிறிதாகப் பெரிதாக வளர்ந்தது... பல கிராமங்கள் புரட்சி குழுவின் கட்டுப்பாட்டில் இருந்தது... தங்கள் கட்டுப்பாட்டில் இருக்கும் பகுதிகளில் கால்நடை

உற்பத்தியையும் இயற்கை விவசாயத்தையும் ஊக்குவித்துத் தற்சார்பு வாழ்க்கையை மக்களுக்குக் கற்றுத் தந்தனர்.. தங்களின் தேவையைத் தாங்களே உற்பத்திச் செய்யும் முறையில் வாழ்ந்தனர்... அதில் பெரும் உபரி விவசாயப் பொருட்கள் மற்ற நாடுகளுக்கு அரசுக்குத் தெரியாமல் ஏற்றுமதி செய்து ஆயுத உற்பத்தியைப் பெருக்கினர், ஆயுதங்கள் பெருமளவில் வாங்காமல் தாங்களே உற்பத்தி செய்தனர், அதற்கு மேலும் வழு கூட்டும் வகையில் முக்கிய அடித்தளமாக அமைந்தது மூர்த்தி அனுப்பிய 1250 படையினர்தான், விடுதலைப்படையினை அழிக்கும் நோக்குடன் உள்ளே புகுந்த இராணுவம் அவர்களின் தாக்குதலில் தாக்குபிடிக்க முடியாமல் கையில் எடுத்து வந்து பல கோடி மதிப்பிலான ஆயுதங்களை அப்படியே போட்டுவிட்டு சிலர் சரணடைந்தனர் பலர் கொல்லப்பட்டனர்..., அத்தோடு அந்தச் சண்டையில் சரணடைந்த வீரர்களுக்கு அரசியல் வகுப்பும் கோவிந்தனால் எடுக்கப்பட்டது, அதே காலத்தில் இன்னொரு பக்கம் அரசின் கொடுங்கோன்மையினால் பசி, வறுமை, ஊழல், லஞ்சம், மணல் கொள்ளை, மலை கொள்ளை, நீர் கொள்ளை, வேலையின்மை, மருந்து பொருட்களின் விலை, உணவு பொருட்களின் விலை அரசாங்கத்தின் அதீத வரி மக்களை வாட்டியது.. ஆனால் நாட்டில் இருக்கும் அரச அதிகாரத்தினர் தங்களின் தொப்பைகளிலும் பன்னாட்டு பெரும் முதலாளிகளின் தொப்பையிலும் மேலும் கொழுப்புகளை அதிகப் படுத்தினர், அவர்களின் தொப்பை வளர்ந்தது மக்களின் வயிறு காய்ந்தது...

குறைந்த அளவு ஆயுதங்கள் இருக்கும் போதே காவல்துறையினால் தாக்குபிடிக்க முடியாமல் காவல்நிலையங்களைத் விடுதலைப்படையின் கட்டுப்பாட்டில் விட்டுவிட்டு ஓடுவார்கள் இப்போது சொல்லவா வேண்டும், விடுதலைப்படையினர் மேலும் பல காவல் நிலையங்களைக் கைப்பற்றினர் மீண்டும் மீண்டும் இராணுவத்தை அனுப்பித்

தோல்வியைச் சந்தித்தது மூர்த்தி அரசு, மக்களின் ஆதரவும் பெருமளவில் அரசுக்குக் குறைந்துப் போனது, விடுதலைப்படைக்கு மக்களின் ஆதரவும் அதிகரித்தது படையும் அதிகரித்தது, தங்களுடைய படையை மரபு இராணுவப் படையாக மாற்ற திட்டமிட்டனர் விடுதலைப்படையின் தளபதிகள், கரிகாலனும் அதைத் தான் விரும்பினான், மிகச் சிறந்த போராளியாக மாரியப்பன் உருவாகியிருந்தான் கவியரசன் தன்னுடைய போர் திறமையினால் படையின் முக்கியப் பொறுப்புகளுக்கு வந்தான், சரண் தலைமையில் தனி ஒரு படையணி இருந்தது, இப்படியாகத் தரைப்படை இராணுவத்தைச் செதுக்கி அதில் பல்வேறு படைப்பிரிவுகளை உருவாக்கினர் விடுதலைப்படையினர்.

அரசின் இராணுவத்திற்கும் விடுதலைப்படைக்கும் அடிக்கடி போர்கள் நடைபெற்றது, இராணுவம் தங்களுடைய விமானப் படையையே பெரிதாக நம்பியது, ஏனெனில் தரைப்படையில் அவர்களால் சொல்லிக்கொள்ளும் படி எதும் செய்ய முடியவில்லை, விடுதலைப்படையிடம் விமானங்கள் இல்லை எனவே மேலிருந்து குண்டுகளைப் போட்டு அவர்களை அழித்துவிடலாம் என்று எண்ணி விமானப் படையை இறக்கிய அரசுக்கு கயல்விழியின் தலைமயிலான விமான எதிர்ப்புப் படை சிம்ம சொப்பனமாக இருந்தது, விமானங்களைக் கீழிருந்து ஏவுகணை மூலம் அழிக்கும் ஆயுதங்களை அவர்கள் தயாரித்திருந்தனர், இதனால் மிகப் பெரிய பொருளாதார இழப்புகளை அரசு சந்தித்து, அடுத்தடுத்த போர்களில் இராணுவம் முழுவதும் நம்பிக்கையை இழந்து விடுதலைப்படை வந்தால் ஆயுதங்களை அவர்களிடம் ஒப்படைத்துவிட்டு சரணடைந்தனர்.. இராணுவத்திலும் விடுதலைப்படைக்கு ஆதரவு பெருகியது, பல காவல்துறையினர் விடுதலைப்படையில் இணைந்தனர் அதற்கு ஆணி வேறாகச் சிவா இருந்தான், அதிகாரத்தில்

இருந்துக்கொண்டே, அரசை மாற்றி அமைக்கும் விடுதலைப்படைக்கு ஆதரவாக ஆட்களைத் திரட்டினான் அவர்களை அரசியல்படுத்தினான்.

விடுதலைப்படையின் இந்தப் போர் பெரும் மக்கள் புரட்சியாக வெடித்தது, மக்கள் கூட்டம் கூட்டமாக ஆயுதக் குழுவில் இணைத்துக்கொண்டனர், பல காவலர்கள் தங்கள் பணியினைத் துறந்து மக்களுக்காகத் தங்களை விடுதலைப்படையில் இணைத்தனர், மூர்த்தி மீண்டும் மீண்டும் விடுதலைப்படையின் மீது போர்த்தொடுக்க அவர்களுக்கு அவை வெற்றியாகவே குவிந்தது, இனிமேல் ஆட்சியில் இருக்க முடியாது என்ற நிலையை அடைந்தான் மூர்த்தி, விடுதலைப்படை நாட்டின் பல பகுதிகளையும் தங்கள் கட்டுபாட்டிற்குக் கொண்டு வந்தது மிச்சம் இருப்பது மூர்த்தியும் தலைமை செயலாளர் ரடலாய்க்கரும் இருக்கும் நாட்டின் அதி உயர் பாதுகாப்பு இடமான தலைநகரம் மட்டுமே.

ரடலா!

ஐயா!

"விடுதலைப்படையை மொத்தமாக போருக்கு களமிறக்கிட்டானுங்கள? என்றான் மூர்த்தி",

"இல்லை ஐயா, இன்னும் 1000 பேரை இறக்கவில்லை"!

"என்னய்யா சொல்ற அந்தப் படை வராமலே இப்படி அடிக்கிறானுங்களே"!

"ஆமாங்கய்யா!... முதலில் 900 பேரை தான் இறக்குவான் கரிகாலன்.. அதுல 100 பேரை இறுதியாகத்தான் பயன்படுத்துவானுங்க"...

விடுதலைப்படையின் இத்தகைய வளர்ச்சி இந்த நாட்டின் வளங்களைத் திருடிக் கொலுத்து வாழ

நினைத்த முதலாளிகளுக்கும் தலைவலியாக அமைந்தது, மூர்த்தியுடனும் திருமலையுடனும் தொடர்புக்கொண்டு "நீங்கள் என்ன வேண்டுமானாலும் செய்யுங்கள் ஆனால் அரசு கவிழ்ந்து விடக்கூடாது எத்தனை ஆயுதங்கள் வேண்டுமானலும் வாங்குங்க எல்லாவற்றையும் நாங்கள் பார்த்துக்கொள்கிறோம் என்றார்கள் இவர்களும் சரி என்று தங்கள் கட்சி ஆட்களை எல்லாம் ஆயுதம் எடுத்து செல்ல வற்புறுத்தினர்", ஆனால் அவர்களால் இலட்சியம் தாங்கிய வீர மறவர்களை எதிர்கொள்ள முடியவில்லை எனவே அரசின் படைக்குப் போதை மருந்துகளைக் கொடுத்துச் சண்டையிட அனுப்பினர், மிஞ்சியது மரணமே அவர்களுக்கு.. இத்தகைய போர்களும் வெற்றிகளும் ஒரு நாளில் நடந்துவிடவில்லை, சில போர்கள் நாள் கணக்கில் நடைபெறும் சில நாட்கள் ஓய்வு இருக்கும், சில நேரங்களில் மாத கணக்கில் ஓய்வு இருக்கும் அத்தகைய நாட்களில் படை பிரிவினை சரி செய்துக்கொள்வார்கள் போராளிகள், இப்படியே நாட்கள் போரில் கடந்தாலும் பொது மக்களின் வாழ்விலும் அவர்களின் வாழ்க்கை மேம்பாட்டிலும் விடுதலைப்படை கண் வைக்காமல் இல்லை, அவற்றையும் தனிப் பிரிவுகளை அமைத்து கவனித்தனர், மருத்துவத் துறை, கல்வித் துறை, வேளாண் துறை, என உருவாக்கி மக்களின் அத்யாவசிய தேவைகள் சரியாகக் கிடைக்கும் படி பார்த்துக்கொண்டனர், மேலும் விமானப்படை, ஏவுகணை எதிர்ப்புப் படை, தரைப்படை, பீரங்கிப் படை, எனப் பல்வேறு ஆயுதப் படைப்பிரிவுகளும் உருவாக்கினர், இத்தகைய ஆயுதங்கள் எல்லாம் விடுதலைப்படையிடம் தோல்வியுற்ற இராணுவத்தினரிடமிருந்து கைப்பற்றி அவற்றை அடிப்படையாக வைத்து விடுதலைப்படையினரே உருவாக்கினர்.

இதனால் இவர்களின் எல்லைக்குள் தங்கள் பகுதியும் வர வேண்டும் என நாட்டின் மற்ற பகுதி மக்களும் விரும்பினர்,

போரின் இந்த நிலையும் விடுதலைப்படையின் வளர்ச்சியும் இந்தக் கட்டத்தை அடைவதற்குச் சில ஆண்டுகள் ஆனது. நாட்டினை மொத்தமாகப் புரட்சியின் மூலம் மாற்றிவிடும் நிலையில் இருந்தது. பவானி, கரிகாலன், மாரியப்பன், கயல்விழி, மாலதி, கோவிந்தன், சரண் ஆகியோரை முக்கிய இலக்காக வைத்து துள்ளியமாக அவர்களை அழித்திட பன்னாட்டு முதலாளிகள் கூலிப்படைகளைத் தயார் செய்தனர்.

அவர்களின் கூலிப்படையால் விடுதலைப்படையை நெருங்கக்கூட முடியவில்லை, அத்தோடு நாட்டில் இருந்த காவல்துறை, இராணுவ கட்டமைப்பு முழுமையாகச் சிதைந்து அங்கொன்றும் இங்கொன்றுமாகச் சிதறிக் கிடந்தது பெரும்பாலானோர் விடுதலைப்படையில் இணைந்தனர், சிவா விடுதலைப்படையில் இணையவில்லை அவனுக்கு இந்த அதிகாரத்தை வைத்திருப்பது புரட்சிக்கு கடைசி வரை உதவும் என்றே நம்பினான். எனவே தன்னைப் பணியில் இருந்து விடுவித்துக்கொள்ளவில்லை, இதனால் கூடுதல் பொறுப்புகளும் அவனுக்குக் கிடைத்தது, பதவியில் இருந்து விலகாமல் இருக்க வேண்டும் எனத் தங்களின் உளவு ஆட்கள் மூலம் விடுதலைப் படை சிவாவிற்கு அறிவுரை கூறியிருந்தது, அது பவானியின் திட்டமே, ஒருவேளை புரட்சி ஒடுக்கப்பட்டால் அந்த நேரத்தில் அதிகாரத்தின் உச்சத்தில் நம்மாட்கள் இருக்க வேண்டும் அது மீண்டும் புரட்சியை வேறு வடிவில் கொண்டு வரும் நம் உளவு அமைப்பின் தகவலின் படி அதற்குச் சரியான ஆள் சிவாதான். எனவே சிவா அங்குப் பணியைத் தொடரச் சொல்லுங்கள் ஒருவேளை நாம் முழு வெற்றி பெற்று அரசை அமைத்தால் சிவாவிற்கு அதே பணியைத் தொடரச் செய்யலாம் என்றாள் பவானி. அந்தத் தகவலை சிவாவிற்குத் தெரியப்படுத்தியதால் அவன் தன் பணியை விட்டு விலகவில்லை இதனால் விரைவிலே அடுத்தடுத்த அதிகார இடங்களில் ஆட்கள்

இல்லாததால் சிவாவிற்கு வாய்ப்புக் கிடைத்தது சிவாவைத் தவிர மற்ற தவறான அதிகாரிகளைத் விடுதலைப்படை முடித்துக்கட்டியது,

மூர்த்தியும் திருமலையும் ஓடி ஒளிந்துக்கொண்டிருந்தனர் மற்ற ஊழல் அரசியல் வாதிகளும் அதிகாரிகளும் ஒளிய இடம் தேடி அழைத்தனர் சிலர் வெளிநாடுகளுக்குத் தப்பிச் சென்றனர்... தலைநகரம் முதல் கடைசிக் கிராமம் வரை விடுதலைப்படையின் கட்டுபாட்டிற்கு வந்தது, விடுதலைப்டையின் வெற்றியும் முன்னெடுப்புகளும் முன்னோக்கி நகர்வதும் ரேடியோவில் தொடர்ந்து ஒலிப் பரப்பிக் கொண்டிருந்தது, மக்கள் பெரும் ஆரவாரத்துடன் தங்கள் ஆதரவை தெரிவித்தனர்... மக்களுக்குப் பெரும் மகழ்ச்சியாக இருந்தது, பட்டாசுகளை வெடித்தும் இனிப்புகளைப் பரிமாறிக்கொண்டும் மக்கள் ஆரவாரம் செய்தனர்... மக்களின் மகிழ்ச்சியை அருகில் காண, சரண் பீரங்கியில் இருந்து வெளியே வந்து தரையில் கால் வைத்து மண்ணைத் தொட்டு வணங்கி நிமிர்ந்தான்,

சடார் என ஒரு துப்பாக்கி குண்டு அவன் தோலில் பாய்ந்தது, அங்கு மகிழ்ச்சியாகக் கொண்டாடிய மக்களுக்கு ஒன்றும் புரியவில்லை, திடிரென அந்த இடத்தில் மேலிருந்துக் கொத்துக் குண்டுகள் வீசப்பட்டன, மகிழ்ச்சியில் கொண்டாடிய மக்கள் இரத்த வெள்ளத்தில் மிதந்ததனர், அதிகச் சேதத்தை ஏற்படுத்தக்கூடிய நவீனரக ஆயுதங்கள், உலக அரசுகளால் தடைசெய்யப்பட்ட ஆயுதங்களெல்லாம் எங்கிருந்தோ உள்ளே இரக்கப்பட்டது. ஆயுதங்கள் மட்டும் அல்ல ஆட்களும் வெளிய இருந்து இரக்கப் பட்டனர், மற்ற நாடுகளின் கூட்டு படையின் தாக்குதல் அதிகமாக இருந்தது, பன்னாட்டு முதலாளிகள் அங்குள்ள இயற்கை வளங்களைத் திண்ணுக் கொலுத்து வாழ மூர்த்தித் திருமலை போன்ற ஆட்கள் ஆட்சியில் இருக்க வேண்டும், மண் மக்கள் எனச்

சிந்திப்பவர்களாக இருந்தால் எங்கள் பிழைப்பு எப்படி ஓடும் என அத்தகைய முதலாளிகளின் தூண்டுதல் மூலம் வலிமைவாய்ந்த நாடுகள் போருக்குள் குதித்தன, ஆனாலும் விடுதலைப்படையை எளிதில் வீழ்த்த முடியவில்லை, போர் நீடித்தது, உடனே முடிந்துவிடும் என நினைத்தவர்களுக்குப் பெரும் இழப்புகளைக் கொடுத்தது விடுதலைப்படை.

காட்டுக்குள் மாரியப்பன் ஒருவனே போதும் என்பது போல் இருந்தது காட்டிற்குள் எதிர் படையினர் எவராலும் சமாளிக்கவே முடியவில்லை ஆனால் நாட்கள் செல்ல செல்ல மற்ற பகுதிகளில் மெல்ல மெல்ல உலக நாடுகளின் ஆயுதபடை வெற்றிக் காண தொடங்கியது. விடுதலைப்படையின் பல ஆயுதங்களும் அழிக்கப்பட்டது, அவர்களுக்கு உணவு, மருந்துப் பொருட்கள் மற்றும் ஆயுதங்கள் வரும் பகுதிகளை அடைத்தனர், மற்ற எந்த நாட்டின் உதவியும் அவர்களுக்குக் கிடைக்காதபடிச் செய்தனர்,

இதனால் பெரும் நெருக்கடியை சந்தித்தனர் விடுதலைப்படை ஆனால் மாரியப்பன், பவானி, கரிகாலன், கவியரசன், கோவிந்தன், கயல்விழி, மாலதி என முக்கியத் தலைமைப் போராளிகள் யாரும் துளியும் பின் வாங்கவில்லை, மெல்ல மெல்ல விடுதலைப்படையின் எல்லையை உலக நாடுகளின் படை வீரர்கள் சுருக்கினர் குறுகிய வட்டத்தில் சுருக்கி பொத்தராகக் கொலை செய்வதே அவர்களின் திட்டமாக இருந்தது, ஒவ்வொரு தலைமைக்கும் கீழ் ,200 250 என ஆட்கள் இருந்தனர், பவானியின் தலைமைக்குக் கீழ் அதி சிறந்த வீரர் படை இருந்தது அதன் எண்ணிக்கை 1000, ஆனால் அதில் 100 பேர் மட்டும் இறுதியாக இறக்கப்படு வார்கள்,விடுதலைப்படைக்கு எதிராக அரசினால் அநீதியான போர் முறையைக் கையாளப்பட்டால் அவர்கள் இறக்கப்பட

வேண்டும் என்பதே கரிகாலனின் திட்டம்.. மீதம் உள்ள 900 பேர் போர் கைமீறினால் இறக்கப்பட வேண்டும்...

"இப்ப போரின் நிலை என்ன ரடலாயக்கா?"

"சார்.... பவானி தலையில் உள்ள 900 பேரை களத்தில் இறக்க போகிறான்"!....... எனக்கூறிய ரடலாயக்கரின் கால்கள் நடுங்கியது முகத்தில் பயம் தாண்டவம் ஆடியது

அதைக் கேட்ட மூர்த்திக்கு மூச்சு வரவில்லை...

நாட்கள் செல்ல செல்ல விடுதலைப்படையில் மரணங்கள் அதிகரித்தது, முக்கியத் தலைமைகளுக்குக் கீழ் இருந்தவர்களின் எண்ணிக்கையும் குறைந்தது, தலைமைகளானோர், பலர் சூழத் தனியே போராடும் நிலைக்கு வந்தனர், மிக மோசமான தாக்குதலை அரசு செய்தது, போர் விதிமுறை எவற்றையும் பின் பற்ற வில்லைச் சரணடைந்தவர்களை எல்லாம் கொன்று குவித்தது அரச இராணுவம், சில முக்கியப் போராளிகள் கொல்லப்பட்டனர் அவர்களின் படங்களைக் காட்டி கரிகாலனும் கொல்லப்பட்டதாகச் செய்தியை வெளியிட்டது அரசு, கரிகாலன் இறந்துவிட்டான் என்றால் மக்கள் புரட்சிக்கு திரள மாட்டார்கள் என அப்படி வெளியிட்டனர்.

ஆங்காங்கே வெற்றி கூச்சலில் சத்தம் போட்டன வெளிநாடுகளில் இருந்து இறக்கப்பட்ட கூலிப்படையும் அரசப்படையும், கூச்சல் சத்தம் அலறல் சத்தமாக மாறியது, கண் மூடி திறப்பதற்குள் கூச்சல் போட்ட பல நூறு பேர் செத்து விழுந்து சரிந்தனர்..

சில போராளிகள் மரங்களின் மேலே பறவையின் கூடுகள் போல் அமைக்கப்பட்ட இடத்தில் இருந்தனர் சிலர் மண்ணுக்குள் தன்னை மூடி வைத்திருந்தனர், சிலர் மலை உச்சியில் இருந்தனர் அவர்களின் கையில் வளரி இருந்தது

உடல் முழுவதும் துவக்கையின் குண்டுகள் நுழைய முடியாதபடி கவசங்கள் இருந்தன, வளரி வந்த திசை நோக்கி துவக்கையை நீட்டுவதற்கு அங்குக் கூலிப்படையோ அரசப்படையோ இல்லை..... மீண்டும் ஒரு முறை வளரியை வீசியதில் மிச்சம் இருந்தோரும் செத்து விழுந்தனர்...

விமானப்படை மூலம் அவர்கள் மீது தாக்குதல் நடத்தியது அரசு...

ஆனால் அவர்கள் குறி வைக்க முடியாத படி மறைந்திருந்தனர்...

தற்போது இருக்கும் இடத்தில் இருந்து அடுத்த இலக்கினை நோக்கி ஒவ்வொருவரும் தனியாக நகர்ந்தனர், நாட்டின் ஒவ்வொரு பகுதியிலும் படர்ந்து இருந்த இத்தகைய வீரர்களால் வெட்டி வீசப்பட்ட எதிரிகளின் தலைகள் பத்தாயிரத்திற்கும் அதிகமானது.... ஆயினும் வானிருந்து வரும் குண்டு மழையை இந்த வீரர்களால் தடுக்க முடியவில்லை.... 900 பேரில் 800 பேரை கொன்று முடித்தது அரசு..

"சார் 800 பேரை முடிச்சிட்டோம்! ஆனால் நம் பக்கம் பத்தாயிரத்தை தாண்டியது மரணத்தின் எண்ணிக்கை"!..

"இன்னும் 100 பேர் இருக்கானுங்களா"! என வாய்ப் பிளந்தான் மூர்த்தி..

உயிருடன் இருப்பவர்களைப் பாதுகாக்க சிவா பெரும் முயற்சி எடுத்தான், தன்னுடைய ஆட்கள் மூலம் மீதம் இருக்கும் 100 பேரையும் காப்பாற்றிப் பாதுகாப்பாக வைத்தான்,

அவர்கள் உயிர் தப்பித்து வாழ்வதை விரும்பவில்லை சக வீரர்கள் உயிர் தியாகம் செய்கையில் தாங்கள் மட்டுமே

தப்பிப் பிழைத்து வாழ்வது எதற்கு என்று சிவாவிற்கு ஒத்துழைக்க மறுத்தனர்,

இது கரிகாலன், பவானியின் உத்தரவு என்றதும் சம்மதித்தனர்..

22

மக்களின் விடுதலை மக்களின் கையில்

"**சா**ர்! விடுதலைப் படையின் தலைவன் கரிகாலன், பயிற்சியாளர் பவானி இருக்கும் இடம் தெரிந்துவிட்டது".. என்றான் அரசப்படையின் ஒரு தளபதி..

"∴கா ∴கா ∴கா...தனியா சிக்கிட்டாலுங்களா....... விடாதிங்க இருக்குற மொத்தப் பலத்தையும் அவங்க இடத்துலக் குவிங்க.... தரை வழியாகவும் வான் வழியாகவும் சுற்றி வளைத்துச் சரமாரியாகச் சுட்டுத் தள்ளுங்கள்" என உத்தரவிட்டான் ரடலாயக்கர்.

கொற்றவை சிலைக்கு அருகில் பவானி, கரிகாலன், கோவிந்தன், மாலதி, தமிழரசன், கயல்விழி ஆகியோரும் அதி சிறப்பு வாய்ந்த கரும்படை வீரர்கள் படையில் இருந்த 100 பேரில் ஒருவனான சரண் காயம் அடைந்திருக்க மற்ற வீரர்கள் நடு காட்டில் இருந்தனர், மிகவும் குறைந்த படையினர்... விரல் விட்டு எண்ணக்கூடிய அளவில் தான் உள்ளனர் அவர்களைத் தாக்குவதற்குத் தரை வழியே 1000 க்கும் அதிகமான ஆட்கள் அவர்களைச் சுற்றி வளைத்தனர், அப்பகுதியில் மரங்களும் குறைவு அதிகம் பொட்டலாகவே இருந்தது, அவர்களால் அத்தனை பேரை சமாளிக்க முடியாது ஆனாலும் மக்களுக்காக முயன்றனர், விமானம் வழியாகவும்

தாக்குதலைத் தொடங்கியது அரசு, போராளிகளும் விடாமல் தாக்குதல் நடத்தினர், கரிகாலனின் துவக்கையில் இருந்து வெளிவரும் ஒவ்வொரு குண்டும் சரியாக எதிரியின் தலையில் பாய்ந்தது, கண்ணிமைக்கும் நேரத்தில் சடார் சடார் எனத் தொடர் நான்கு குண்டுகள் கரிகாலனின் மீது பாய்ந்தது, அவன் கீழே விழ வில்லை, தன் கையில் இருந்து கீழே விழுந்த ஆயுதத்தை மீண்டும் எடுத்தான், கரிகாலன் மீது குண்டுப் பாய்ந்ததை மற்ற ஐந்து பேருமே பார்த்தனர் ஆனால் அவன் விழாமல் போராடுவதைக் கண்டு இன்னும் கூடுதல் பலத்துடன் தாக்கினர் பெரிய சேதங்களை ஏற்படுத்தினர் ஆனால் ஆட்கள் வந்துகொண்டே இருந்தார்கள், ஆயுதங்கள் பற்றாக்குறையாகியது, போராளிகள் தன் கையில் இருந்த வளரியை வைத்து தாக்குதல் நடத்தினார்கள் பவானியின் வளரிகள் ஒருமுறை சென்று வந்தால் குறைந்து நான்கு தலைகளை வெட்டி விழ்த்தி வந்தது, அவளின் பயிற்சியில் சிறந்து விளங்கிய போராளிகளான கோவிந்தன், தமிழரசன், மாலதி, கயல்விழி ஆகியோர் வீசிய வளரிகளும் அவற்றிற்குச் சளைக்காமல் வெட்டி வீசியது எதிரிகளின் தலையை, அதை நன்கு அறிந்த அரசப்படையினர் வளரியை குறி வைத்து தாக்கி தடுத்தனர் ஆட்கள் அருகில் நெருங்கியபடி இருந்தனர், போராளிகளிடம் சில வினாடிகள் தாக்குப்பிடிக்கும் அளவிற்குக் கூட ஆயுதங்கள் இல்லை, உடனடியாக இங்கிருந்து தப்பித்துப் பாதுகாப்பான இடத்திற்குச் செல்லுமாறு மற்றவர்களுக்கு உத்தரவிட்டான் கரிகாலன்... அத்தனை பேரும் இவர்களின் இருப்பிடத்தை அடைந்து எல்லோரையும் கொன்றுவிட்டால் இந்தப் புரட்சி இங்கேயே முடிந்துவிடும், மேலும் இந்த பொட்டல் வெளியை தாண்டி உள்ளே சென்றால் காட்டின் மையப் பகுதியை அடைந்துவிடலாம் அங்குதான் குழந்தைகள் காப்பகமும் உள்ளது பல நூறு குழந்தைகள் உள்ளனர் எல்லோருடைய உயிருக்கும் ஆபத்தாகிவிடும்

எனச் சிந்தித்த பவானி திடிரென, அரசப்படை இருக்கும் திசையை நோக்கி ஓடினால்! அவள் ஓடி வருவதைக் கண்டு நான்கு பக்கத்திலும் சுற்றி வளைத்தனர், கரிகாலனால் பவானியைத் தடுக்க முடியவில்லை அவன் அவளைப் பிடித்து நிறுத்த பின்னாடியே ஓடி சென்றான் ஆனால் ஓட முடியாமல் கையை மெதுவாக நீட்டிய படியே கீழே விழுந்தான், மற்றவர்கள் செய்வதறியாது நின்றனர், சுற்றி வளைத்தனர் அரசப்படையினர், ஓநாய்களின் நடுவே நிற்கும் புலியை போல் நின்றால் பவானி, விடுதலைப்படை விழ்ந்துகொண்டிருக்கிறது என்ற செய்தி அறிந்த சிவா..., கரிகாலன், பவானி, மாரியப்பன், கோவிந்தன், கயல்விழி, மாலதி எனச் சிலரையாவது காப்பாற்றிவிட வேண்டும் எனக் காட்டுபகுதிக்குள் வந்திருந்தான், பவானியின் அருகில் அரசப்படை நெருங்கியது கண் இமைக்கும் நேரத்தில் தன் இடுப்பில் சுருட்டி வைத்திருந்த களரியை வெளியே எடுத்துச் சுற்றினால், களரியானது ஒரு கைப்பிடியில் இருந்து மிகக் கூர்மையான வளைவு தன்மையுடன் கத்தி போல் பத்து கத்திகளாகப் பிரிந்து இருக்கும், ஒரு களரியை எடுத்துச் சுழற்றினால் பத்து கத்திகளும் ஒவ்வொரு கோணத்தில் சுழலும், ஒவ்வொரு கத்தியின் கூர் முனையிலும், தூண்டில் முள்ளின் நுனிப் பகுதியை போல் இருக்கும், அவற்றைக் கொண்டு பவானிச் சுழற்றும் போது அருகில் இருந்த பலரின் உடம்பின் ஆழமான வெட்டுக் காயங்களை ஏற்படுத்தியதோடு அவர்களின் சுவாதகள் பயத்துக் கொண்டு வந்தது சில வினாடிகளிலே பவானி குருதியினால் முழுவதும் நனைந்திருந்தால், பல தலைகள் கீழே உருண்டது, கூட்டத்தினர் சிதறியடித்துப் பின்னால் நகர்ந்து ஆயுதங்களை எடுக்கத் தயாராகினர், அதற்குச் சற்றும் தாமதிக்காமல் இன்னொரு பக்கம் இடுப்பில் சொருகியிருந்த, வைத்தியரால் செய்து தரப்பட்ட பாசுபரசு வெடி மருந்துப் பொட்டலத்தை மேலே தூக்கி எறிந்தால், அவர்கள் மேலே

பார்க்கும் நேரத்தில் மேலும் பல பொட்டலங்களை அரசப்படை இருக்கும் பகுதியின் மேல் போட்டால் என்ன செய்கிறாள் என்று அவர்கள் சிந்திப்பதற்குள் அந்த அத்தனை பொட்டலங்களைக் கையில் இருந்த வளரியை வீசி கிழிக்கச் செய்தால் அவை மேலிருந்து மழை சாரல் போல் அங்கிருந்த எல்லோர் மீதும் படுகிறது, எல்லோர் மீதும் என்றால் பவானி மீதும் தான் படுகிறது, அவளுக்குத் தெரியும் தெரிந்து தான் செய்கிறாள் மற்ற சகப் போராளிகளைக் காப்பாற்ற அவளுக்கு இந்த வழிதான் தெரிந்தது, அவளை நோக்கித் துப்பாக்கி குண்டுகள் வெடித்தன அதில் உண்டான தீ அவள் மீது பற்றியது குண்டுகளும் உடம்பில் பாய்ந்தது, அவள் எரியத்தொடங்குகிறாள் உடனே அருகில் இருந்த அரசப்படை மீதும் அந்த நெருப்புப் பற்றுகிறது, அந்தத் தீயானது வெடிமருந்து பட்ட இடமெல்லாம் பரவுகிறது, அத்தோடு அவள் நிற்கவில்லை தன் கையில் களரியை எடுத்துச் சிவதாண்டவம் ஆடினால், பவானி களரியை தன் உடம்பில் பற்றிய தீயோடு சுழற்றிய வேகத்தில் அரசப்படையினரின் தலைகள் சிதறியது, தரையில் மறைத்து வைக்கப்பட்டிருந்த வெடிகுண்டுகளில் நெருப்பு பட்டு தொடர்ந்து வெடித்துக்கொண்டே இருந்தது அங்கு இறங்கியே அத்தனை பேரும் உடல் சிதறி இறந்துப் போனார்கள், அவள் சாம்பளாகும் வரை போராடினாள் மிச்சம் இருந்த சிலரும் பயத்தில் ஓடிப் போனார்கள், பவானியின் சிவதாண்டவத்தைப் பார்த்து, தங்கள் படையின் தளபதியான பவானி களம் இறங்கிய விடயம் அறிந்த 99 பேரும் தாக்குதலுக்கு நடுக் காட்டை விட்டு வெளியே வந்தார்கள், பவானி என்ன செய்தளோ அதையே தான் அவர்கள் செய்தார்கள், சுற்றி வளைத்து தாக்க நினைத்தவர்கள் செத்து கருகி மடிந்தார்கள்..... அங்குக் கொல்லப்பட்டோரின் எண்ணிக்கை பல்லாயிரத்தை தாண்டியது,, நடுக் காட்டில் உள்ள குழந்தைகளின் பாதுகாப்பு கருதி அவர்களை நெருங்க முடியாத படி இருப்பதற்காகப்

புதைத்து வைத்திருந்த வெடிகுண்டு வெடித்ததிலே சிதறிய தலைகள் பல நூறு, அவற்றிற்கு நடுவே சிறப்புப் படையின் 99 பேரின் அசாத்திய தாக்குதலால் பல்லாயிரம் ஆனது அரசப்படையினரின் மரணத்தின் எண்ணிக்கை...

பவானி கொற்றவையாக மாறிய போது தான் கரிகாலன் கடைசியாக மூச்சு விட்டான், அவளின் தாண்டவத்தைத் விடுதலைப்படையினர் மட்டுமல்ல சிவாவும் கண்களால் பார்த்திருந்தான், பவானியின் வீரச்செயல் அத்தகைய போராட்டச் சூழலிலும் தீயாகப் பரவியது, கரிகாலனும் பவானியும் கொல்லப்பட்டார்கள் என்று செய்தி வெளியிட்டது அரசு ஆனால் அரசுக்கும் அவர்களுக்கு ஆதரவாக இறங்கியவர்களுக்கும் பெரும் அதிர்ச்சியாக இருந்தது பவானியின் செயல், மாரியப்பன், கோவிந்தன், கவியரசன், தமிழரசன், மாலதி கயல்விழி போன்ற சில போராளிகளோடு அதி சிறப்புப் படைவீரர்களில் 100 பேரையும், அதன் கரும்படையாக இருந்த 100 போரில், 99 பேரும் போரில் வீர மரணம் அடைந்திருக்க மீதம் ஒருவனான சரணையும் சிவா தப்பிக்க வைத்தான்,

தீவிரவாதிகளை ஒழித்துவிட்டோம் என அரசு அறிக்கை வெளியிட்டு மகிழ்ந்தது, மக்கள் துக்கத்தில் ஆழ்ந்தனர், இயல்பு நாட்களாக மாறுவதற்குச் சில மாதங்கள் ஆனது, இயல்பு என்றால் நல்ல வாழ்வு எல்லாம் இல்லை அதே பசி பஞ்சம் பட்டினி வறுமை நாள்...

"முடிந்துவிட்டதாக அரசு சொல்கிறது நாங்கள் இருக்கிறோம் விட மாட்டோம்"

என மாரியப்பனும் கவியரசனும் கையில் ஆயுதத்தை எடுத்து மேலே உயர்த்தினர்,

"உண்மைதான் ஆனால் மீண்டும் உடனே ஒரு புரட்சிக்கு மக்களைத் தயார் செய்வது என்பது கடினம், எனவே நான்

இப்போது இருக்கும் மிகப் பெரிய அதிகாரத்தின் மூலம் இங்கு நடக்கும் அநீதிகளை மாற்றியமைக்க முயல்கிறேன்",

"இந்த அதிகாரமா... உங்களுக்கு ஆணையிடும் அதிகாரம் ஆட்சியாளர்களிடம் தானே உள்ளது அந்த ஆட்சியைப் பிடிக்க வேண்டும், இவர்கள் வைத்திருக்கும் சட்டத்தின் மூலமே அதிகாரத்தை அடைந்து அவர்களின் சட்டதைக் கிழித்துவிட்டுப் புதிய சட்டத்தை உருவாக்க வேண்டும்" என்றால் நந்தினி..

"தன் ஒற்றை உடலை தீ வைத்து எரித்து ஒட்டுமொத்த இராணுவத்திற்குச் சிம்ம சொப்பனமாகத் தாய் பவானி இருந்தாங்க சுக போக வாழ்கையை உதறிதள்ளி மக்களின் வறுமை ஒழிய விடுதலை வேண்டும் எனப் புரட்சிக்கு அடித்தளமிட்டார் கரிகாலன், நம் நிலம் நம் கண் முன்னே அழிக்கப்படுவது கண்டு ஆத்திரம் அடைந்து மாரியப்பன், சரண் எனப் பலரும் ஆயுதம் எடுத்தார்கள், இப்படி எத்தனையோ தியாகத்தைச் சுமந்து இன்று அழிக்கப்பட்டுள்ளோம், இதோ விடுதலைப்படையின் முன்னனி போராளி தளபதியாகச் சிறந்துச் செயலாற்றிய மாரியப்பன் இருக்கிறார் இந்த நாட்டின் அரச உளவுத்துறை கண்ணில் மண்ணள்ளி போட்டு அவர்களின் இரகசியத்தை அவர்களுக்கே தெரியாமல் எடுத்து வரும் சிறந்த உளவாளி கோவிந்தன் இருக்கிறார் ஆனால் மீண்டும் உடனே ஆயுத புரட்சி என்றால் மீதி இருக்கும் நம்மையும் அழித்து நாடு இருந்த தடமே தெரியாமல் செய்துவிடுவார்கள், அவர்களுடைய சட்டத்தைப் பயன்படுத்தியே மாற்றுவோம், மாமா தென்னரசனும் விடுதலைப்படையும் செய்த முயற்சியில் மக்கள் விழிப்புணர்வுப் பெற்று ஆயுதப் புரட்சிக்கே தயாராக வந்துள்ளனர் நிச்சயமாக அவர்கள் மீது நம்பிக்கை உள்ளது ஆயுதமில்லாத அரசியல் புரட்சிக்கு நம்மோடு கை கோர்ப்பார்கள்".

"வைத்தியரே நீங்கள் என்ன நினைக்கிறீர்கள், புரட்சி வெற்றி பெரும் நேரத்தில் பல நாடுகளின் உதவியினால் நம்மை அழித்தனர் அதற்கு வழி வகைச் செய்துகொடுத்த சுப்பாராவ், காமிரு, ராமப்பையன், ரடலாயக்கர், ஆகியோரை சில நாளுக்கு முன்பு தான் கவியரசன் தீர்த்துகட்டினார்" என்றான் கோவிந்தன்.

'பவானிக்கும் கரிகாலனுக்கும் மட்டும் தான் தெரியும் ஏனென்றால் அவர்களால் சொல்லப்பட்ட திட்டம் மற்ற யாருக்கும் தெரியாமல் செய்த விடயம் கோவிந்தனுக்குத் தெரிந்துள்ளதே காற்று கூட அவன் பார்வையில் தப்பாது போலும்' என மனதில் நினைத்தான் கவியரசன்.

"மூன்றுமே சரிதான் அவரவர்களுக்கு முடிந்த தெரிந்த வழியில் முயலுங்கள், தற்போது ஆயுதப் போராட்டம் என்பது இத்தனை பெரிய இழப்பிற்குப் பின் மீண்டும் மக்கள் வருவார்கள் என்பது கேள்விக்குறிதான் ஆனால் ஆயுத போராட்டக் குழு உறுதியாக இருக்க வேண்டும் இல்லையென்றால் அரசுக்குப் பயம் இருக்காது, ஆணையிடும் அதிகாரம் வேறு இடத்தில் இருந்தாலும் அதைச் செயல்படுத்தும் அதிகாரம் சிவா போன்ற அதிகாரிகளிடம் தான் உள்ளது, யாருமே இல்லை என்பதால் தான் மக்கள், திருமலை, திருமலையை விட்டால் மூர்த்தி எனத் தேர்ந்தெடுக்கிறார்கள் மூன்றாவது சக்தியாக நீ உருவானால் அது மாற்றத்தை கொண்டு வரும் அவர்களை எவ்விச பாதுகாப்பும் இல்லாமல் உள்நாட்டில் எதிர்க்க முடியாது அதற்கு ஆயுதம் தாங்கிய இந்தப் படைக் கட்டாயம் தேவை, தீயவர்களை அழிக்கும் செயலை ஆயுதக் குழுச் செய்யும், அத்தோடு உண்மையாகவே மக்களுக்கான சனநாயக அரசியல் சக்திகள் ஆட்சி அதிகாரத்தில் இருப்பதைப் பன்னாட்டு பெரும் முதலைகள் விரும்ப மாட்டார்கள் அப்படி இருப்பவர்களைக் கொலைச் செய்து போலியான அவர்களுக்கு ஆதரவான நபர்களை அமர்த்தவே

விரும்புவார்கள், அத்தகைய சூழலில் மக்கள் மீது அக்கறை உள்ள பாதுகாப்புப் படை நமக்குக் கட்டாயம் தேவை என்பது என் உள் மனதின் எண்ணம்" என்றார் வைத்தியர்,

"பல முடிவுகள் எடுக்கப்பட்டாலும் மக்கள் மீண்டும் திருமலை மூர்த்தி எனக் கீரிக்கும் பாம்புக்கும் தலையைக் கொடுக்காமல் இருக்கவேண்டும் இத்தனை கொடுமைகள் செய்தும் மக்கள் மறந்து மீண்டும் கொதிக்கும் எண்ணெய் சட்டிக்குள் குதித்துவிட்டுக் குத்துதே கொடையிதே என்பார்களே இவர்களை நம்பி எப்படி நீ வாக்கு அரசியலுக்குச் செல்கிறாய்" என நந்தினியிடம் கவியரசன் கேட்டான்,

"ஆயுத புரட்சிக்கு இருவர் மட்டுமே போதுமா நம்முடைய செயலை பார்த்து சிறுக சிறுக மாற்றம் வந்து மக்கள் புரட்சிக்கு வருவார்கள் அதுபோலத் தான் நிச்சயமாக நம்முடைய செயலுக்காக நமக்கு ஆதரவாக மக்கள் வருவார்கள் உடனே இல்லை என்றாலும் நிச்சயமாக மாறும்" என்றால் நந்தினி,

"ஆயுதமானலும் சரி வாக்கு அரசியல் ஆனாலும் சரி என்னுடைய முழு ஒத்துழைப்பு இருக்கும்" என்றான் சிவா,

"சரி நம்முடைய திட்டம் இதுதான், வாக்கு அரசியல், இயக்க அரசியல், அதிகார அரசியல் என அனைத்தையும் ஒரு சேர நம் கட்டு பாட்டிற்குக் கொண்டு வந்து புதிய சட்டங்களை உருவாக்கி நாட்டின் வறுமையை ஒழிக்க வேண்டும்".

நந்தினி தீவிர பிரச்சாரத்தில் இறங்கினால் அவளின் உயிருக்கு ஆபத்து தரக்கூடிய நபர்களை அழித்தொழிப்புச் செய்தனர் போராளிகள்.. அவர்கள் மீது வழக்குகள் உண்டாகாமல் இருக்க இயற்கை மரணங்களாக மாற்றினான் சிவா.. சில காலம் ஓடியது..... விடுதலைப்படையின் முழுக் கட்டுப்பாட்டில் இருந்த பகுதிகளில் அவர்கள் ஏற்படுத்தியிருந்த தற்சார்பு வாழ்க்கையினால் மக்கள்

பெரிதளவில் வறுமையைச் சந்திக்கவில்லை அதே சமயம் அவர்களின் முழுக் கட்டுப்பாட்டில் வராத பகுதிகள் வறுமையில் இருந்து மீளவே இல்லை, போர் நின்ற பிறகும் அரசாங்கத்தால் அவற்றைச் சரி செய்ய முடியவில்லை இதனால் மீண்டும் புரட்சி ஏற்படுமோ என்ற பயம் ஆட்சியாளர்களிடம் இருந்தது, தற்காலிகமாக அவற்றை மறைக்கப் பல நாடுகளில் மிகப் பெரிய அளவில் கடன் வாங்கியது அரசு அதை வைத்துச் சமாளித்தது, உண்மை வெளிச்சத்திற்கு வரும் போது மக்களே அவர்களைத் துறத்தி அடிப்பார்கள் என்பதை வைத்தியர் அறியாமல் இல்லை, மீண்டும் அதே ஆட்சியாளர்கள் அதே வறுமை அதே கொடுமை ஆனால் விடுதலைப்படை இன்று இல்லை ஆனால் போராளிகள் உள்ளனர் மக்களிடம் இந்தக் கொடுமையில் இருந்து விடுபட வேண்டிய எண்ணம் உள்ளது, எனவேதான் மூன்று அணுகுமுறையும் தேவை என்றார்...

கொற்றவை சிலைக்கு முன்புறத்தில் தீக்காளியம்மன் என்ற பெயரில் பவானிக்கு சிலை வைத்தனர் நாட்டு மக்கள், பவானியின் வீரதீர செயல்கள் காட்டுத் தீயாகப் பரவியது, நாடு முழுவதில் இருந்தும் மக்கள் பெரும் கூட்டமாக வந்து தீக்காளியை வணங்கி சென்றனர், பல மக்களுக்கு அவள் குலசாமியானால். காட்டுபகுதியின் நுழைவு பகுதியில் கரிகாலனின் சிலையைத் துவக்கையுடன் வைத்து எல்லை காத்தான் என மக்கள் வணங்கினர் பல்வேறு ஊர்களில் தென்னரசனுக்கு ஐயன் எனச் சிலை வைத்தும் வணங்கினர், புரட்சியாளர்களைப் பல்வேறு நாடுகள் சேர்ந்து அழித்திருந்தாலும் மக்களின் மனதை விட்டு அவர்களை அழிக்க முடியவில்லை, அவர்களால் விடுதலை என்ற விதை விதைக்கப்பட்டு விட்டது அவை முழைப்பதற்கான உரமாகத் தங்கள் உயிரைக் கொடுத்துள்ளனர் பலரும், இது முடிந்துவிடவில்லை விடுதலைப்படையின் தனிப் பெரும் ஆற்றாலக இருந்த மாரியப்பன் இன்னும் இருக்கிறான்

அடுத்த அத்யாயத்தை அவன் எழுதுவான், அதிகாரத்தைச் செயல்படுத்தும் உச்சத்தில் இருக்கும் சிவா எழுதுவான், அரச அதிகாரத்தினால் தூக்கி வீசப்பட்ட நந்தினி எழுதுவாள் அந்தப் போராட்ட களம் எத்தகைய ஆயுதத்தை எடுக்கப் போகிறது என்பதைக் காலம் தான் சொல்லும்.

சில நாட்களில் முக்கியச் செய்தியாகப் பத்திரிகைகள் வெளியிட்டன பல்வேறு குற்றச் செயல்களில் ஈடுபட்ட இன்பன் நேற்று இரவு காவலர்களால் சுட்டுக்கொல்லப்பட்டான் அவனுக்கு உதவியாக இருந்த முன்னால் அதிகாரி தினகரன் கைதுச் செய்யப்பட்டான் என்று.

வரும் தேர்தலுக்காக நந்தினி பிரச்சாரத்தைத் தொடங்கினாள், சிவா தன்னால் முடிந்த வரை அழுக்குகளைச் சுத்தப்படுத்தும் முயற்சியில் இறங்கினான், அவர்களுக்குத் தொல்லை தருபவர்களைக் களையெடுக்கக் காத்திருந்தது ஆயுதப்படை...

முடிவு மக்களின் கையில் தான் உள்ளது.